भूमिका

मी समाजातील पीडित, दलित, अत्याचार झालेल्या, छळ झालेल्या स्त्रियांसाठी लिहिते. ह्या अशा प्रकारच्या लेखनातूनच माझे 'निर्बाचित कलाम' (निवडक स्तंभलेख, १९९१) हे संकलनात्मक पुस्तक तयार झालं.

त्यानंतर पुढील वर्षाच्या सुरुवातीलाच 'जाबो ना केन ? जाबो !' (का नाही जाणार ? जाणार !) हे दुसरं संकलनात्मक पुस्तक प्रसिद्ध झालं.

प्रस्तुत पुस्तकात, 'निर्बाचित कलाम'मधील लेखांबरोबरच, विषय व विचार ह्यांच्यांतील साम्य लक्षात घेऊन, दुसऱ्या पुस्तकातील काही लेख समाविष्ट केलेत; एखाद-दुसऱ्या लेखातील सूर भिन्न आहे, पण प्रसंगोचित म्हणून त्याचा समावेश केलाय. एखादा लेख अगदी व्यक्तिगत स्वरूपाचा असल्याचं जाणवेलही कदाचित; पण असू दे ! त्यानं काही बिघडत नाही. अखेरपर्यंत आपण एकटेच असतो, हे तर खरंच ! पण आमचं काहीही व्यक्तिगत नाही, मात्र काळाच्या झांजा आमच्या हातानं वाजताहेत, हे चांगलं समजलं, म्हणजे झालं.

२ मे, १९९२ — **तसलिमा नासरिन**

निर्वाचित कलाम

(निवडक लेख)

मूळ बंगाली लेखिका : तसलिमा नासरिन

अनुवाद : मृणालिनी गडकरी

मेहता
पब्लिशिंग
हाउस

Nirbachit Kalam by TASLIMA NASREEN
Originally Published in Bengali by Ananda Publisher Pvt. Ltd.
Translated in Marathi Language by Mrunalini Gadkari

निर्बाचित कलाम : तसलिमा नासरिन / निवडक लेख

अनुवाद : मृणालिनी गडकरी
८ अ 'कांचनबन' सेनापती बापट मार्ग, पुणे - ४११०१६.

मराठी अनुवादाचे व प्रकाशनाचे हक्क मेहता पब्लिशिंग हाऊस, पुणे.

प्रकाशक : सुनील अनिल मेहता, मेहता पब्लिशिंग हाऊस, १९४१,
सदाशिव पेठ, माडीवाले कॉलनी, पुणे - ४११०३०.

मुद्रक : मुद्रा
३८३, नारायण पेठ,
पुणे ४११ ०३०.

मुखपृष्ठ : चंद्रमोहन कुलकर्णी

प्रकाशनकाल : फेब्रुवारी, १९९६ / मे, २००१ / मार्च, २००६ /
पुनर्मुद्रण : जुलै, २०११

किंमत : ₹ १७०/-

ISBN-81-7766-181-7

स्त्रीला मृत्यूशिवाय मुक्ती नाही,
हेच केवळ सत्य आहे का ?

मनोगत

तसलिमा नासरिन— सध्या जगभर गाजत असलेले बांगलादेशातील एक वादळी व्यक्तिमत्त्व. त्यांच्या स्फोटक विचारांनी बांगलादेशात वादळ निर्माण झाले आणि त्याचे पडसाद सर्व जगभर उमटले आणि अजूनही उमटत आहेत.

प्रसारमाध्यमांनी त्यांची 'ईश्वरनिंदक' (Blasphemous), 'स्त्री-मुक्तिवादी' (Feminist), 'बंडखोर' (Rebellious) लेखिका अशी प्रतिमा उभी केली आहे. त्यांचा व्यासंग आणि विचारांचा आवाका लक्षात घेतल्यास, खरं म्हणजे, समाजप्रबोधन करण्याची क्षमता असलेलं एक व्यक्तिमत्त्व, असंच चित्र डोळ्यांसमोर उभं राहतं. स्थितिप्रिय समाजात समाजसुधारकांना नेहमीच त्रास होत आला आहे, हे एक ऐतिहासिक सत्य आहे. पण तसलिमांच्या नशिबी नुसताच त्रास आला नाही, तर त्यांच्यावर देशत्याग करण्याची पाळी आली. कालबाह्य झालेल्या विचारांत सुधारणा व्हावी, अशी मागणी करणं व समाजातील स्त्रीघटकावर होणाऱ्या अन्यायाला वाचा फोडणं, हे त्यांचे अपराध मानले गेले. त्यांच्या दुर्दैवानं, समाजातील ज्या लोकांकडून त्यांना पाठिंबा मिळायला हवा होता, त्यांच्याकडूनच त्यांना प्रखर विरोध होत आहे.

बायकांच्या दंडाला सिगारेटचे चटके देणारी किळसवाणी प्रवृत्ती फक्त बांगलादेशमध्येच आहे, असं नाही, स्त्रियांच्या उद्धारासाठी स्वतःचं सारं आयुष्य वेचणाऱ्या महर्षी कर्वे यांच्या नावानं ओळखल्या जाणाऱ्या पुण्यातील रस्त्यावरदेखील हीच विकृत वृत्ती दिसते. फरक असलाच, तर तो इतकाच, की ही किळसवाणी विकृत प्रवृत्ती पांढऱ्या स्वच्छ साडीवर पानाची पिचकारी मारून व्यक्त होते. असल्या अन्यायांना वाचा फोडण्यात गैर काय ? ह्या दृष्टीनं पाहिल्यास तसलिमा फक्त बांगलादेशच्याच नाहीत, तर भारतीय उपखंडातील लेखिका ठरतात.

तसलिमा यांच्या आकर्षक व वैशिष्ट्यपूर्ण व्यक्तिमत्त्वाची ओळख, मला त्यांच्या 'निर्बाचित कलाम' ह्या पुस्तकामार्फतच योगायोगानं झाली. दोन-एक वर्षांपूर्वी मी काही बंगाली कथांचा मराठी अनुवाद करीत असताना आमच्याच पलीकडे राहणाऱ्या बंद्योपाध्याय पति-पत्नींशी माझी ओळख झाली. ते दोघेही साहित्यात रस घेणारे असल्यानं आमची चांगलीच मैत्री झाली. त्यांना बंगाली ग्रंथालयातून नुकतंच कलकत्त्याच्या 'आनंद प्रकाशन'नं १९९२ मध्ये प्रसिद्ध केलेलं 'निर्बाचित कलाम' हे अतिशय वादग्रस्त ठरलेलं पुस्तक फक्त एक दिवसासाठी वाचायला मिळालं होतं. तरीही माझी बंगाली साहित्याची आवड लक्षात घेऊन त्यांनी ते मला वाचायला दिलं

आणि त्यांनी इतर कथांपेक्षा ह्या पुस्तकाचा मी अनुवाद करावा, असा आग्रह धरला. अनुवाद करण्याचं काही मी त्या वेळेला मनावर घेतलं नाही; पण अतिशय घाईनं केलेल्या ह्या पहिल्या वाचनातच ह्या पुस्तकानं माझ्या मनात घर केलं.

'निर्बाचित कलाम'मधील लेख वाचताना माझ्या लक्षात आलं, की तसलिमांनी अतिशय तरुण वयातच फार मोठा व्यासंग केला आहे. व्यवसायानं त्या डॉक्टर आहेत, तेव्हा वैद्यकशास्त्राचं त्यांना सखोल ज्ञान असणं स्वाभाविक आहे, असं जरी मानलं, तरी मुस्लिम व हिंदू यांचे धर्मग्रंथ, अनेक भाषांतील साहित्य, जगाच्या इतिहासातील घडामोडी आणि त्यांमागची कारणं अशा वेगवेगळ्या क्षेत्रांतील त्यांचं सखोल ज्ञान पाहून मी स्तंभितच झाले. साहित्याच्या निरनिराळ्या क्षेत्रांत — काव्य, कादंबरी, वैचारिक व ललित लेख वगैरे — त्यांनी यशस्वी संचार केलेला आहे. विचारांची सखोलता, लेखनातून प्रकट होणारी त्यांची काव्यात्मता, प्रचंड वाचन, सूक्ष्म निरीक्षणशक्ती, प्रत्येक गोष्टीच्या मुळाशी जाऊन ती गोष्ट समजावून घेण्याची अभ्यासू वृत्ती, स्पष्टवक्तेपणा, प्रत्येक गोष्टीकडे एका वेगळ्या दृष्टिकोनातून पाहण्याची वृत्ती, तडफदारपणा, निर्भयता ह्या त्यांच्या गुणांमुळे मी त्यांच्याकडे, त्यांच्या साहित्याकडे आकर्षित झाले.

'निर्बाचित कलाम'नं माझ्या मनामध्ये विचारमंथन सुरू केलं, एक सुंदर अस्वस्थता निर्माण केली.

९४ च्या ऑगस्टमध्ये पुन्हा एकदा एक योगायोग घडला आणि 'निर्बाचित कलाम'चा अनुवाद करण्याची नामी संधी माझ्याकडे चालून आली.

त्याचं असं झालं. मी ऑगस्ट, १९९४ ला सहज कोल्हापूरला गेले होते. तसलिमा नासरिन यांचीच गाजलेली कादंबरी 'लज्जा' मेहता पब्लिशिंग हाऊस मराठीत आणीत आहे, हे वाचलं होतं. कोल्हापूरला आलोच आहोत, तर 'लज्जा' कादंबरी मिळाली, तर घेऊनच टाकावी, म्हणून मेहतांच्या दुकानात शिरले. समोर स्वतः श्री. अनिल मेहताच होते. मी कादंबरीची चौकशी केली. माझ्या चौकशीत निव्वळ वाचकाची पृच्छा नाही, हे त्यांनी, कसं, कुणास, ठाऊक ओळखलं आणि माझी अधिक विचारपूस केली. मला बंगाली येतं, हे समजताच त्यांनी मला सरळच 'आमच्या प्रकाशनासाठी बंगालीचा मराठीत अनुवाद करून द्याल का ?' असं विचारलं. मी अर्थात तात्काळ होकार दिला. 'कोणत्या लेखकाचं कोणतं पुस्तक करू शकाल ?' असं त्यांनी विचारताच, मी अधिक विचार न करताच उत्तर दिलं,

‘तसलिमा नासरिन यांचंच ‘निर्बाचित कलाम’.’ श्री. मेहतांनीही पुढील सर्व आवश्यक गोष्टी करण्याचं आनंदानं मान्य केलं.

‘निर्बाचित कलाम’ मधील बंगाली भाषा ही बांगलादेशची आहे, म्हणून तीतील शब्द, वाक्यरचना ह्यांत व पश्चिम बंगालच्या— म्हणजेच मी शिकलेल्या बंगाली भाषेत थोडा फरक आढळतो. शिवाय अधूनमधून मयमनसिंहच्या बोलीतील शब्दही येतात. पण हे स्वाभाविक आहे. कोणत्याही भाषेत अनेक बोली असतात आणि त्यांत सूक्ष्म भेद असतोच. त्यामुळे विचार समजण्यास मुळीच अडचण येत नाही. मात्र काही शब्द माझ्या बंगाली मैत्रिणीलाही अपरिचित होते. ते तसेच ठेवलेत. कारण त्यांच्यामुळे अनुवादात कुठंही रसभंग होत नाही, हे लक्षात आलं.

ह्या पुस्तकात अनेक ठिकाणी तसलिमांनी कुराणातील सूरांचा संदर्भ दिला आहे. त्यातील काही सूरांत आणि मी संदर्भासाठी वापरलेल्या Mohammed Marmaduke Pickthall ह्यांच्या कुराणाच्या इंग्लिश अनुवादात सूक्ष्म फरक आढळला. अशा ठिकाणी मी तसलिमांनी बंगालीत दिलेल्या सूरांप्रमाणेच अनुवाद केला आहे. थोडक्यात, ह्या पुस्तकाचा मी जास्तीत जास्त बिनचूक आणि निर्दोष अनुवाद करण्याचा प्रामाणिकपणे प्रयत्न केला आहे.

अनुवाद करण्याची ही संधी श्री. अनिल मेहतांनी मला दिल्याबद्दल मी त्यांची आभारी आहे. मेहता परिवारातील श्री. अनिल किणीकर यांनी केलेल्या काही सूचनाही उपयुक्त वाटल्या.

तसलिमा नासरिन यांचे सर्वच विचार, सर्वांना पटतील, असे नाही; पण भारतीय उपखंडातील सध्याच्या सामाजिक परिस्थितीत ते आपल्याला विचार करायला प्रवृत्त करतील, ह्यात शंका नाही.

मी केलेल्या अनुवादाच्या निमित्तानं महाराष्ट्रात तसलिमांनी उपस्थित केलेल्या काही मुद्द्यांवर जरी विचारमंथन घडून आलं, तरी मी ते ह्या पुस्तकाचं यश मानीन.

मृणालिनी गडकरी

८ अ, कांचनबन, सेनापती बापट रोड,
पुणे - ४११ ०१६.

१

मी अठरा एकोणीस वर्षांची असतानाची गोष्ट. मयमनसिंह मधील सिनेमाचा दुपारचा शो सुटला होता. थिएटरसमोर रांगेने उभ्या असलेल्या रिक्षांमधील एका रिक्षेत मी बसले. गर्दी असल्यानं रिक्षा थांबत थांबत हळूहळू पुढे सरकत होती. अचानक माझ्या दंडाला चटका बसला. पाहिलं तर, शर्ट लुंगी घातलेल्या एका बारा तेरा वर्षांच्या मुलानं एक अर्धवट जळलेली सिगरेट माझ्या दंडावर दाबून धरली होती. त्या मुलाची व माझी ओळखही नव्हती. मी त्याला कधी पाहिलेलेही नव्हतं. चटका बसल्यानं मी कळवळताच तो मजेत हसत हसत निघून गेला. माझ्या एकदा मनात आलं की जोरात ओरडावं, कोणाला तरी हाक मारावी किंवा धावत जाऊन त्या मुलाला पकडावं आणि लोकांना गोळा करून त्याचा समाचार घ्यावा. पण स्त्रीला एक सहावं ज्ञानेंद्रिय असतं ! म्हणूनच त्या मुलाला शिक्षा करण्याच्या फंदात मी पडले नाही.मी त्या मुलाला पकडलं असतं किंवा त्याला पकडण्यासाठी लोकांची मदत घेतली असती, तर काय झाल असतं ? जमलेल्या सर्वांनी पाहिली असती ती माझ्या शरीराची गोलाई, माझी रंगकांती, माझ्या वेदना, माझी व्याकुळता, माझा राग, माझ रडणं. हे त्या वयातही माझ्या लक्षात आलं ! काहीजण 'अरेरे' म्हणून चुकचुकले असते, तर काहींनी लगट करून काय झाल ते जाणून घ्यायचा प्रयत्न केला असता, कोणी त्या मुलाला दोन थपडा मारण्याचा विचार केला असता, तर कोणी घरादाराची चौकशी सुरू केली असती.म्हणजेच जमलेल्या सर्वांनी, एकप्रकारे माझा 'उपभोगच' घेतला असता. माझ्या असहाय्यतेचा, माझ्या असुरक्षिततेचा फायदा घेतला असता. किती भाजले आहे हे पाहण्याच्या निमित्तानं त्यांनी पाहिला असता तो माझा सुडौल, उघडा दंड आणि माझी पाठ वळताच, त्याच माझ्या हितचिंतकांनी एका स्वरात शिट्ट्या मारल्या असत्या. हा सर्व विचार करूनच मी माझ्या वेदना आतल्या आत दाबून टाकल्या.

माझ्या दंडावर आता भाजल्याचा डाग आहे. माझ्यावर झालेल्या अत्याचाराची ती खूण घेऊनच मी वावरतेय. पण त्या अशिक्षित मुलाला तरी दोष का द्यावा ? सुशिक्षित तरी कोठे निर्दोष आहेत ? माझ्या मैत्रिणीच्या छातीला चिमटा काढून एक

मुलगा माझ्यादेखत पळाला, एका तरुणानं माझ्या बहिणीची ओढणीच हिसकावून घेतली. गर्दीमध्ये स्तन आणि नितंबांना स्पर्श करण्यासाठी शेकडो अज्ञात हात टपलेले असतात. ते काय सर्व अशिक्षित असतात ? त्यांतील अनेक सुशिक्षित असतात.

पण ह्या सगळ्याची चर्चा मी कधी करीत नाही. उलट अजून कोणी ॲसिड टाकून माझा चेहरा भाजला नाही, मला आंधळं केलं नाही, म्हणून मी स्वत:ला भाग्यवानच समजते. अजून कोणी माझ्यावर बलात्कार केला नाही, त्यापासून मी अजून बचावले आहे. हे माझ केवढं भाग्य ! अशा अत्याचारांना घाबरण्यासारखा मी कोणता अपराध केलाय ? माझा अपराध एकच; मी स्त्री आहे आणि फक्त स्त्रीच राहिलेय. माझं शिक्षण, माझी आवड, माझी बुद्धिमत्ता मला 'माणूस' करू शकलेली नाही. ह्या देशातील स्त्रिया 'माणूस' होण्याच्या योग्यतेच्या नाहीतच. 'थिएटरजवळील सिगरेटनं भाजण्याची घटना ही एक व्यक्तिगत बाब आहे' असे अनेकजण— नव्हे सर्वचजण— म्हणतील. अगदी उच्चभ्रू वर्गातील नागरिक, बुद्धिवान, सभ्य पुरुषही असेच म्हणतील. एक 'व्यक्तिगत बाब' म्हणून ते आपली जबाबदारी झटकायला बघतात ! पण ज्या स्त्रिया घराबाहेर पडतात, त्या सगळ्याच-मीच एकटी नाही तर सगळ्याच- रस्त्यातील अश्लील चाळे निमूटपणे सहन करण्यासाठीच असतात. प्रत्येकीला ठाऊक असतं की तिच्या कपड्यावर पानाची पिंक टाकून एखादा मवाली विकृत हास्याचा जणू नजराणा देऊन काहीच झालं नाही, अशा थाटात निघून जाईल. ॲसिड, अत्याचार, अपहरण, बलात्कार, हत्या इत्यादी दुर्घटनांसाठीच तर असतात स्त्रिया ! रस्त्यानं जाताना अंगावर दोन-तीन दगड येऊन पडणं ही काही अपवादात्मक गोष्ट नाही. फेकलेल्या सिगरेटमुळे रिक्षात बसलेल्या एका किशोरीचे कपडे पेटले आणि तिला अर्धनग्न अवस्थेत घरी परतावं लागलं, या घटनेची मजा शहरातील अनेकांनी, पुढे दोन-तीन महिने लुटली. एके काळी माणूस गुहेत राहात होता, मुलगी झाल्यावर तिला जिवंतपणीच पुरून टाकीत होता. आता काळ खूप पुढे गेला आहे, पण माणसाची मानसिकता काही तेवढी बदललेली नाही.

मयमनसिंहमध्ये वेगवेगळ्या ठिकाणी-विशेषकरून मुलींच्या शाळां-कॉलेजजवळ व सिनेमा थिएटरजवळ, लाकडी खांबांवर पाट्या लावलेल्या होत्या- 'मवाल्यांनी त्रास दिल्यास गस्ती पोलिसांची मदत घ्या' पण ही व्यवस्था काही फार काळ टिकली नाही. यथावकाश मवाली पोरांनी, खांबांसकट पाट्या काढून नेल्या. पण जोपर्यंत त्या पाट्या होत्या, तोपर्यंत त्या पाट्यांवर चढूनच, मुलींच्या जाण्या-येण्याच्या वेळेला मवाली पोरं त्यांना फुलं देत. पण सगळ्यात कहर म्हणजे एकदा मुलींना गस्ती पोलिसांचा त्रास चुकविण्यासाठी ह्या मवाल्यांचीच मदत घ्यावी लागली होती.

* * *

२

कलकत्त्याच्या साहित्य-संसदेनं प्रकाशित केलेल्या कोशवाङ्मयाला, गेल्या तीस वर्षात बंगाली भाषकांनी व सहृदय वाचकांनी उदार आश्रय दिलेला आहे. १९८७ साली जानेवारी महिन्यात साहित्य संसदेनं एक वेगळ्याच प्रकारचा शब्दकोश प्रकाशित केला आहे. हा समानार्थी शब्दकोश अशोक मुखोपाध्याय यांनी संपादित केला आहे. बंगाली भाषेतील हा 'थिसॉरस'(Thesaurus) आहे म्हणा ना ! मूळ शब्द, त्याचा प्रतिशब्द, मूळ शब्दाला आनुषंगिक असणारे शब्द, मूळ शब्दाच्याच वर्गातील व जातीतील इतर शब्द ह्या कोशात समाविष्ट केलेले आहेत. हा कोश म्हणजे बंगाली भाषेतील व बंगाली साहित्यातील एक अतुलनीय कार्य आहे.

ह्या मूल्यवान कोशात 'पुरुष' या शब्दासाठी समानार्थी शब्द दिलेले आहेत, ते असे : पुरुषमाणूस, मुलगा, पोरगा, मरद, मद्दा, मद्दा मर्द, पूमान, मिनसे, नर, मानव, मानुष, मनुष्य, आदमी. आता 'नारी' या शब्दासाठी काय काय शब्द दिले आहेत, ते पहा : स्त्री, बाई, स्त्रीलोक, रमणी, बाईमाणूस, मुलगी, महिला, ललना, अंगना, वामा, रमा, मानवी, मानविका, कामिनी, अबला, औरत, जनाना,योषित्, योषिता, योषा, जनी, बाला, प्रमदाजन, वनिता, भामिनी, शर्बरी आणि प्रतीपदर्शिनी. 'पुरुष' या शब्दासाठी दिलेल्या समानार्थी शब्दांच्या तुलनेत 'नारी' या शब्दासाठी दिलेल्या समानार्थी शब्दांची संख्या अधिक आहे, हे खरं; पण 'माणूस' हा शब्द फक्त 'पुरुष' या शब्दाच्या समानार्थी वापरला आहे. 'नारी' या शब्दाच्या समानार्थी शब्दांत कोठेही माणूस' वा 'मनुष्य' शब्द वापरलेला नाही. सुज्ञांनी प्रशंसलेल्या ह्या कोशात, 'पुरुष व स्त्री' ह्यांच्यासाठी दिलेल्या ह्या समानार्थी शब्दांनी मी स्तंभितच झाले.

विश्वविद्यालयातील मुलींची वसतिगृहे कोंबड्यांच्या खुराड्याप्रमाणे संध्याकाळी बंद होतात, हे पाहून मी अशीच अवाक होते. नजिकच्या काळात सगळ्या पाळीव व माणसाला उपयोगी पडणाऱ्या प्राण्यांची नावे 'नारी' या शब्दाचे समानार्थी शब्द म्हणून समाविष्ट केली गेली तरी नवल वाटण्याचे कारण नाही. मुलींसाठी असलेल्या

हॉलवर वा वसतिगृहात येण्या-जाण्याच्या वेळेबाबत विद्यार्थिनींची गरज, सोय-गैरसोय ह्याकडे दुर्लक्ष केलं जातं, पण मुला-मुलींना दिल्या जाणाऱ्या शिक्षणात मात्र काहीच फरक केला जात नाही. परीक्षेतील दोघांचीही गुणवत्ता एकाच तऱ्हेने पारखली जाते. मुलींना कोठेही मुलांपेक्षा हलकं, सोपं, साधसुधं शिक्षण देण्याची व्यवस्था नाही.

मुलींना विशिष्ट वेळेला हॉलवर परत येण्याचं बंधन अधिकारीमंडळी घालतात. अशाप्रकारच्या बंधनानं एखाद्या अपंग वा मतिमंद माणसाला काबूत ठेवता येईलही ! पण स्वत:च्या अधिकाराबाबत जागृत असलेल्या मुली अशा बेकायदेशीर व अशोभनीय नियमांचे पालन करून स्वत:ची असाहाय्यता आणि दुर्बलताच जणू सिद्ध करतात. स्त्री ही पुरुषाच्या उपभोगाची वस्तू आहे हेच त्या दाखवून देतात. कंपाऊंडची भिंत आणि रखवालदार यांच्या शिवाय त्या सुरक्षित राहू शकत नाहीत, असेच यावरून दिसते. (विद्यार्थिनींसाठी असलेला हॉल संध्याकाळी बंद केल्यावरसुद्धा प्राध्यापक आपल्या बोलण्यात त्यांची निंदा करीत नाहीत का ? करतात आणि पुढेही करतील)

खरे म्हणजे रात्र, अंधार, दुर्घटना ही सर्व कारणं स्त्रीला काबूत ठेवण्यासाठी आहेत. सर्व आपत्तींवर, विघ्नांवर, संकटांवर, कठीण काळावर, बेशिस्त वागणुकीवर, भीतीवर मात करून स्त्रीनं स्वावलंबी, स्वतंत्र, सबळ होऊ नये म्हणून आहे ही सर्व धडपड ! कारण स्त्री अशी स्वतंत्र झाल्यास पुरुषांच्या कचाट्यातून सुटेल आणि मग मोठीच गैरसोय होईल.

सुशिक्षित स्त्रिया 'आधुनिक गुलाम' होण्यास फारच योग्य आहेत. त्यांचा सतत चालणारा साज-शृंगार, त्यांच्या सभा-समित्या, कला-संस्कृती, स्त्री आंदोलन हे सर्व पतीला आकर्षित व संतुष्ट करण्यापुरतंच असतं. धर्मशिक्षणाला कवटाळून, उशीच्या अभ्यावर 'पती हाच परमेश्वर' असे विणणाऱ्या बंगाली मुलींच्या विचारांचं हेच आधुनिकीकरण आहे.

जार्मन ग्रीअर ह्यांच्या 'फिमेल युनॅक' ह्या पुस्तकात स्त्रियांनी उंच टाचेचे बूट वापरण्यामागे एक चमत्कारिक कारण दिलं आहे. एखाद्या स्त्रीचा पुरुष पाठलाग करू लागल्यास तिला फार जोरात पळता येऊ नये, म्हणून ही व्यवस्था केली आहे म्हणे !

* * *

३

मी भारतात प्रवासाला गेले होते. कलकत्ता, दिल्ली, आग्रा, जयपूर, सिमला, काश्मीर पाहून आल्याचे कळल्यावर सर्वजण पहिला प्रश्न विचारीत, 'कोण होतं तुझ्याबरोबर ?' काश्मीरमधील बर्फाच्छादित गुलमर्ग, बनिहालचा बोगदा, हिमालयातील 'रोप वे', दाल सरोवरातील शिकारे व हाऊसबोटी ह्या सगळ्यांबद्दल बोलण्यास खरं तर मी खूप उत्सुक होते. पण सर्व लोकांचा प्रश्न एकच 'कोण होत बरोबर ?' मी एकटीच गेले होते, हे कळताच, सर्वांना आश्चर्यच वाटत असे. एकटी ? एकटी बाई बाहेर प्रवासाला जाऊ शकते ? कोणाचा विश्वासच बसत नसे. कोणालाही शांतिनिकेतन, दीघचा समुद्र, कन्याकुमारीचा सुंदर अनुभव ह्याबद्दल अजिबात उत्सुकता नव्हती. त्यांच्या डोक्यात एकच चिंता थैमान घालीत होती- माझ्याबरोबर होतं कोण ?

मी एकदा सांगितलं, 'माझ्याबरोबर अतसी, कृष्णाकली व मल्लिका होत्या'.

'आणखी ?'

'आणखी कोणी नव्हतं ?'

'का कोणी पुरुषमाणूस नव्हतं ?'

'नाही' हे उत्तर ऐकून लोक डोळे विस्फारून बघत. पुरुष बरोबर नसताना एकटी बाई गेली काय आणि सातजणी गेल्या काय-सारखंच !

माझ्याऐवजी, माझ्याच वयाचा एखादा मुलगा एकटाच दार्जिलिंग, सिमला, काश्मीर वगैरे ठिकाणी प्रवास करून आला असता, तर सगळे कौतुकानं म्हणाले असते, 'किती हो पवित्र मन ! किती उच्च अभिरुची ! काय विलक्षण सौंदर्यदृष्टी ! वा ! वा ! धन्य आहे हो !'

समजा, मला समुद्र पाहायचा आहे, सीताकुंड पर्वतावर जायचं आहे, बिहारमधल्या शालबनला भेट द्यायची आहे, काप्ताई लेकमध्ये स्पीडबोटीतून संपूर्ण दुपार फिरायचं आहे, तर मला काय करायला हवं ? एक पुरुष मिळवायला हवा !

जणू पुरुषाशिवाय एकटी बाई दूर कुठं जाऊ शकतच नाही. हे कधीही शक्य नाही. बसमध्ये चढताच कंडक्टर विचारतो, 'तुमच्याबरोबर कोण आहे ?' त्याची खात्री असते की बाई आहे म्हणजे तिच्याबरोबर पुरुष असणारच. बरोबर पुरुष असो वा नसो, बाईला अनेकदा त्रास सहन करावा लागतोच. शिवाय बरोबरचा पुरुष नवरा किंवा जवळचा नातेवाईक नसेल तरी पंचाईत होते कारण मग 'हा कोण ?' 'तुझ्याशी संबंध काय ?' असे प्रश्न आलेच. बरं, बरोबर पुरुषच नसेल तरी पंचाईत कारण मग प्रश्न पडतो की बरोबर पुरुष का नाही ? बायकांना पुरुषांवर विसंबून राहतानाही खूप विचार करावा लागतो.

मध्यम व उच्चवर्गातील मुली व स्त्रिया दोन - चार नातेवाईकांकडे जाऊन आल्या वा बाजारात हिंडून - फिरून आल्या की त्यांना 'स्त्री - स्वातंत्र्य' मिळाल्याचा आनंद होतो. पण हे काही खरं नाही. बायकांच्या पायातील बेडी फार मजबूत आहे. हातपाय गाळून बसून, कोणीतरी येऊन ही बेडी काढील, हे शक्य नाही. परीकथेतच असे सज्जन व गुणी भेटतात, प्रत्यक्षात नाहीत.

मुली आवडीनं पायात साखळ्या घालतात. हा दागिना घालण्यास देण्यामागे एक हेतू आहे. साखळ्या घातल्यानं, बाई कुठं जाते, काय करते, ते कळते. थोडक्यात, तिची सर्व हालचाल साखळ्यांच्या आवाजाच्या अनुरोधानं समजते. पण मूर्ख बायका मात्र त्यांना कैदी बनविणारा हा दागिना घालून , पायांचे सौंदर्य वाढल्याच्या आनंदातच गर्क असतात.

* * *

४

ह्या देशातील एक श्रेष्ठ कवी माझ्या वडिलांच्या वयाचे आहेत. ते माझ्या काव्याची खूप प्रशंसा करतात, पण फक्त माझ्याजवळ.लोकांसमोर नाही किंवा वर्तमानपत्रांतूनही नाही. कारण काव्य कितीही चांगलं असलं, तरी ते एका स्त्रीनं लिहिलंय आणि स्त्रीची स्तुती करण्यात पुरुषाला कमीपणा वाटणार नाही का ?

ह्या देशातील बुद्धिजीवी स्वतःच्या नावलौकिकाबद्दल अत्यंत जागरूक आहेत. म्हणून ते स्त्रियांशी चोरून भानगडी करतात. शहरातील बड्या हॉटेलांत, कोपऱ्यातल्या टेबलावर बसून, चायनीज खाता खाता गप्पागोष्टी करायला त्यांना आवडतं, कारण त्यांच्यामते ह्यात वाईट काहीच नाही. त्यांचे जीवन साठलेल्या पाण्यासारखं थोडंच आहे ? ते म्हणजे जणू उघडा विस्तीर्ण समुद्र. जीवनातील सर्व प्रकारचा आनंद मिळविण्यात ते गर्क असतात. स्त्रीजवळ वारंवार प्रेम व्यक्त करतील, पण उघड बोलताना चाचरतील. ह्याचं कारण समाजात अशा स्त्री-पुरुष संबंधांना वाईट मानलं जातं.

एकदा, माझे एक कादंबरीकार मित्र मला म्हणाले, 'वर्तमानपत्रातील तुमचे कॉलम फारच चांगले असतात.' मी त्यांच्या ह्या बोलण्याबद्दल आभार मानले. गंभीर स्वरात ते पुढे म्हणाले, 'सेलिना हुसेनपेक्षा तुम्ही चांगलं लिहिता.' ह्या वाक्यानं मी चकितच झाले. अचानक सेलिना हुसेनचा उल्लेख का ? कारण 'स्त्रियांमध्ये' सेलिना हुसेन उत्तम लिहिते. 'स्त्रियांमध्ये' या शब्दाचा आहेर करून आमचे हे मित्र निघून गेले आणि जाता जाता त्यांनी मला जाणीव करून दिली की माझं लेखन कितीही चांगलं असलं तरी त्याचा विचार केवळ लेखिकांमध्येच होणार. स्त्रिया ह्या पुरुषांपेक्षा भिन्न वर्गातील आहेत ना ! दैनिकांत 'मुलांसाठी' जसं वेगळे पान असतं,तसं 'स्त्रियांसाठी'ही असतं. पत्रातून काव्यसमीक्षक नासिमा, सुहिता, बिलोरा ह्यांच्या काव्याशी माझ्या काव्याची तुलना करून कोणाचं काव्य चांगलं ह्याबद्दल वाद घालतील, पण ते माझ्या काव्याची तुलना फरिद वा शाहरियार यांच्याशी कधीच करणार नाहीत. कारण मी एक 'स्त्री'

आहे. माझा विचार फक्त 'स्त्रियांमध्ये'च होणार !

'बायका माझ्या प्रेमानं वेड्या होतात व मला अनेक बायकांची पत्रं येतात' अशा बढाया, आमच्या देशातील एक लोकप्रिय कादंबरीकार-नाटककार नेहमी मारीत असतात. पण ते म्हणे बायकांशी फारसा संपर्क ठेवीत नाहीत. एकदा त्यांनी घरोघरी जाऊन सगळ्यांना सांगितलं की एकीनं त्यांना स्वतःच्या रक्तानंच पत्र लिहिलंय. नंतर कळलं की रक्तबिक्त काहीच नव्हतं, नववर्षाच्या शुभेच्छा देणाऱ्या रंगीत कार्डावरून त्यांनी ही काल्पनिक कथा रचली होती. स्त्रियांबद्दल अशा तऱ्हेच्या खमंग वावड्या उठवून पुरुष एक विकृत आनंद मिळवीत असतात.

माझे एक संपादक मित्र, एकदा मला, अत्यंत रागानं आणि चिडून म्हणाले, 'शाहबागेच्या वळणावर दोघेजण तुझ्याबद्दल काहीबाही बोलत होते.' हे ऐकून मी खदखदून हसले. मी हसत हसतच त्यांना विचारलं, 'ह्यात नवल काय ? ते दोघे माझ्याबद्दल नाहीतर काय अबुल कलमबद्दल बोलणार ?' ह्या माझ्या वक्तव्यावरून त्या संपादकमित्रांना काय बोध झाला ठाऊक नाही.पण मला सांगायचं होतं की 'काहीबाही बोलणं' हे अबुल कलम, अबदुर रहमान किंवा शमसुल इस्लाम ह्यांच्याबद्दल असणं शक्यच नाही, इथं बाईच हवी !

ज्या स्त्रियांच्या आयुष्यात काहीतरी वाईट घडलंय, त्याच लिहितात अशी एक समाजाची धारणा असते. आयुष्यात काही संकटं आली तर स्त्री आत्महत्या करते किंवा वेश्याव्यवसाय करते अथवा साहित्याचा आश्रय घेते. एखादी 'स्त्री' लेखन करू लागल्यास, तिच्या लेखनापेक्षा तिच्या आयुष्यातील वैयक्तिक गोष्टींतच इतरांना अधिक रस असतो. प्रेमात पडल्याशिवाय वा प्रेमभंग झाल्याशिवाय किंवा संसारात भांडणं झाल्याशिवाय अथवा संसाराचा वीट आल्याशिवाय 'बाई' साहित्याकडे वळेलच कशी, हे अनेकांना न उलगडणारं कोडं आहे. साहित्य तर सोडाच, पण लिहिणं-वाचणंही स्त्रियांसाठी नाहीच. बायकांनी कुराण वाचायला शिकायचं ते नवऱ्याच्या भल्याकरिता आणि औषध -पाण्याची माहिती व्हावी म्हणून ! सामान्य अक्षरज्ञान मिळवायचं ते 'विसरू नका हं मला' अशासारखं उशीवरील भरतकाम करण्यासाठी आणि घरापासून दूर असलेल्या नवऱ्याला भुरळ पाडणारी पत्रं लिहिण्यासाठी.

हल्लीच्या मुलींचं शिक्षण तर त्यांच्या मुलांचं चांगलं पालनपोषण व्हावं म्हणूनच असतं बहुधा ! शिवाय 'घरात सुशिक्षित बायको असणं' हा 'स्मार्ट' नवऱ्याचा प्रतिष्ठेचा विषय असतो. जणू काही 'बायकोचा सुशिक्षितपणा' हे त्यांचच कर्तृत्व आहे. शिवाय सुशिक्षित बायकोकडून सेवा करून घेण्यात एक आगळी मजा असतेच की ! असंच आहे, तर बायकांनी साहित्याच्या वाट्याला जायचं का ? फार झालं तर हुंडा, विवाह

ह्यांच्या समस्यांबद्दल वेगवेगळ्या मासिकांतील 'महिलांचे अंगण' यासारख्या सदरांतून लिहावं. ह्याहून चांगलं लिहिल्यामुळे गद्य, पद्य, भाषा - साहित्य, पांडित्य ह्या विषयांत स्त्रियांची तुलना पुरुषांबरोबर होऊ लागली, तर ते पुरुषांना किती लाजिरवाणं होईल ? शी ! शी !!

५

लहानपणी झाडाखालून जाताना 'झाडावरच्या भूता'च्या भीतीनं अंगावर काटा उभा राहत असे. हल्ली पुरुषांच्या अंगावर असा काटा 'टॉम बॉय'च्या भीतीनं येतो म्हणे ! झाडावर चढण्यात पटाईत असणाऱ्या मुलीला सर्वजण नावं ठेवतात, मुलाला नाही. निसर्ग पुरुष व स्त्री ह्यांच्याकडे वेगवेगळ्या दृष्टीनं पाहत नाही. पण समाज मात्र पाहतो. झाडावर पिकलेला पेरू, सर्वांच्या आधी झाडावर चढून तोडण्याची इच्छा मुलांइतकीच मुलींनाही असते. पण मुली आपलं मन मारतात, कारण असं मुलांप्रमाणे वागल्यास 'टॉम बॉय'म्हणून त्या घरीदारी बदनाम होतात. मुलींची अब्रू म्हणजे अळवावरचं पाणी ! जरा इकडं तिकडं झालं की संपलंच सगळं ! अब्रू सांभाळली तरच बाई वाचणार !

लहानपणी आई आम्हाला फळं येणाऱ्या झाडावर चढू देत नसे. कारण बाईच्या स्पर्शानं झाड मरतं म्हणतात. मोठं झाल्यावर, वनस्पतीशास्त्राचा अभ्यास करताना, स्त्री -स्पर्शाचा व झाडाच्या मरण्याचा संबंध आढळला नाही.

'टॉम बॉय'चा संबंध द्वाडपणाशी आहे आणि मुलीत तो असणं चांगलं समजलं जात नाही. मुलगी लाजणारी, खाली मान घालून चालणारी, परावलंबी, भित्री बावरणारी, मितभाषी आणि खालच्या आवाजात बोलणारी नसेल, तर समाज तिच्याकडे चांगल्या दृष्टीनं पाहात नाही. एखाद्या पुरुषात वर उल्लेख केलेले 'दोष' दिसले, तर त्याला 'बायकी' म्हणून हिणवलं जातं. ह्याउलट मुलीत धिटाई, उद्धटपणा, गर्व, राग, चंचलता, स्वावलंबन, मोकळेपणा हे गुण दिसले तर समाज तिला 'पुरुषी' म्हणून नावं ठेवतो. म्हणजेच 'बायकीपणा' किंवा 'पुरुषीपणा'हा शारीरिक गोष्टींवर वा शीलावर अवलंबून नाही. जी व्यक्ती मन मारायला शिकते, नजर खाली वळवायला लागते, स्वतःच्या चालण्यावर बंधन घालते, हात आखडून वागते, जिभेला आवरते, ती एकप्रकारे आपल्या शरीरवैशिष्ट्यांशीच द्रोह करते. कारण 'बायकी' स्वभावाचा शरीराशी काहीही संबंध नाही. तो ठरवलाय समाजानं आणि समाजानं नावं ठेवू नयेत म्हणून असा स्वभाव हेतुपुरस्सर बाणवला जातो.

बंगाली स्त्रियांच्या बाबतीत 'सतीत्वाचे रक्षण' फार महत्त्वाचं समजलं जातं. स्त्रीनं एकाच पुरुषाशी संबंध ठेवला पाहिजे. हा नियम पुरुषाला मात्र लागू नाही. परपुरुषाशी संबंध आल्यास पातिव्रत्य नष्ट होतं आणि सतीत्वाचा नाश होतो. सामाजिक नीतिनियमांचा भंग केल्यास, स्त्री 'पतिता' ठरते. पण पुरुष स्वैराचारी असला तरी त्याला कोणी 'पतित' म्हणत नाही. एखाद्या पुरुषाचा अनेक स्त्रियांशी संबंध आला असला तरी त्याला लग्न मात्र कुमारिकेशीच करायचं असतं. पत्नीशी पहिल्या मीलनाच्या वेळी बिछान्यावर मुद्दाम पांढरी चादर घालणारे अनेक पुरोगामी व सुशिक्षित म्हणविणारे पुरुष मला माहीत आहेत. पांढरी चादर अंथरण्यामागे उद्देश आहे तो पत्नीचं कौमार्य तपासण्याचा. चादरीला रक्ताचा डाग पडला नाही तर बायकोच्या चारित्र्याबद्दल त्यांना शंका येते. स्त्रीच्या योनीच्या तोंडावर एक पातळ आवरण असतं. ग्रीकांची विवाह -देवता 'हाईमन' हिच्यावरून ह्या आवरणालाही 'हाईमन' (सतीच्छेद) म्हणतात. सुप्रसिद्ध स्त्री-रोग-तज्ज्ञ सर नरीमन जेफकॉटच्या मते प्रथम मीलनात हाईमन फाटून रक्तस्राव होतोच असं नाही. हाईमन न फाटताही स्त्रीशी पुरुषाचा संबंध येऊ शकतो, म्हणून कौमार्याची ही परीक्षा विश्वसनीय नाही.

'सती' शब्दाची उत्पत्ती सत् आणि सत्य (खरेपणा, सच्चेपणा) ह्यांच्यापासून असेल, तर मला वाटतं, एका स्त्रीचा दहा पुरुषांशी संबंध आला तरी ती 'सती' राहू शकेल आणि एका स्त्रीचा एकाच पुरुषाशी संबंध येऊनही ती 'अ-सती'ठरू शकेल.

'नासणे' हा शब्द पुरुषांसाठी नाही, तर स्त्रियांसाठी वापरला जातो. अंडं नासतं, दूध नासतं, नारळ नासतो, तशीच बाई नासते.

आपल्या समाजात, इतर वस्तूंप्रमाणे, स्त्रीसाठीही 'नासणे' ह्याच शब्दाचा उपयोग केला जातो.सुशिक्षित, अभिरुचिसंपन्न स्त्रिया स्वतःला ह्या 'नासलेल्या बायकां'पासून वेगळे ठेवण्याच्या बाबतीत फार जागृत असतात. पण हा त्यांचा शुद्ध मूर्खपणा आहे. कोणत्या ना कोणत्या कारणानं प्रत्येक स्त्रीला, दोषी ठरविण्यात आल्यानंतर, श्रेणी लावण्याचा प्रश्नच नाही, हे आपल्या नासलेल्या समाजाला चांगलं समजलं आहे, म्हणून संधी सापडताच स्त्रीला 'नासलेली' पदवी मिळणारच. समाजात स्वैराचार इतका माजलाय की इच्छा असूनही, त्याच्या पंजातून स्त्री स्वतःला वाचवू शकत नाही.

गेल्या २० ऑक्टोबर ८९ ला राष्ट्रीय ग्रंथ केंद्रात 'ग्रंथाचे मुखपृष्ठ व सजावट' ह्या विषयावर एक सेमिनार झाला. त्यामध्ये 'ग्रंथांना प्रकाशक 'माल' म्हणून संबोधतात', हा मुद्दा मोठ्या उद्वेगानं प्रा. मुस्तफा नुरूल इस्लाम ह्यांनी मांडला. त्यांचा मुद्दा अगदी योग्य आहे. पण मग जेव्हा माणूसच माणसाला 'माल' म्हणतो, तेव्हा केवढा अन्याय होतो, या विचारानं मी खूप अस्वस्थ झाले. 'माल' या अरबी शब्दाचा अर्थ 'पणाला लावण्याचे द्रव्य' असा आहे. 'जगातील सगळेच उपभोगासाठी आहे

व सर्वोत्तम भोग्यवस्तू आहे स्त्री', असं मुस्लिम हादिस शरीफमध्ये लिहिलंय. विनिमय द्रव्य म्हणून, किंमती दासी म्हणून वा भारी वस्तू म्हणून समाज बेदिक्कत 'स्त्री'कडे 'माल' म्हणून पाहतो आणि धर्म व राष्ट्र त्या दृष्टिकोनाला इंधन पुरवून संपूर्ण पाठिंबा देतात.

* * *

६

१) महाभारतात एक श्लोक आहे :'न स्त्री स्वातंत्र्यमर्हति' अर्थात स्त्रीला स्वातंत्र्याचा अजिबात अधिकार नाही.

२) साज-शृंगारामध्येच स्त्रियांना सतत गुंतवून ठेवण्याचा अनेक 'रसभरू' मासिकांनी जणू निश्चयच केलाय ! कोण किती किंमती किंवा विदेशी प्रसाधनं वापरतं याची स्त्रियांमध्ये जोरदार स्पर्धा चालते. गालाला लावायची लाली,काजळ, केशरचना ह्यामध्येच स्त्रियांना गुंतवून ठेवण्याच्या अभिनव पद्धतीमध्ये रोज नवनवीन शोध लागत आहेत. जणू काही लाली नसली, चेहऱ्यावर एखादा लेप नसला तर स्त्रीमध्ये काही उणीव राहते, स्त्रीला पूर्णता येत नाही. स्त्रियांसाठी जी मासिकं निघतात, त्यातील बहुतेक मासिकांचे संपादक पुरुष असतात. पावडर कशी लावावी, ब्लाऊजचा कट कसा असावा, कोणत्या वेळेला कोणत्या रंगाची साडी नेसली असता पुरुषांचं लक्ष वेधलं जातं इत्यादि विषयांचं ज्ञान ही मासिकं न थकता पुरवीत असतात. ही सगळी मासिकं म्हणजे 'पत्नीचं पतीबाबत कर्तव्य' ह्या अश्लील पुस्तकाच्या 'सभ्य आवृत्त्याच'होत.

३) 'नारी' या शब्दाच्या प्रतिशब्दांमध्ये एक शब्द आहे 'भार्या'. 'भार्या'चा अर्थ 'जिचं भरणपोषण करावं लागतं ती'. भृत्य व 'भार्या' या दोन शब्दांचा मूळ अर्थ सारखाच आहे.स्वतःच्या पायावर उभे राहता येईल, असं शिक्षण घेण्यास स्त्रियांना बंदी असल्यामुळे अन्न-वस्त्रासाठी त्यांना नवऱ्यावरच अवलंबून राहावं लागतं. मध्ययुगात,युरोपमध्ये, पतीला 'लॉर्ड' म्हणून हाक मारण्याची पद्धत होती. पत्नी व नोकर, घरातील कर्त्या पुरुषाला 'लॉर्ड' म्हणत.'लॉर्ड' म्हणजे अन्नासाठी माणसांना आश्रय देणारा.

४) ऑरकिडचं झाड दुसऱ्या झाडाच्या आश्रयानं वाढतं व जगतं. ज्या स्त्रिया आधी वडिलांच्या व नंतर नवऱ्याच्या नावाचं शेपूट लावून जगतात, त्यांना मी 'ऑरकिड' म्हणणेच योग्य समजते. सुवर्णा हक, एक दिवस अचानक सुवर्णा चौधरी

होते. तिचं घर बदलणं म्हणजेच तिनं एक आश्रय सोडून, दुसऱ्या आश्रयाला जाणं. ती कोणाच्या आश्रयानं जगते हे तिच्या नावावरूनच समजतं. समजा, सुवर्णा नावाची मुलगी सर्वच दृष्टीनं स्वावलंबी आहे, तरीसुद्धा तिनं वडिलाचं वा तिच्या नवऱ्याचं नाव लावण्याची पद्धत आहे. ही पद्धत म्हणजे अनेक वर्षांच्या स्त्रीच्या छळाचेच विषफल आहे. तरीही मूर्ख स्त्रिया ही पद्धत सोडत नाहीत. शिक्षण हे परंपरांवर मात करू शकत नाही, हेच खरं !

५) ढाक्यात ट्रकमध्ये भरून गुरं नेतात. हे तिथं दिसणारं नेहमीचच दृश्य आहे. असा गुरं भरलेला ट्रक पाहून मी माझ्या मैत्रिणीला सांगितलं की आम्ही शाळेतील मुलीही अशाच ट्रकमधून वनभोजनाला गेलो होतो. हे ऐकून मैत्रीण नाराज झाली. शी ! मुलींची तुलना गुरांबरोबर ? पण मी म्हणते, 'का नाही करायची अशी तुलना ?' 'भाग्यवंताची बायको मरते व अभाग्याचं जनावर.' अशीच म्हण आहे ना ? ह्याचा अर्थ संपत्तीच्या दृष्टीनं विचार केल्यास, स्त्रीचं स्थान जनावरापेक्षाही खालचं आहे. कारण जनावर घ्यायला पैसे द्यावे लागतात आणि बायको पैसे घेऊन येते.

६) वैद्यकशास्त्रात 'हिस्टरी ऑफ एक्सपोजर' म्हणून एक विषय असतो. त्यामध्ये रोग्याकडून माहिती मिळविण्यासाठी त्याला काही प्रश्न विचारले जातात.परक्या स्त्रीशी घनिष्ठ संबंध आहेत का असं विचारताच रोगी प्रथम गडबडतो.शी ! किती लाजिरवाणी गोष्ट ! जोरजोरानं मान हालवून तो नकार देतो. अशी वाईट गोष्ट कधीही केली नसल्याचं ठासून सांगतो. पण अखेर स्वतःच्या फायद्यासाठी, त्याच्या नकारातील जोर कमी होतो. मग इकडं-तिकडं बघत तो, हळूच, असे संबंध असल्याचं कबूल करतो. घरी त्याची बायको असते. मग तरी असं का ? त्याच्याजवळ दात काढून हसण्याशिवाय उत्तर नसतं.

अशा रोग्यांचं वय बारापासून बहात्तरपर्यंत असतं. ह्यांत विद्यार्थी, शिक्षक, व्यावसायिक, बेकार, कामगार, पोलिस, वकील, विद्वान, लहानमोठे नोकरदार, शिल्पकार, कारकून असे सर्व प्रकारचे लोक असतात.ते नियमित वेश्यांकडे जातात आणि वेश्यांकडून सिफिलिसच्या रोगजंतूंची (ट्रिपोनेमा पेलिडाम'ची) आयात करतात. ह्याबद्दल आक्षेप घेण्याचं कारण नाही. पण ते आपल्या बायकांना ह्या रोगाचं वाण देतात, तेव्हा आक्षेपाचा प्रश्न येतो. एका निरोगी शरीरात हे आपल्या व्यभिचाराचं विष कालवितात.

नवऱ्यामुळे सिफिलस ह्या रोगानं जर्जर झालेल्या एका तीस वर्षांच्या बाईला अत्यंत यातनेत दिवस काढावे लागले. घरातील लोक, नातेवाईक, शेजारी ह्यांच्या मते हे काहीतरी बाहेरचं होतं. फकीर, मांत्रिक ह्यांनी ही 'बाहेरची बाधा'दूर करण्यासाठी

तिच्या आयुष्याशी खेळ केला. अखेर दोन महिन्यांनी त्यांना कळून चुकलं आणि सरतेशेवटी न बोलता सवरता ती मेली.

अशा घटना, खरं म्हणजे, सगळीकडेच घडत असतात. वारंवार गर्भपात का होतात, कित्येक बालकं मृतच का जन्मतात, एवढी मुलं जन्मापासूनच विकलांग का असतात, ह्याचा कोणी विचारच करीत नाही. ह्याचं कारण 'सिफिलिस'. फार भयंकर रोग आहे हा ! कित्येक अनाघ्रात बायकांना नवऱ्याकडून प्रथम आहेर मिळतो तो ह्या रोगाचा. ह्या रोगापासून सुटका करून घेण्यासाठी कित्येक 'सभ्य' पुरुष गुपचूप पेनिसिलिनची इंजेक्शनस् घेत असतात. म्हणून प्रत्येक जागृत स्त्रीनं विवाहापूर्वी वराच्या रक्ताची तपासणी (सिरॉलॉजिकल टेस्ट फॉर सिफिलिस) करून घ्यावी. रिपोर्ट निगेटिव्ह आल्यास निःशंकपणे विवाह करावा. पण रिपोर्ट पॉझिटिव्ह असल्यास जरूर संबंध तोडावेत.

७) त्या दिवशी एक सभ्य गृहस्थ अत्यंत गंभीरपणे मला म्हणाले, 'तुम्ही स्त्रियांच्या बाजूनं इतकं लिहिता. जरा स्त्रियांच्या चुका, दोष ह्याबद्दल लिहा ना ! 'दोष व चुका म्हणजे निश्चित काय ?' असं मी विचारताच, त्यांनी अत्यंत उत्साहानं, जवळजवळ एक तास, हातवारे करून स्त्रियांचे दोष व चुका समजावून सांगितल्या. ह्यावरून मला एक गोष्ट आठवली. माझ्या धाकट्या भावाला किड्यामकोड्यांशी खेळायला फार आवडे. एकदा त्यानं पायानं पाल चिरडली आणि मला म्हणाला,'पहा ताई, पाल किती बदमाश आहे. शेपटी हलवतेय !'

अशी शेपटी हलते ती वेदनेनं, आनंदानं नाही. पण हे जो दुसऱ्याला चिरडतो त्याला कळतच नाही. पण जे चिरडले जातात, त्यांना बरोबर कळतं.

* * *

७

वैदिक काळात, स्त्रीला योग्य तो मान दिला जात होता आणि इस्लामच्या उदयकाळापासून त्याचा लोप झाला, अशी अनेकांची समजूत आहे. पण मला मात्र तसं वाटत नाही. पुरात्त्वशास्त्र शिलालिपी, ताम्रपट, सुरुवातीची पुराणं आणि बौद्ध साहित्याच्या जवळपासचा काळ ह्यांतून वैदिक साहित्यातून प्रकट होणाऱ्या वेदकालीन इतिहासाचं दर्शन घडतं. संहिता, ब्राह्मण, आरण्यक, उपनिषद आणि सूत्रसाहित्य (श्रौत, गृह्य, धर्मसूत्र) हे प्रमुख वैदिक साहित्य होय. इ. स. पूर्वी दोन शतकापासून इ. स. चौथ्या शतकापर्यंत रचल्या गेलेल्या या साहित्यातून जे समाजचित्रण केलं गेलं आहे, त्यात स्त्रीला 'माणूस'म्हणून अजिबात स्थान नाही.

पतीला संतुष्ट करणाऱ्या, पुत्रांना जन्म देणाऱ्या व पतीला प्रत्युत्तर न देणाऱ्या स्त्रीला ऐतरेय ब्राह्मणात 'उत्तम' म्हटलं आहे. (२/ २४/ २७) याउलट जी पतीला संतुष्ट करीत नाही, पुत्रांना जन्म देत नाही, पतीला उत्तर देते ती अधम होय. याचा अर्थ स्त्रीची उत्तमता वा अधमता ही सर्वस्वी पुरुषाच्या संतोषावर अवलंबून आहे.

'सुंदर स्त्रीला पतीचे प्रेम मिळते.' (९ /६) असं शतपथ ब्राह्मणात म्हटलं आहे. म्हणजेच कुरूप स्त्रीला पतिप्रेम मिळणार नाही. सुंदर नसलेल्या स्त्रीला पवित्र वैदिक साहित्यसुद्धा क्षमा करीत नाही. असे पक्षपाती श्लोक लोक मात्र अतिशय श्रद्धेनं म्हणतात.

शतपथात स्त्रीच्या बंधनाबद्दल सांगितलं आहे. स्त्रीला बंधनात ठेवले नाही तर तिच्या शक्तीचा क्षय होतो (१४/१/१/३१) बंधनामुळे शक्ती वाढते ही नवलाची गोष्ट नाही का? मग बंधनहीन पुरुषांना शक्तिमान का बरं म्हटलं जातं ? यज्ञात एका दंडाला दोन कापडांचे तुकडे गुंडाळले जातात म्हणून एका पुरुषाला दोन स्त्रिया करण्याचा अधिकार मिळतो.

एका वस्त्रानं कधीही दोन दंड गुंडाळले जात नाहीत, म्हणून एका स्त्रीनं दोन पती करणं निषिद्ध मानलं गेलं आहे. (तैत्तिरिय संहिता ६/६/४/३, तैत्तिरिय ब्राह्मण

१/३/१०/५८) यज्ञातील दंड व कापडांचे तुकडे यांच्याशी स्त्री-पुरुषांचा संबंधच काय ? दंड व कापड यांच्या संख्येशी स्त्री पुरुषांची संख्या कशी जोडली गेली ? याला काही कारण आहे का शारीरिक बळाच्या जोरावर हे ठरवलं गेलं ? शारीरिक बळाच्या जोरावर शास्त्राचं समर्थन पुरुषांच्या बाजूनं करण्याचा हा प्रकार आहे.

स्त्री कधीही एकाहून अधिक पती करू शकत नाही. एका पुरुषाला अनेक पत्नी असू शकतात. पण स्त्रीला एकच पती पुरेसा आहे. (ऐतरेय ब्राह्मण ३५/५/२/४७) पुरुषाला एकापेक्षा जास्त पत्नी असल्या तरी वेश्यागमनाचा त्याला संपूर्ण अधिकार. पण स्त्रीसाठी अशी कोणतीही सोय नाही.

वसिष्ठ धर्मसूत्रात म्हटले आहे - पिता रक्षती कौमारे, भर्ता रक्षति यौवने । रक्षन्ति स्थाबीरे पुत्रा, न स्त्री स्वातंत्र्यमहर्ति' ह्याचा अर्थ, 'स्त्रीचं कौमार्यात पिता, यौवनात पती व वार्धक्यात पुत्र रक्षण करतात. स्त्री स्वतंत्र राहायच्या योग्यतेची नाही. (५-१-२, २-१, ३,४४, ४५) स्त्रीला पिता, पती व पुत्र ह्यांच्या पिंजऱ्यांत बद्ध करून ठेवण्याचं कसब शास्त्र अतिशय कौशल्यानं जाणतं.

विवाहाच्या वेळी वर वधूला म्हणतो, 'ये, आपले मीलन होवो आणि त्यातून पुत्र जन्माला येवो. कारण त्यामुळे आपली धनसंपत्ती वाढेल', अखेर वर प्रार्थना करताना, पुत्र, पौत्र, दास, शिष्य, वस्त्र, कंबल, धातू, खूप स्त्रिया, राजा, अन्न व सुरक्षितता मागतो. (हिरण्यकेशी गृह्यसूत्र (१-६-१२-१४). नववधूसमोर अनेक स्त्रियांसाठी प्रार्थना करताना वराचा अपमान होत नाही, पण वधूचा नक्कीच होतो. परंतु वधूच्या मानापमानाची समाजाला पर्वा नाही. त्यामुळेच वर 'खूप स्त्रिया' ह्या क्षुद्र धनाप्रमाणेच समजतो.

प्रार्थनेत पुत्र, पौत्र, शिष्य, राजा ह्या सगळ्यांची आवश्यकता वंश, उपजीविका, सुरक्षितता ह्यासाठी, तर भोगासाठी वस्त्र, कंबल, धातू, दास आणि 'बहु भार्या' ह्यांची जरूरी. वस्त्र, कंबल ह्यांच्याप्रमाणे स्त्रीसुद्धा एक उपयोगी वस्त्रच.

'स्त्रीचं मुख्य कर्तव्य म्हणजे पुत्रांना जन्म देणं (आपस्तंब धर्मसूत्र १/१०, ५१/५३) मूल नसलेल्या पत्नीचा लग्नानंतर दहा वर्षांनी त्याग करावा. जिला फक्त मुली होतात, तिचा बारा वर्षांनी आणि जिच्या पोटी मृत बालकं जन्माला येतात, तिचा पंधरा वर्षांनी त्याग करावा. मात्र भांडखोर पत्नीचा लगेचच त्याग करावा. (बौद्धायन धर्मसूत्र २/४/६ 'जिला पुत्र नाही ती परित्यक्ता' असे शतपथ ब्राह्मणातही लिहिले आहे. पुत्र न झाल्यास पुरुष दुसरा विवाह करू शकतो. (वसिष्ठ धर्मसूत्र २८/२/७) पुरुषाच्या वंशवृद्धीसाठी व पुरुषप्रधान संस्कृतीच्या धनवृद्धीसाठी पुत्रांची आवश्यकता आहे. संतती नसणं, कन्या होणं अथवा मृत बालक जन्मणं हे स्त्रीच्या

दृष्टीनं एकाच प्रकारचे अपराध होत. ह्याच जन्मी न केलेल्या पापासाठी स्त्रीचा, समाज व जग त्याग करते.

'स्त्री होम करू शकत नाही.' (आपस्तंब धर्मसूत्र २-७-१५-१७) तिला उपनयन संस्काराचा अधिकार नाही. ब्रह्मचर्य तिला निषिद्ध. म्हणून वेदाभ्यासही निषिद्ध. त्यामुळे शिक्षणाचा मार्ग तिला बंद. फक्त आपल्या रूपगुणांच्या बळावर पतीला संतुष्ट करण्यात व पुत्रांना जन्म देण्यात तिच्या जीवनाची इतिकर्तव्यता मानली जाते. प्राचीन काळी, भारतात वेश्या सर्व विद्यांत पारंगत असत. पुरुष घरातील मूर्ख पत्नी व सुशिक्षित वेश्या ह्या दोघींचाही उपभोग घेत. देशच पुरुषांसाठी उपभोगाची सर्व दारं उघडून देत होता.

बृहदारण्यक उपनिषद सांगतं की पुरुषाची कामना पुरी करण्यास स्त्री तयार नसेल, तर भेट देऊन तिला राजी करण्याचा प्रयत्न करावा व त्यानेही जमलं नाही तर हात वा काठी यांचा मार देऊन तिला काबूत आणावं. (६/४/७) स्त्रीचा स्वतःच्या इच्छेप्रमाणे उपभोग घ्यायचा व तिला शासन करण्याचा अधिकार शास्त्रानंच पुरुषाला दिला आहे. पुरुष अनेक पत्नी, उप-पत्नी व वेश्या यांचा उपभोग घेऊ शकतो ही गोष्ट वारंवार सांगितली आहे.

त्या काळी, समाजानं स्त्रीच्या फक्त दोनच वृत्तींचा स्वीकार केलेला होता. दास्यवृत्ती व वेश्यावृत्ती. स्त्रीची स्वतःची काहीही संपत्ती नसे. पिता किंवा पती ह्यांच्या संपत्तीवर तिचा अधिकार नसे. शिक्षणाचा, अर्थार्जनाचा, कोणत्याही गोष्टीचा उपभोग घेण्याचा, एवढेच नव्हे तर, अवांछित संभोगापासून स्वतःच्या शरीराचे रक्षण करण्याचाही हक्क तिला नव्हता. (मैत्रायणी संहिता ३/६/३, ४/६, ४/७/४, १०/१०/११, तैत्तरिय संहिता ६/६/८/२.)

स्त्रीचं स्वतःचं असं काही नाही. शिक्षण नाही, धन नाही, लौकिक वा पारलौकिक असंही काही नाही, एवढेच नाही तर तिचं स्वतःचं शरीरही तिचं नाही. स्त्रीला निःसत्त्व करण्यासाठी तऱ्हेतऱ्हेचे मंत्र तयार केले गेले आणि लोक मोठ्या श्रद्धेनं त्यांचं पठण करतात.

मैत्रायणी संहितेच्या मते स्त्री 'अशुभ' आहे. (३/८/३) म्हणून यज्ञाच्या वेळी कुत्रा, शूद्र व स्त्री यांच्याकडे पाहूसुद्धा नये. अतिथिसत्कार, उत्सव, युद्ध, यज्ञ, हुंडा, दान-दक्षिणा या प्रसंगांत गायी, सोने, धान्य, रथ, हत्ती, घोडे आणि खूप स्त्रिया दान करीत. स्त्रीला भोग्यवस्तू समजल्यामुळे, गायी घोड्यांबरोबरच स्त्रीचा उल्लेख करायला कुणाला कसलाही संकोच वाटत नाही. कुत्रा, शूद्र, स्त्री-सगळेच अस्पृश्य. सगळ्याच समाजातील हीन दर्जाच्या, घृणास्पद वस्तू.

'मुलगी म्हणजे शाप.' (ऐतरेय ब्राह्मण ६/३/७/१३) म्हणून गर्भवतीनं 'पूंसवन' व्रत करणं आवश्यक मानलं जाई. कारण त्यामुळे पुत्र होतो ही समजूत होती. स्त्री खोटारडी, दुर्भाग्याचं दुसरं रूप, दारू वा द्यूत ह्यांच्यासारखं एक वाईट व्यसन. (मैत्रायणी संहिता १-१०-११, ३,६,३) सर्व गुणांनी युक्त अशी स्त्रीसुद्धा अधमातल्या अधम पुरुषापेक्षा नीच होय. (तैत्तिरिय संहिता (६५/८/२)

सारांश, स्त्री नीच, अधम, ती माणूस नाही. 'स्त्रीनं पतीनंतर खावं, असं शतपथ ब्राह्मणात लिहिलं आहे. कारण 'भुक्ते वांच्छिष्टं नध्वै ददात- उष्टं खरकटं स्त्रीला द्यावं. (गृहयसूत्र १-४-११) जुने पुराणे कपडे व जोडे दासाला आणि उष्टं स्त्रीला द्यावं असं शास्त्रात सांगितलं आहे. घरातील कुत्रा, मांजर व स्त्री एकाच जातीचे. तेव्हा उष्ट्या खरकट्यांवर त्यांचं भागतं. आपस्तंब धर्मसूत्रात काळा पक्षी, गिधाड, मुंगूस, चिचुंद्री ह्यांच्या हत्येबद्दल आणि शूद्र व स्त्री ह्यांच्या हत्येबद्दल एकच प्रायश्चित सांगितलं आहे आणि तेही काय तर एक दिवसाचा कडक उपवास.

ह्याचा अर्थ, गिधाड, मुंगूस, चिचुंद्री, कुत्रा, शूद्र व स्त्री यांच्यामध्ये शास्त्राप्रमाणे काही फरक नाही. वैदिक काळी, भारतात स्त्रीला 'माणूस' म्हणून गणलं जात नसे. इ.स. पूर्व दुसऱ्या शतकातील समाज, स्त्रीला जसा अवमानित करीत होता, तसाच आजचा, तीन हजार वर्षांनंतरचा समाजही तिला अवमानित करीत आहे. फरक आहे तो फक्त कौशल्यात आणि पद्धतीत.

* * *

८

१) लग्नाचं असं एक वय असतं. समाजातील निरनिराळ्या वर्गांतील किशोरी वा तरुणी ह्यांच्या शरीरावर ते वेगवेगळ्या प्रकारानं दिसू लागतं. खरं पाहता, समाजाचा मुलींच्यावर इतका दाब असतो की प्रेमात पडल्यावर त्या विनाकारण पळून जातात किंवा आत्महत्या करतात. ह्यामुळे आर्थिक दृष्ट्या खालच्या वर्गातील पालकांची एकप्रकारे सुटकाच होते. सधन वर्गातील मुलींची लग्नं ही अनेकदा खरेदी-विक्री असते. मुलीपेक्षा तिच्या घराण्याची संपत्ती ही महत्त्वाची असते. संपत्ती जेवढी जास्त तेवढी विक्री चांगली होते.

एके काळी, कुलीन-अकुलीन सर्वच स्तरांतील मुली वयाच्या पाचव्या वर्षीच घुंघट घेऊन सासरी जात. हल्ली खेडेगावातील मुलींचं वय ठरवावयाचं झालं, तर त्यांना मासिक पाळी सुरू होण्याच्या आधी वा नंतर किती दिवसांनी लग्न झालं ते विचारावं लागतं. कारण स्वतःचं वय त्या सांगू शकत नाहीत. (मासिक पाळी एका विशिष्ट वयात सुरू होत असल्यानं त्यावरून मुलीचं लग्नातील वय काढता येतं. मग त्या मुलीचं वय कळू शकतं.)

अजूनही, फक्त खेडेगावातच नाही, तर शहरातही शिक्षण, औषधपाणी, आरोग्यदायक वातावरण ह्या सर्वांपासून वंचित असणाऱ्या मुलींची उंची तीन हात झाली की त्यांची लग्नं करून दिली जातात. बांगला देशात पंधरा ते एकोणीस वर्षांच्या वयातील पंच्याहत्तर टक्के मुली विवाहित असतात. युरोपात हे प्रमाण फक्त एक टक्कासुद्धा नाही. स्त्रीचं वय सोळा वर्षांपेक्षा कमी असताना, पतीच्या इंद्रियाचा, तिच्या योनीला नुसता स्पर्श झाला, तरी तो बलात्कार होतो आणि कायद्यानं गुन्हा ठरतो.' असं मेडिकल ज्युरिसप्रुडन्समध्ये म्हटलंय.

पूर्वी मासिक पाळी सुरू होण्याआधीच मुली विधवा होत, बाहुलीशी खेळायच्या वयात, निरामिष व एकादशीसारखी व्रतं करीत बसत आणि स्त्रीच्या जन्माला आल्याचं प्रायश्चित्त भोगीत. अजूनही, गर्भधारणा व मुलाचं पालनपोषण करण्यास योग्य असं

तारुण्य किशोरावस्थेतून फुलून येईपर्यंत मुलींना सामाजिक वार्धक्य आलेलं असतं.

'ज्या मुली शिकतात, त्या विधवा होतात,' असा (गैर) समज बंगाल्यांमध्ये अनेक वर्षं होता. लोक म्हणतात की आता जमाना बदललाय ! किती बदललाय जमाना? किती मुली शाळेत जातात? किती कॉलेजात आणि विश्वविद्यालयात शिकतात? आणि ज्या शिकतात, त्या सामाजिक रूढी, परंपरा ओलांडून खरं शिक्षण घेतात का?

२) 'आमचे साहेब अजून घरी आले नाहीत' 'आमचे मालक मागच्या वर्षी परदेशात गेले.' असं बोलताना मी अनेक उच्चविद्याविभूषित स्त्रियांना ऐकलंय ! 'साहेब' शब्दाचा मूळ अर्थ 'शासनकर्ता, सम्राट'. नवाब साहेब, जज्जसाहेब, मॅजिस्ट्रेट साहेब या शब्दांतून मान व आदर व्यक्त होतो. सन्माननीय युरोपीय किंवा परदेशी व्यक्तींसाठी 'साहेब' हा वापरला जातो. उदाहरणार्थ, लॉर्ड साहेब, चीनी साहेब, जपानी साहेब.

पतीला 'साहेब' किंवा 'मालक' म्हणण्याची प्रथा केव्हापासून सुरू झाली हे माहीत नाही. पूर्वीच्या काळी पत्नी पतीचं नाव घेत नसे. बांगला देशातील, गावा-वस्त्यांतून अजूनही ही अद्‌भुत रूढी प्रचलित आहे. शहरांतून वा गावांतून या रूढीत आधुनिकता आली आहे. पतीचं नाव घेण्याऐवजी स्त्रिया 'साहेब,' 'मालक' असं म्हणतात.

अशा स्त्रियांच्या आयुष्यात 'साहेबांचा हुकूमा'शिवाय दुसरं काहीही महत्त्वाचं नसतं. मला अशा अनेक डॉक्टर झालेल्या स्त्रिया माहीत आहेत की ज्या पतीच्या नोकरीची खात्री व स्वतःच्या नोकरीची अनिश्चितता बघून, पतीबरोबर फक्त त्याची जोडीदारीण म्हणून परदेशी जातात. तिथं पती चांगली नोकरी करतो आणि बिचारी स्त्री स्वयंपाकघरात कांदा चिरते किंवा 'फिरनी' शिजवीत बसते. डॉक्टरकीच्या बदल्यात, पाकक्रियेत पाच-सहा वर्षं धडपड करून, त्यांचा वर्तमानकाळ अधिक आनंददायक होतो, ह्यात काही शंका नाही.

काही स्त्रिया, 'माझ्या नवऱ्याला मी नोकरी केलेली आवडत नाही.' असं अत्यंत कौतुकानं सांगतात. नवऱ्याला मासे आवडत नाहीत म्हणून मासे शिजविणं बंद. नवऱ्याला फिरणं आवडत नाही म्हणून बाहेर जाणं बंद. नवऱ्याला बायकांनी नोकरी केलेली आवडत नाही म्हणून नोकरी करणं बंद. ह्याबद्दल स्त्रीच्या पसंती-नापसंतीची काळजी कधीच कुणी करीत नाही.

३) एका विद्यापीठाचे व्ही.सी. आणि त्यांची पत्नी परदेशात बारा वर्षं राहून परत आले होते. एक दूरचे नातेवाईक त्यांना भेटायला आले. गप्पा-गोष्टी झाल्यावर, निरोप घेताना पाहुण्यांनी परदेशी शिष्टाचाराप्रमाणं व्ही.सींशी हस्तांदोलन केलं आणि

हस्तांदोलनासाठी व्ही.सींच्या पत्नीपुढं हात केला. मी तेव्हा तिथंच उभी होते. व्ही.सींच्या पत्नीनं - त्यांच नाव मला माहीत नाही, 'व्ही.सींची पत्नी' ह्याच नावानं त्यांना सर्व ओळखतात आणि स्वतःच्या नावापेक्षा त्यांना हेच नाव आवडत असावं- हात आखडत असा काही आविर्भाव केला की त्यावरून त्यांना हे 'पाप' करण्याची इच्छा नाही हे स्पष्टपणं जाणवलं. डोळ्यांच्या कोपऱ्यांतून त्यांनी एक-दोनदा चोरून पतीकडं पाहिलं. हस्तांदोलनामुळे ते रागावले तर नाहीत ना ? ह्यानंतर व्ही.सींच्याकडे काय घडलं माहीत नाही. पण परपुरुषाचा स्पर्श म्हणजे स्त्रीच्या दृष्टीनं किती गर्हणीय आहे, ते माझ्या लक्षात आलं.

४) हा डिसेंबर महिना. अठरा वर्षांपूर्वी नऊ महिने चाललेलं युद्ध संपल्यावर, गर्द हिरव्यावर लाल आणि लालच्या मध्ये पिवळं मानचिन्ह रेखाटलेलं कापड काठीला बांधून, सर्व बालकांनी 'जय बांगला'चा जयघोष करीत मिरवणूक काढली होती, ती ह्याच महिन्यात.

मयमनसिंहमध्ये १९७१च्या मार्चपासून नोव्हेंबरपर्यंत मोठ्या मशिदीच्या इमाम साहेबांनी स्वहस्ते अनेकांचे गळे घोटून त्यांना विहिरीत फेकलं होतं. त्यांची प्रेतं विहिरीतून काढून लोकांनी आपल्या ओळखीच्यांचा शोध घेतला, तो ह्याच महिन्यात. डिसेंबरमध्ये आमचे एक नातेवाईक, त्यांच्या घरातल्या एकाला शोधायला गेले होते, ह्याच विहिरीत. तो युद्धावर निघाला होता आणि अचानक गायब झाला होता. पाकिस्तानी सैन्यानं आमचा पैसा-अडका लुटला होता, आणि परतण्यापूर्वी आमच्या घरांना आगी लावल्या होत्या. माझ्या बाबांना पकडून नेऊन, बुटांनी आणि बंदुकीच्या बॉयनेटनं बदडलं होतं, रस्त्याच्या वळणावर दोन काकांना गोळ्या घातल्या होत्या, माझ्या भावाचा उजवा डोळा उपटून काढला होता. ह्याच महिन्यात, स्वातंत्र्य लढ्यावर गेलेल्या तीन मामांपैकी दोन परतले होते, शत्रूच्या कँपवरून माझी एकवीस वर्षांची मावशी सोळा दिवसांनी परतली होती. युद्धावर गेलेल्या शेजाऱ्यांपैकी, जे परतले होते. त्यांपैकी कोणाचा हात तुटला होता, तर कोणाचा पाय. तरीही ते परत आले म्हणून त्यांच्या घरातील माणसं आनंदानं वेडी झाली होती, ती ह्याच डिसेंबरमध्ये.

माझ्या मावशीनं परत यावं असं मात्र कुणालाच वाटत नव्हतं. तिच्या परत न येण्यातच सर्वांना सुख होतं. इतक्या दिवस, मोठ्या अभिमानानं मी माझ्या बाबा, काका, भाऊ, मामा यांच्या गोष्टी सांगितल्या. आमच्या त्यागाचं वर्णन केलं. पण माझ्या मावशीची गोष्ट सांगितली नव्हती. पण आज विरोधाला न जुमानता मोठ्या अभिमानानं मी ती गोष्ट सांगणार आहे. माझ्या मावशीवर कँपमधील अंधाऱ्या खोलीत दहा पशुरूपी कामुक पुरुषांनी सतत सोळा दिवस बलात्कार केला.

युद्धातील सर्व अत्याचार, बूट व बॉयनेटचा भयंकर मार आणि मृत्यूची बीभत्सतासुद्धा स्वीकारली जाते. पण बलात्कार मात्र स्वीकारला जात नाही.

बाहेर जेव्हा बलात्कारित आया-बहिणींच्यासाठी राजकीय नेते मोठमोठ्या घोषणा देत होते, तेव्हा सर्व लोकांत बेअब्रू होऊ नये म्हणून, माझ्या मावशीनं अगदी नाइलाजानं आढ्याला फास लावून घेतला तो, डिसेंबरमध्येच.

* * *

१

१) कवी असीम साहा मधून मधून आदिला बकुलची प्रशंसा करतात. कारण पूर्वी आदिला लिहीत असे. परंतु पती रफिक आजादच्या प्रेमाखातर आदिलानं लेखन सोडलं. असीम साहा आदिलाच्या ह्या त्यागाची हकिगत, तिखटमीठ लावून, मोठ्या कौतुकानं सांगतात. आदिला बकुलही रफिक आजादवर प्रेम करते, हे खरं, पण त्यासाठी लेखन सोडण्याचं आणि त्यामुळे प्रेमात वाढ होण्याचा कार्यकारण संबंध मात्र मी समजू शकत नाही.

खरं म्हणजे, स्त्रियांच्या त्यागानं, पुरुषांना आनंद होतो. एखाद्या पुरुषासाठी, स्त्रीनं आप्त-स्वकीयांना सोडलं, तर पुरुषाचा आनंद गगनात मावेनासा होतो. नवऱ्याला गाणं आवडत नाही, म्हणून बाईनं गाण्याकडे संपूर्ण पाठ फिरविली तर नवरा अत्यंत खूष होतो.

नृत्य करणाऱ्या वा चित्र काढणाऱ्या स्त्रियांच्या ह्या कलांवर लग्नानंतर बंदी घातली जाते व पुरुषांना ह्याचाच फार मोठा गर्व वाटतो. पती लिहितो, म्हणून स्वतःचं लेखन सोडून देणाऱ्या आदिलामध्ये, असीम साहांना प्रेमाची तीव्रता दिसते.

एखाद्या मुलाकरिता मुलीनं आत्महत्या केल्यास, पुरुष जेवढं दुःख झाल्याचं दाखवितात, तेवढं काही त्यांना दुःख झालेलं नसतं. पुरुषांनी उत्तम प्रकारे अर्थार्जन करावं, त्याचं व्यक्तित्व आणि प्रतिभा परिपूर्ण असावी, अशीच सर्वांची इच्छा असते. ह्याउलट, स्त्रीची प्रगती होऊ नये, प्रतिभा बहरू नये आणि हळूहळू ती स्वत्वहीन व्हावी, एकाकी पडावी, स्वावलंबी होऊ नये, असंच समाजाला वाटत असतं. ह्या एकतर्फी त्यागाला समाज फार महत्त्व देतो. ह्याचं कारण त्याच्या हातात धर्माचा काळा कायदा आहे. त्याचा उपयोग, वेळेनुसार तो स्त्रियांना अवमानित करण्यासाठी करतो. प्राचीन काळापासून चालत आलेल्या सामाजिक नीतिनियमानुसार, काही अन्याय, अत्याचार, वैषम्य, भेद हे समाजात मान्यता मिळवून चुकले आहेत. ह्याचाच अर्थ समाजाच्या हातात, कोणतीही बाधा येणार नाही, अशा संधी आहेत.

अपर्णा सेनच्या 'परमा' या चित्रपटातील परमा ही नायिका नवरा, मुलंबाळं, संसार ह्यात इतकी जखडली गेली आहे की कधी काळी ती सतार वाजवीत होती, कविता म्हणत होती, हेच ती विसरून गेली आहे. मध्यमवयीन परमा जेव्हा सतारीची गवसणी काढते, तेव्हा सतारीच्या तारांना गंज चढलेला असतो. सासूचं औषधपाणी, मुलांचं होमवर्क ह्यातून अगदी मुष्कीलीनं वेळ काढून ती जाते कुठं, तर न्यू मार्केटमध्ये किंवा मिनूच्या वा शीलाच्या घरी. परमाच्या नवऱ्यालाही, तिची धाव कुठपर्यंत आहे, हे चांगलं ठाऊक आहे. पुरुषांना कुठलंही बंधन नको असतं, पण स्त्रियांना मात्र ते ठराविक मर्यादितच अडकवून ठेवतात. परमाचा नवरा हॉटेल रूममध्ये पी.ए.ला डिक्टेशन दिल्यावर सहजपणे रात्रीच्या जेवणाचं आमंत्रण देतो, त्यामध्ये युवतीच्या शरीरनामक खाद्यवस्तूचा अंतर्भाव असतो.

परमा परपुरुषाच्या प्रेमात पडण्यात गैरसोय तर होतेच पण त्याबरोबर परपुरुषाच्या स्पर्शानं ती आपादमस्तक अपवित्र होते. संसाराच्या वर्तुळाबाहेर कोणावर प्रेम करण्याचं स्वातंत्र्य स्त्रीला नाही. स्त्रीचे सर्व हक्क पुरुषाच्या हातात असतात. तिचं स्वातंत्र्य नवऱ्याच्या इच्छेवर अवलंबून असतं. पण हे पारतंत्र्य अपर्णा सेनला मान्य नाही. एखादी स्त्री तिच्या आयुष्यात, कधी कुणाच्या प्रेमात पडली तर त्यात काहीही अपराध नाही, हेच अपर्णा सेनला समजावून सांगायचं आहे. जीवन हे प्रत्येकाचं फक्त स्वतःचं आहे. 'सामाजिक संबंध असले तरी कुणीही माणूस दुसऱ्या माणसाची संपत्ती नाही.' हे जीवनाच्या आरंभापासून गृहीत असलेले सत्यच अपर्णा सेननं पुन्हा सांगितलं आहे. पण कितीजण मानतात ही गोष्ट !

रवीन्द्र संगीत अतिशय सुंदर गाणाऱ्या एका मुलीच्या प्रेमात एक तरुण पडला, ते तिचं गाणं ऐकूनच. पण लग्न ठरविताना त्याची पहिली अट होती-लग्नानंतर सर्वांसमोर गाणं म्हटलेलं चालणार नाही.' गाण्याची गोष्ट निघताच, आता ती मुलगी लाजून सांगते, 'बाहेर गात नाही. फक्त घरात गाते.' काही दिवसांनी ती नवऱ्याच्या कानात गाईल आणि अखेर मनातल्या मनात. स्त्रियांची धाव कमी कमी होत होत, इतकी कमी होईल की त्यांना जागच्या जागी उभं राहण्याशिवाय मार्गच उरणार नाही.

अनिच्छेनंच ज्यांच्या जन्माची सुरुवात होते, त्यांच्यापुढे मार्ग असतीलच कसे? प्रसूतिगृहात अपत्यजन्माची वाट पाहणाऱ्या पुरुषांमधील एक टक्का पुरुषांनासुद्धा मुलगी व्हावी असं वाटत नाही. उच्चशिक्षित पुरुषसुद्धा 'निरोगी अपत्या'पेक्षा 'पुत्रा'ची अपेक्षा करतात. आमच्या देशात, प्रसूतीच्या वेळी, पतीची उपस्थिती अत्यावश्यक केली पाहिजे. स्त्री पूर्ण नऊ महिने आपल्या शरीरात आणखी एका शरीराचा भार सांभाळते, प्रसववेदना सहन करते, हे पुरुषाने प्रत्यक्ष पाहिल्यावर, त्याला जाणवेल की मूल दोघांचं

असलं, तरी जन्मापर्यंतचा सर्व त्रास एकटी स्त्रीच सहन करते. मग कदाचित एवढ्या अवहेलनेनं तिला तलाक दिला जाणार नाही. स्त्रीच्या वेदनेतील एक सहस्त्रांश वेदना जरी पुरुषाला समजली, तरी तो इतक्या सहजतेने 'तलाक' शब्द उच्चारणार नाही.

२) अनेकजण फ्रेडरिक एंगेल्स आणि लेनिन ह्यांच्या ग्रंथांतील काही वाक्यं उद्धृत करतात आणि भांडवलशाहीला विरोध करतात. अशांच्या मते समाजवाद आल्याशिवाय नारी-मुक्ती होणे शक्यच नाही. ह्याचा अर्थ समाजवाद आल्याशिवाय स्त्री-मुक्तीसाठी आरडाओरड करण्यात काहीच फायदा नाही. म्हणूनच स्त्री-मुक्ती आंदोलनात हुतात्मे होऊ पाहणारे जणू गाढ झोपलेत, समाजवादाची चाहूल लागली की ते उठून बसतीलच !

समाजवाद इतका सहजासहजी मिळणारा नाही. तो आणण्यासाठी आणि टिकविण्यासाठी प्रथम अंगी क्षमता बाणवणे आवश्यक आहे.

* * *

१०

१) नवरा- बायको दोघेही उच्चविद्याविभूषित. सुंदर, सजाविलेला संसार. प्रासादतुल्य घर. उंची, आधुनिक फर्निचरपासून साध्या लहान वाटीपर्यंत सर्वत्र नीटनेटकेपणा. हॉल, बेडरूम, डायनिंग हॉल, किचन सगळीकडे फिरून आल्यावर मी चकितच झाले. सगळीकडे फॉरिनच्या किंमती वस्तूंनी घर सजविलं होतं. वस्तू-वस्तूतून वैभव उठून दिसत होतं. जगात 'अभाव' नावाची गोष्ट असते, हे ह्या कुटुंबाला ठाऊकच नसावं. घरात सर्व काही होतं- कपडालत्ता, किंमती सोफा, बेडस्, ड्रेसिंग टेबल, शोकेस, डेकोरेटिव्ह पीसेस्, परफ्यूमस्, मेक-अप-बॉक्स, टी.व्ही., व्ही.सी.आर. काही नाही असं नाहीच. पण घरात तसू तसू शोधल्यावर मला एकच पुस्तक मिळालं. तेवढंच पुस्तक त्या घरात होतं आणि तेही 'आधुनिक रंधन प्रणाली' नावाचं म्हणजेच पाकशास्त्राचं. आता मात्र मी खरी आश्चर्यचकित झाले. दिवसाचा स्वयंपाकाचा खटाटोप आटपून, घरातल्या स्त्रीला, दुपारी जरा पुस्तक घेऊन आडवं व्हावसं वाटलं, तर ती पुस्तक कुठलं हातात घेणार तर स्वयंपाकाबद्दलचं आणि वाचणार काय तर कांद्यानंतर बटाटा का बटाट्यानंतर कांदा.

पण ह्यात त्या कुटुंबाला काहीच वाईट दिसत नव्हतं. हल्लीच्या मुलींना शिक्षण, ग्रंथाकडे आकर्षित करण्याऐवजी, फर्निचर आणि इतर वस्तू ह्यांच्याकडे आकर्षित करायला मदत करतं. घाणेरड्या इंग्रजी पुस्तकांनी आणि स्वस्त बंगाली कादंबऱ्यांनी बुक-सेल्फ सजविणारी अनेक कुटुंब मी पाहिलीत. आपण उच्चभ्रू आहोत हे दाखविण्याचा त्यांचा प्रयत्न असतो. काही जाडजूड ग्रंथ बुक-सेल्फमध्ये ठेवण्यामागे बुक-सेल्फ चांगली भरलेली दिसावी हाच उद्देश असतो. वाचण्याचा उत्साह नसतोच म्हटलं तरी चालेल.

मी जे पाहते, त्यावरून मला वाटतं की आजकालच्या मुलींचं शिक्षण हे चांगलं स्थळ मिळावं म्हणूनच बहुधा असतं. एकदा त्या सुस्थळी पडल्या की त्या शिक्षणाच्या वाटेला फिरकतच नाहीत. एखादी स्कॉलर काही ना काही ज्ञानार्जन करण्याची धडपड करायला लागलीच, तर नवऱ्याकडून प्रोत्साहन तर मिळत नाहीच, पण वेळ वाया घालविते असे म्हणून तिला निरुत्साही केलं जातं. अर्थात् आमच्या देशाच्या बाजारात

मिळणाऱ्या कवडीमोलाच्या स्वस्त कादंबऱ्या वाचण्यापेक्षा चिकन करीचा मसाला पाठ करणं फार चांगलं !

२) ह्या देशात बाकी काही नाही, तरी स्त्री अगदी स्वस्तात मिळते. रूपावर पोट भरणाऱ्यांपासून सुरू केल्यास, ह्या देशात रोजंदारीवर काम करणाऱ्या, तयार कपड्यांच्या कारखान्यात कमी पगारावर काम करणाऱ्या कारागीर बायका खूप मिळतात. बकरीच्या मांसापेक्षा, इथं, स्त्रीचं मांस स्वस्तात मिळतं.

३) नेल्सन मंडेलांच्या मुक्तीसाठी जो तरुण मिरवणुकीत मोठमोठ्या घोषणा देतो, तो घरात शिरताच, आईला तारस्वरात बजावितो की लग्न करीन तर गोऱ्या मुलीशीच ! मुलीचं शिक्षण, शील, आचार-विचार हे पाहण्यापूर्वी मुलगा व त्याचे आई-वडील मुलीच्या कातड्याचा रंग पाहतात. माणसाच्या चामडीचा रंग हा पूर्णतया क्रोमोझोमस्, भौगोलिक स्थिती व आहारावर अवलंबून असतो. ह्या आपल्या देशातील माणसांचा नैसर्गिक रंग बदामी आहे. परंतु मुलीचा विचार हा तिच्या व्यक्तिमत्त्वावर केला जात नाही, तर तिचा रंग, नाक-डोळे ह्यावर केला जातो. अगदी लहानशा प्रदेशातही वर्णभेद असतोच. फक्त आफ्रिकेतच नाही, तर तिसऱ्या जगाच्या प्रत्येक घरात छुपा वर्णभेद असतोच.

स्त्री ही कपड्यांप्रमाणेच आहे. सोडा-साबण घालून धुवून, स्वच्छ शुभ्र करता आली तर कित्येकांना आनंद होईल. जुन्या कपड्याबद्दल कोणालाच प्रेम नसतं, पण नवीन कपड्याकडे मात्र खूप ओढा असतो. कपड्याची गरज अंग झाकण्यासाठी. कपड्याची शिलाई जितकी ठाकठीक, वीण जितकी घट्ट, कपडा जितका नीटनेटका तेवढा अंगाला आरामदायक. एक जुना झाला (गरज सरली) तर त्याची जागा दुसरा घेतो. माणसाचेही तसेच. कपडे जसे हँगरला अडकविले जातात, तशाच बायकांही संसारात अडकविल्या जातात. 'उपयोगी असणे' हेच त्यांचे मुख्य काम.

४) मी पुष्कळ घरात पाहिलंय की नवऱ्यानं रुमाल, मोजे, टाय, कफलिंगग्ज् स्वतःच शोधून घेतल्यास बायकोला राग येतो. कारण नवऱ्याला प्रत्येक कामात बायकोची गरज लागते. बायको जवळ नसली, तर नवऱ्याच्या रोजच्या आयुष्यात व्यत्यय येतो, दैनंदिन जीवनात अडथळा येतो, असं बायकोला वाटतं. तिची अनुपस्थिती नवऱ्याला जाणवावी आणि तो सर्व बाबतीत तिच्यावर अवलंबून असावा, अशी तिची अपेक्षा असते.

म्हणूनच नवऱ्यानं, रोजची त्याची कामं, स्वतःच उरकली, खाणं-पिणं, कपडालत्ता, बूट-मोजे ह्यासाठी बायकोची मदत घेतली नाही, तर बायकोला काळजी वाटते. कारण प्रेमातून नाही, तरी इतर कामातून, ती त्याला आपल्याजवळ ठेवायला बघते. नवऱ्यानं जवळ राहावं, घरात शांतता राहावी, म्हणून नवऱ्याला आपल्यावर अवलंबून ठेवणं, हे असाहाय्य बायकांचं दुर्बल चातुर्य आहे.

आमच्या देशात, स्त्रियांना इतकं हीन, नीच मानलं गेलंय की स्वतःच्या संसारातसुद्धा त्यांना अभिनय करावा लागतो. एका सुरक्षित निवाऱ्यासाठी, संसारनामक रंगमंचावर रोज त्यांच्या अभिनयाची परीक्षा होते. थोडं जरी इकडं-तिकडं झालं, तरी बाईचा सर्वनाश ठरलेला.

* * *

११

पुरुषांच्या शरीरात एक प्रोस्टेट नावाची ग्रंथी असते. वयाच्या पंचावन्न वर्षांनंतर, विशेषकरून, साठ-सत्तरीच्या वयात ह्या ग्रंथीचा आकार वाढतो. प्रोस्टेट ग्रंथीतून एनूड्रोजन आणि एसट्रोजन असे दोन हारमोनस् पाझरतात. वाढत्या वयाबरोबर एनड्रोजनचे प्रमाण घटतं. मात्र एसूट्रोजनच्या प्रमाणात फारसा फरक होत नाही. एसूट्रोजनच्या प्रमाणात एकप्रकारे वाढ झाल्यानं प्रोस्टेट ग्रंथीचा आकार वाढतो. थोडक्यात हारमोनसूच्या असंतुलनामुळे ह्या ग्रंथीच्या आकारात बदल होतो. 'ह्या रोगाचे प्रधान लक्षण म्हणजे वारंवार लघवीची भावना होणं. सुरुवातीला रात्री असा त्रास होतो आणि पुढे पुढे रात्रंदिवस त्रास होऊ लागतो. वारंवार लघवीची भावना होते. लघवी दोन-तीन थेंब एवढीच होते, पण लघवीच्या जागेची आग होते. स्वतःच्या इच्छेप्रमाणे लघवीवर नियंत्रण ठेवता येत नाही. हळूहळू किडनीवर परिणाम होतो आणि लघवी बंद होते. लघवी होताना व बंद होताना थोडं रक्तही पडतं.

प्रोस्टेट ग्रंथी वाढल्यावर, पुरुषत्वहीन पुरुषांमध्ये कामोत्तेजना जागृत होते. गंमत म्हणजे म्हाताऱ्या झालेल्या कोंबड्यांचीही अनेकदा प्रोस्टेट ग्रंथी वाढते. तिचे वजन कोंबड्याच्या मोठ्या आतड्यावर पडून त्याला मलावरोध होतो. त्यामुळे कोंबड्याला अतिशय वेदना होतात.

प्रोस्टेटची वाढ व उपचार हा माझा विषय नाही. पण प्रोस्टेट ग्रंथीची वृद्धी होताच, साठ-सत्तर वर्षांचे वृद्ध, कामवासना अचानक जागृत झाल्यानं, विवाहासाठी उतावीळ होतात. अशा विवाहांची भलावण करण्यासाठी ते निरनिराळ्या युक्त्या योजतात. 'म्हातारपणी सांभाळायला कोणी नाही,' किंवा 'आमच्या रसूलूल्लाह नबीनं दृष्टान्त दिला.' वगैरे कारणं सांगतात.

शारीरिक अस्वास्थ्यामुळे काही काळ कामवासना वाढते. पण अशा वेळी वृद्ध, वयस्क स्त्रियांशी विवाह न करता, किशोरी किंवा तरुणी ह्यांच्याशीच विवाह करण्याचा आग्रह धरतात. जगातील असे सर्वच वृद्ध रोगी अशा अवस्थेत विवाह करतात. पण

लवकरच त्यांची कामवासना लोप पावते आणि त्यांच्या बरोबर विवाह केलेल्या मुली, किशोरी, तरुणी ह्यांच्या दुर्दैवाला पारावार राहत नाही, हे आपण सर्व जाणतोच.

दरिद्री घरातील मुलगी श्रीमंताला विकली जाते. असं का होतं ते नाही सांगता येत, पण होतं खरं ! मग उरलेल्या आयुष्याचा भार अदृष्टाच्या हाती सोपवून, मुलीला अन्न-वस्त्रासाठी क्रूरपणं वागविलं जातं.

आमच्या देशात 'पीरा'चा कोप फारच मोठा मानला जातो. 'पीर' या फारसी शब्दाचा शब्दशः अर्थ 'वृद्ध माणूस'. ह्या देशात नाना जातींचे चारित्र्यहीन, वाईट पुरुष आहेत, त्यातलाच एक 'पीर' होय. माझ्या माहितीप्रमाणे, एकाहत्तरमध्ये अशा प्रत्येक पीरानं स्वातंत्र्यविरोधी काम केलं आहे. देशाच्या कानाकोपऱ्यांतून 'पीर' डरकाळ्या फोडीत अचानक उठतात. हे पीर म्हणजे आपल्याला परिचित अशी सामान्य माणसंच असतात आणि त्यांचा मूळ पेशा असतो लबाडी. लांब केस, दाढी आणि कफनी ह्यांच्या आडून, ते पैसा व स्त्री ह्यांच्यावरच नजर ठेवून असतात.

पाबनाचा पीर खाजाबाबा ह्याच्याबद्दल काही वर्षांपूर्वी संपूर्ण देशात फारच गाजावाजा झाला होता. स्त्रियांशी अश्लील वर्तन करण्यासाठी तो प्रसिद्धच होता. तोच खाजाबाबा तुरुंगातून सुटल्यावर पुन्हा त्याच धंद्यात पडल्याचं कानावर आलंय ! सध्या शिमुलियाचा पीर मतिउर रहमान याचे अनेक विवाह आणि त्याची लंपटता हाच वर्तमानपत्र-मासिकांचा चर्चेचा विषय आहे. शर्सिनाचा पीर मुक्तियुद्धाच्या विरुद्ध आहे. हल्ली बहुतेक पीर राजकारणाची काळजी करतात. आटरशिचा पीर स्वतंत्र देशात राहून, स्वातंत्र्याच्याविरुद्ध मोठमोठ्यानं बोलतो. धर्मभीरूतेच्या नावावर, राजधानीच्या चांगल्या वस्तीत, विलासी महाल आणि फॅक्टरी उभारणं, सच्च्या माणसाचं काम नव्हे ! आटरशिच्या पीराच्या अनुमतीनं मंत्रिपद मिळतं, असं ऐकलंय ! हल्ली 'पीर' हा शब्द ऐकताच मुसलमान सिद्ध पुरुष व साधू डोळ्यांपुढे उभा राहात नाही, तर चारित्र्यहीन, लंपट, तरुणींच्या गराड्यात रमणारा, कामुक पुरुषच डोळ्यांपुढे येतो.

शिमुलिच्या पीराच्या चौथ्या बायकोचं वय आहे तेरा वर्ष. त्याच्या प्रोस्टेट ग्रंथीचा आकार वाढला आहे की नाही माहीत नाही. पण वासना चाळवायला तसं होणं आवश्यक आहे असं नाही. पुरुषांना धर्मानं आणि समाजानं इतक्या सोयी-सवलती दिल्या आहेत की वय वीस पंचवीस असो की सत्तर, काहीही फरक पडत नाही. सगळ्यांची प्रोस्टेट वाढत नाही, पण तरी लंपटता असू शकते. त्यासाठी समाजानं सर्व मार्ग पुरुषांना मोकळे ठेवलेत. ह्या देशात स्वैराचार निंदनीय तर नाहीच, उलट त्यामधून पुरुषार्थाचंच दर्शन होतं.

* * *

१२

आता मी जी गोष्ट सांगणार आहे, ती घडली आहे चट्टग्रामच्या आग्राबाद तालुक्यात. जानेवारीतली सरती दुपार. मी तिथं नवीनच होते. कुठल्याही नवीन ठिकाणी गेले तरी मी गप्प बसून राहत नाही. त्यामुळे थोड्याच वेळात मी तिथं जुनीपुराणी होऊन जाते. पण ह्याचा अर्थ 'माझा उत्साह ओसरतो,' असा मात्र मुळीच नाही. ब्रह्मपुत्रेशी माझी जन्मजात ओळख. तिचं प्रत्येक वळण, प्रत्येक ठिकाणचा प्रवाह, वाळूत उमटलेली प्रत्येक पाऊलखूण मला ओळखीची वाटते. म्हणूनच अजूनही मला सर्वांत जास्त ओढ लावते, ती ब्रह्मपुत्राच.

अजून मी हिंडून-फिरून आग्राबाद पाहिलं नव्हतं. पण जे काही पाहिलं होतं त्यावरून ते अगदी साधसुधं गाव दिसत होतं. कच्च्या रस्त्याच्या दुतर्फा दोन-तीन मजली घरं. दुपार उलटली नव्हती, कंटाळा आला होता, मन कशातच रमत नव्हतं म्हणून मी काहीतरी खुडबूड करीत होते. इतक्यात एक किंकाळी कानावर पडली. हा जनावराचा आवाज का माणसाचा, ते प्रथम समजलंच नाही. पण कान देऊन ऐकल्यावर लक्षात आलं की ती किंकाळी माणसानं मारलेली आहे आणि तीही स्त्रीनं. मी किंकाळीच्या दिशेनं धावले.

घर वाटत होतं मध्यामवर्गीय सुशिक्षिताचं. घरात लाकडी सोफा, कार्पेट, टी.व्ही. होता. भिंतीवर एक दोन फोटो लटकत होते. एका कोपऱ्यात काचेच्या शो-केसमध्ये पुस्तकं, काचेचं सामान, आणि बक्षिस मिळालेली पदकं ठेवलेली होती. काही मुसलमानांच्या घरी मखमली कापडावर काबाशरीफ चितारून अडकवून ठेवण्याची नवीनच पद्धत पडलीय. काबा जेवढा मोठा, तेवढी समाजात प्रतिष्ठा मोठी. मी ज्या घरात येऊन पोहोचले होते, त्या मध्यमवर्गीय, सुशिक्षित घरातूनच किंकाळी आल्याचं जाणवत होतं.

घराचा दरवाजा सताड उघडा होता. तीन-चार माणसं माझ्याप्रमाणेच, 'काय झालं' ते पाहायला जमली होती. किंकाळीच्या मानानं तिथं जमलेल्यांची संख्या

नगण्यच होती. तिथं काही वेगळं घडलंय, असं मी सोडून, कुणालाही वाटत नसावं. त्यांच्या चेहेऱ्यांवरून तरी तसंच वाटत होतं. किंकाळीचं कारण त्यांना काही फारसं काळजीचं वाटत नसावं.

तिथं जमलेल्या लोकांना, त्या घरात काय घडलंय, यापेक्षा माझ्यात जास्त रस वाटत होता. 'मी कुठं राहाते,' 'कुणाकडं आलेय', 'कशासाठी आलेय' इत्यादी गोष्टी जाणून घेण्याचीच त्यांना मोठी घाई होती. माझ्यासंबंधी विचारलेल्या सर्व प्रश्नांना थोडक्यात उत्तरं देता देता मी त्या स्त्रीच्या रडण्याचं कारण विचारीत होते. पण सगळेच त्याकडं दुर्लक्ष करीत होते. मला त्या रडणाऱ्या स्त्रीशी बोलायचं होतं. पण ती वेळ काही बोलण्याची नव्हती. कधीतरी तिच्याशी बोलायचंच असं ठरवूनच मी परतले.

दुसऱ्याच दिवशी मला संधी मिळाली. त्या स्त्रीचं नव्हे, मुलीचं वय अठरापेक्षा जास्त नसावं. शेजारी पाहुण्या आलेल्या शहरातल्या बाईशी बोलण्यात अशा वयाच्या मुलींना मोठं अप्रूप वाटतं ! घरात त्या वेळेला ती एकटीत होती. तिचा नवरा एका सरकारी ऑफिसात नोकरीला होता. त्याला घरी यायला रात्र होई. गाव, बंदर, गाडी भाडं, शाळा-कॉलेज, शिक्षण वगैरे विषयावर बराच वेळ गप्पागोष्टी केल्यावर, मी कालच्या घटनेकडे वळले. तिनं निःसंकोचपणे तिच्या शरीरावरील माराच्या सर्व खुणा एकेक करीत मला दाखविल्या.

मला तिच्याबद्दल सर्वकाही जाणून घ्यायचं होतं. अठरा वर्षांचं वय आणि त्यातून नवीन लग्न झालेलं. पण मनाची द्विधा अवस्था आणि लाज सोडून तिनं मला जी हकिगत सांगितली, त्यावरून मला कळलं की शाळेतून कॉलेजमध्ये प्रवेश करण्याआधीच तिचं लग्न झालं होतं. तिच्या नवऱ्याची दिवसातून पाच-सहा वेळा संभोगाची इच्छा असे. ती त्याच्या अशा वागण्यानं गोंधळून जाई, ओशाळी होई. प्रथम प्रथम नवऱ्याच्या खुषीकरिता ती आपलं शरीर त्याच्या स्वाधीन करी, ओठ दाबून यातना सहन करी. पण हल्ली हल्ली तिला वेदना इतक्या होत की विरोध करण्याशिवाय गत्यंतरच नसे. मग तिचा निघृणपणे छळ होई. जुनी इलेक्ट्रिक वायर हाताला घट्ट गुंडाळून, तिचा चाबकाप्रमाणे उपयोग करून तिचा नवरा, त्याच्या म्हणण्याप्रमाणे वागण्यास तिला भाग पाडी. कधी कधी ती संतापे, धुसफूस करी, रडे, ओरडे.

मी तिला विचारलं, 'तुला एकदाही 'तशी' इच्छा होत नाही का ?' लाजून, साडीच्या पदराचं टोक, बोटाभोवती गुंडाळत ती म्हणाली, 'होते की ! जेव्हा ते माझ्याशी प्रेमानं बोलतात ना, तेव्हा.'

तिच्या डोळ्यातून किशोर वयातील निष्पापपणा ओसंडत होता.

'दम दिला, मारलं, तर मात्र मला तसं काही करावंस वाटतच नाही.'

'ते तुला मारतात ? ते का ?'

'बोलावल्यावर जात नाही म्हणून !'

'म्हणून मारतात ?'

'हो.'

'मारलं तर तुला राग येत नाही ? निघून जावसं वाटत नाही ?'

'का जायचं ? मारणं तर हादिसमध्येच लिहिलं आहे.'

'कुणी सांगितलं तुला हे ?'

'माझ्या नवऱ्यानंच.'

'त्यानं बरोबर नाही सांगितलं तुला. कुठल्याही हादिसात बायकांना मारझोड करण्यास सांगितलेलं नाही.'

त्या मुलीच्या विश्वासाला तडा गेला. माझ्या तोंडाकडे अवाक होऊन पाहात राहिली ती ! 'मग ते सगळे तर असंच सांगतात ?'

'ते खोटं बोलतात, चुकीचं सांगतात.'

त्या मुलीचं नाव रतन. मी तिला समजावून सांगितलं की तिचा नवरा खोटं बोलतो. तुला शिक्षण नाही, पोट भरण्याचं काहीही साधन तुझ्यापाशी नाही, तू स्वतंत्र नाहीस, म्हणून तुझा नवरा तुला फसवू शकतो, समाज फसवू शकतो. देशही फसवू शकतो. स्वयंपाक करून आणि शय्यासोबत करून नवऱ्याला तृप्त करण्याव्यतिरिक्त कोणतंच मोलाचं काम तू करू शकत नाहीस. तुझ्या नवऱ्यानं तुझी हाडं मोडली तरी कुणीही तुझ्याकडे ढुंकून पाहणार नाही.

एक-दोन दिवसांनी माझ्या परत फिरण्याच्या दिवशी, मला रतनला भेटावंस वाटलं, म्हणून मी तिच्या घरी गेले. सकाळची वेळ होती, सुटीचा दिवस होता. दार वाजवताच रतनच्या नवऱ्यानंच दार उघडलं. मी माझी ओळख देताच त्याच्या कपाळाला आठ्या पडल्या. तो आत गेला. आतून दोघांचं काहीतरी बोलणं प्रथम हळू व मग जरा चढत्या आवाजात झालं. मी वाट पाहात होते. आत काही बोलाचाली झाल्यावर आधी रतन व तिच्या पाठोपाठ तिचा नवरा बाहेर आला. बायकोला शिव्या देणारी ती जीभ, बायकोला मारणारे ते हात, तो रतनच्या नवऱ्याचा देह आणि मन ह्या साऱ्यांचीच मला घृणा वाटली. माझ्यासमोर उभ्या असलेल्या पुरुषानं एका दुपारी, स्वतःच्या बायकोला रडविलं होतं आणि ह्याच माणसाला समाज सभ्य माणूस समजतो कारण त्याचे केस वाढलेले नाहीत, बोट बोट दाढी वाढलेली नाही, कपडे मळलेले नाहीत, जुम्याला तो नमाज पढतो, लोकात हसून खेळून असतो.

मी आज परत जात असल्याचं रतनला सांगितलं. रतन म्लानपणे हसली. तिचा नवरा आता पुढे झाला. 'तुम्ही रतनला जे सांगितलंत, ते बरोबर नाही. असं कुणाला चुकीचं शिकवू नये.

'काय चुकीचं शिकवलं ?'

'हेच हादिसमध्ये जे सांगितलंय, ते मानू नये. तो स्वतः सोफ्यावर बसला. मलाही बसण्यास सांगितलं. मग पुढे चिडून म्हणाला, 'आपण हादिस कुराण वाचलं नाही असं दिसतं.' तो ताडकन् उठून आत गेला आणि पाच-सहा लठ्ठ ग्रंथ गेऊन बाहेर आला. आता त्याच्या तोंडावर कधी न पुसलं जाणारं विजयाचं हसू होतं.

'हे ग्रंथ वाचलेत तर आपल्याला सर्व समजेल. असं शिकवून आजूबाजूच्या बायकांना बिघडवू नका. आपणही अल्लाला मानत असालंच. हे पहा,' असं म्हणून त्याने काही खुणा केलेली पानं स्वतःच वाचायला सुरुवात केली, 'जर एखाद्या पुरुषानं समागमाची इच्छा प्रकट केली, तर त्याच्या बायकोनं, ती चुलीवर स्वयंपाक करीत असली तरी, त्याच्यापाशी लगेच गेलं पाहिजे— 'मुस्लिम हादिस'. एवढंच नाही तर पुढं ऐका.' त्यानं पुढे वाचायला सुरुवात केली. 'जर एखाद्या स्त्रीनं, नवऱ्याच्या इच्छेप्रमाणे त्याची शय्यासोबत केली नाही, आणि नवऱ्याला रागातच रात्र काढावी लागली, तर सकाळ होईपर्यंत फरिश्ते त्या स्त्रीला शाप देतात. हेसुद्धा मुस्लिम हादिसमध्ये आहे. आता तिरमिजी हादिस काय म्हणतं पाहा - 'जी शरमेची गोष्ट करील, त्या स्त्रीला शय्येवरून दूर करून थोडी मारझोड करावी.'

माझा विश्वासच बसेना. मी ग्रंथ हातात घेऊन पाहिले. रतनच्या नवऱ्यानं वाचलेलं सर्व स्वच्छ शब्दांत स्पष्टपणे लिहिलेलं होतं. ह्या सत्ययुगात, पृथ्वीच्या पाठीवर कुठंतरी, स्त्रीबद्दल एवढा अविचार, अन्याय, अमर्यादा छापील स्वरूपात समाजानं मान्य केलेली आहे आणि समाजातील सभ्य लोक परम निष्ठेनं ह्या धर्माच्या रानटीपणाचं पालन करतात, ह्यावर माझा विश्वासच बसेना.

* * *

१३

युगानयुगे स्त्रीमधील रहस्यमयतेनं पुरुषाला आकर्षित केलंय. त्या रहस्यमयतेच्या मागे लपलेली, रक्तामांसाची स्त्री खरी आहे तरी कशी ? कलकत्त्याहून प्रकाशित होणाऱ्या 'सानन्दाच्या' २८ जानेवारी १९९० च्या अंकाच्या मुखपृष्ठावर स्त्रीचं एक चित्र दिलंय आणि त्यायोगे, स्त्रीचं वर्णन जे करू इच्छितात, त्यांना रक्तामांसाची खरीखुरी स्त्री असते तरी कशी, हे समजाविण्याचा प्रयत्न केलाय. स्त्रीची हीनप्रकारे कोणीही चेष्टा-मस्करी करू नये हाही ह्यामागे हेतू आहे.

स्त्रीचं शरीर, शरीरासंबंधी घ्यायची काळजी, शारीरिक समस्यांचं समाधान, वगैरे मौलिक विषयांची चर्चाही ह्यामध्ये करण्यात आलेली आहे. त्या अंकातील स्त्रीविषयक प्रत्येक लेख अत्यंत मौल्यवान व मूलभूत माहिती देणारा आहे. ह्याच अंकात देशातील काव्याच्या क्षेत्रात कवयित्रींचे स्थान कुठं आहे ह्या विषयावर एक निबंधही आहे. शिवाय फॅशन्स, धारावाहिक, कथा, चर्चा, खेळ, पाककृती, पती-पत्नी संवाद, संस्कृती इत्यादी विविध विषयही आहेत.

'सानन्दा'च्या ह्या स्त्री-विशेषांकावर बांगलादेशात बंदी घालण्यात आली. असं का झालं ? ह्या अंकात अश्लील काय आहे ? ह्याचा शोध घेतल्यावर कळलं की स्त्रीदेहाचं चित्र आणि त्यासंबंधीची चर्चा ह्यावर देशातील मासिकांनी लक्ष केंद्रित केलेलं देशातील उच्चपदस्थ पुरुषांना आवडलेलं नाही आणि म्हणून त्यांनी ह्या विशेषांकावर बंदी घातली. हे समजताच मी अवाक झाले. मात्र ह्यापुढील पुरुष-विशेषांकाला काही अडथळा नव्हता.

स्त्रीच्या शरीराची रचना, शारीरिक विकासाची पहिली अवस्था, नाडीचा वेग, वयात येणे, ऋतुस्राव, लैंगिक प्रक्रिया, गर्भधान, गर्भधारणा, प्रौढत्व, मासिक पाळी बंद होणं, त्यामुळे उद्‌भवणारे प्रश्न व त्यावरील उपचार, वार्धक्य, वार्धक्याची शारीरिक चिन्हं, मानसिक ताण इत्यादी विषयांची चर्चा जर निषिद्ध समजली, तर विज्ञान, चिकित्साशास्त्र हेही निषिद्ध समजावं लागेल. एवढंच नाही, तर स्त्री-जीवनही निषिद्ध

मानावं लागेल.

देशात स्त्रीसंबंधी थट्टा-विनोद, व्यंग, चेष्टा, अश्लीलता, लैंगिक संबंधांची किळसवाणी वर्णनं ह्यांनी भरलेली मासिकं फार लोकप्रिय आहेत. 'अभिसारिका', 'जलसा', 'कामना,' 'वासना', 'यौवन', 'मधू', 'प्रेमतरंग', 'रसयुक्त हलवा' इत्यादींचा प्रचंड खप आहे. श्लील-अश्लील भेद करणारे आमचे नेते ह्याप्रकारच्या रोगट लोकप्रियतेच्याविरुद्ध 'ब्र'ही काढीत नाहीत. त्यांचा विरोध असतो तो निरोगीपणा व सौंदर्य यांना, ज्ञान आणि रुचीला, जीवन आणि कलेला.

स्त्रीसंबंधी शास्त्रीय ज्ञान व चिकित्सा ह्यामुळे सगळीकडे जागृती झाली तर अशा उच्चपदस्थ नेत्यांचा तोटाच आहे ना! अजूनही स्त्रीला शारीरिकदृष्ट्या दुर्बलच समजलं जातं. तीच स्त्री मानसिकदृष्ट्या सबळ झालेली कोणालाच नकोय. स्त्रीच्या बीजांडातील क्रोमोझोमशी शुक्रजंतूंमधील एक्स क्रोमोझोमचं मीलन झालं तर मुलगी व वाय् क्रोमोझोममुळं मुलगा होतो हे कळल्यावर वंध्यत्वाची आणि स्त्री व पुरुष यांच्या अपत्याची जबाबदारी स्त्रीनं स्वतःवर घेतली नाही, तर अंधश्रद्धा, स्त्रीची अवहेलना आणि छळ ह्याचं काय होणार ? मूल व्हावं आणि त्यातही मुलगा व्हावा म्हणून शाहजलालपासून ख्वाजा मौईनुद्दीनपर्यंत धावपळ करावी लागली नाही, तर देशभर गाजावाजा झालेल्या 'मजारी'चा धंदा व्हायचा कसा ? त्यांची अवस्था वाईट होणार नाही का ? ताईत, गंडे-दोरे, हस्तसामुद्रिक ह्यांची गरजच उरली नाही, तर राजकीय पीरांनी आपला धंदा करायचा कुठं ?

बहुतेक स्त्रियांना हे माहीतच नसतं की मासिक पाळी बंद झाली म्हणजे फक्त अपत्य संभव होऊ शकत नाही, पण शारीरिक संबंधात काहीही अडथळा येत नाही. स्त्रियांना हे ज्ञान झालं तर त्यांचा फार मोठा मानसिक ताण कमी होईल. ज्या समाजात स्त्री शारीरिकदृष्ट्याच स्वतंत्र नाही, तिला मानसिक स्वातंत्र्य देणार तरी कोण ? लैंगिकसंबंधात, स्त्रीची फार मोठ्या प्रमाणात उपभोग घेण्याची क्षमता आहे, हे अनेकांना माहीत आहे. पण हे स्त्रियांना कळू नये अशी फक्त पुरुषांची व्यवहारी योजना आहे. 'सानन्दा'मुळे स्त्रीला हे सर्व कळलं, तिच्या अत्युच्च सुखाबद्दल ती जागृत झाली, शिक्षित झाली, तर खात्रीनं अनेक पुरुष संकटात पडतील आणि 'सानन्दा'ला परवानगी दिली तर अशी परवानगी देणाऱ्या लब्धप्रतिष्ठितांची संख्याही 'संकटात सापडलेल्या' पुरुषांमध्ये अगदी कमी नसेल.

स्त्रीसंबंधात अनेक मान्यवर व्यक्तींनी आपापली मतं मांडली आहेत. सत्यजित राय लिहितात, 'माझ्या आंतरमनात स्त्रीबद्दल एक विश्वास आहे. स्त्री मूलतः सत्, खरी असते. खूप स्पष्ट बोलणारी असते.' बीर सांभींच्या मते, ''पुरुष स्वतःला सर्वज्ञानी

समजतात. त्याबद्दल त्यांना गर्वही असतो. त्यांना वाटतं की आम्ही स्त्रियासंबंधी सर्व काही जाणतो. म्हणूनच ते दाक्षिण्य दाखवून त्यांना जाणीव करून देतात की आम्ही तुमच्यावर खूप प्रेम करतो, तुमची देखभाल करतो, रक्षण करतो. हाय रे ! हाय ! पुरुष फारसं काही जाणत नाहीत, स्त्रियांबद्दल तर त्यांना फारच कमी ज्ञान असतं, हे सत्य त्यांना कळलं तर !''

'स्त्रियांनी रांधावं, वाढावं, मुलांना जन्म द्यावा. कविता करणं त्यांचं क्षेत्र नाही,' समाजातील सर्वांना असंच वाटत असतं. अशा समाजात राहून ज्या स्त्रिया कविता करतात, त्या आपल्या काव्यातून त्यांचा क्षोभ आणि विश्वास दोन्ही प्रकट करतात. त्या लिहितात, 'कवी-तो पुरुष असेल तर त्याला म्हटलं जातं नम्र आणि ती स्त्री असेल तर तिला म्हटलं जातं बेशरम. मध्ययुगातील भारतीय कवयित्री तापसी होत्या. त्यांनी सर्वांनी नारीदेहांतून लिंगहीन व्यक्तिमत्त्व निर्माण करण्याचा प्रयत्न केला. कारण स्त्रीदेह हा चिरकालापासून सामाजिक विघ्नाचं कारण झालाय. पुरुषाला मात्र कलावंत होण्यासाठी आपला लिंगभेद नष्ट करावा लागत नाही. मग स्त्रीत्वाचा पूर्ण परिचय झाल्यावर आम्ही अभिमानानं हातात लेखणी का घ्यायची नाही ?'

पुरुषांना वाटत असतं की आम्ही चहा करावा, त्यांच्या पुढं पाणी नेऊन ठेवावं. मग ते आमच्या चहाची आणि मुद्दाम जपलेल्या चेहऱ्यांची स्तुती करणार. पण नव कविता किंवा उत्तर आधुनिक कविता ह्यासंबंधीच्या चर्चेत ते आमची मतं जराही मानणार नाहीत. निवडणुकीची गती, जगाविषयी मत किंवा कवितेबरोबरच ऑडिओ-व्हिज्युअल संबंधी निर्णय हे आमच्याकडून ऐकण्यास ते राजी नसतात.

मग मनात येतं की चार हजार वर्षांपूर्वी ज्यांच्या हातातून वेद हिसकावून घेतले, संस्कृतऐवजी ज्यांना प्राकृत बोलायला भाग पाडलं, त्याच आम्ही ! ज्या पूर्वपुरुषानं एका स्त्रीला पत्नी बनवून घरात कोंडलं व दुसरीला सर्वांची भोगदासी बनविलं, त्या पुरुषाचा धिक्कार असो ! एक झाली सेवादासी, एक झाली भोगदासी.

स्तनाचा आजार झाला तर स्तन-परीक्षेसंबंधी नियम पाहून शी शी म्हणणारे सभ्य पुरुष, तिथं असलेल्या स्त्रियांच्या स्तनाकडे चोरून पाहून आपली तहान भागवून घेत असतील ह्याबद्दल मला पूर्ण खात्री आहे.

***

१४

१) दरवर्षी, २१ फेब्रुवारीला, दुपारी, बंगाली ॲकॅडमीच्या प्रवेशद्वाराशी गलिच्छ घटना, गाजावाजा न होता घडते. ॲकॅडमीच्या संचालकांना ह्याबद्दल माहिती नाही, असं नाही. पण ते त्यावर कोणतीच उपाययोजना करीत नाहीत.

प्रवेशद्वाराजवळच्या गर्दीवरून लोक आत जातात की बाहेर येतात ते काहीच कळत नाही. पण खरं म्हणजे, ते तिथं मुद्दामच गर्दी करून उभे असतात. अचानक कोणाचा धक्का लागला की एकमेकांच्या अंगावर पडतात, पुन्हा तिथंच उठून उभे राहतात. गर्दीच्या धक्काबुक्कीतून फारसं काही न होता, कुणी बाहेर आलंच, तर ती व्यक्ती खरी सुटली असं म्हणायला हरकत नाही. पण ह्यातून बायका-मुली कधीच वाचत नाहीत. गर्दी करणाऱ्या मुलांचा अशा गर्दी करण्यामागे एक स्पष्ट उद्देश असतो. ह्या गर्दीत एखादी मुलगी वा बाई सापडली की तिच्या दिशेने असंख्य हात वळतात आणि स्तन, ओटीपोट, छाती, नितंब, जिथं मिळेल तिथं स्पर्श करून ते तिला शारीरिक व मानसिक रीतीने छळतात. दिवसेंदिवस असं वागणाऱ्या मुलांची संख्या वाढतेच आहे.

शरीरावर साडी नाही, ब्लाऊज फाटलेला अशा अवस्थेत एकदा एक २१-२२ वर्षांची मुलगी बाहेर आली. बलात्कारित स्त्रीमध्ये व ह्या मुलीमध्ये मानसिकदृष्ट्या काहीच फरक नव्हता, हे मला तिच्या चालीवरूनच जाणवलं. ते पाहून माझ्या अंगावर काटाच उभा राहिला. हे असेच जर २१ फेब्रुवारीला घडणार असेल, भाषा-आंदोलनातील हुतात्म्यांना अशीच श्रद्धांजली वाहिली जाणार असेल, विकृत आनंद उपभोगून मग सभ्य माणसाप्रमाणे मुलं मेळ्यात जाऊन, पुस्तकं पाहणार, खरीदणार असतील 'भावांच्या रक्तात रंगू या' सारखी गाणी म्हणणार असतील तर बंगाल्यांचा आणि २१ फेब्रुवारीचं गाणं गाणाऱ्या तोंडांचा त्रिवार धिक्कार असो.

मेळ्यात शिरून अंगाला कुठंही पुरुषाचा हात लागला नाही, अशी मुलगीच इथं सापडणार नाही. ती गर्दी पाहून अनेक जणींना परत जाताना मी पाहिलंय. कारण

त्रास देणाऱ्यांची वृत्ती कशी असते, ते त्यांना माहीत असतं. त्या गर्दीतून पार होतात त्यातील काही जणी संतापानं लाल होतात, काही जणी लाजेनं खाली मान घालतात, जणू काही सर्व अपराध त्यांचाच आहे, स्त्री-देह धारण करण्याच पाप त्यांनी केलंय, तेव्हा आता प्रायश्चित्त भोगलंच पाहिजे ! २१ तारखेला उत्साहित झालेले पुरुष बायकांचं स्वागत हे असं करतात !

काही वर्षांपासून, संयोजकांकडे ह्याबद्दल तक्रारी केल्या जातात, पण त्याचा काहीच उपयोग होत नाही. एखादीनं विरोध किंवा प्रतिबंध करून चालणार नाही. कारण एका मुलीवर कमींत कमी तीस-चाळीस जण हल्ला करतात. ह्यातून कुणाकुणाला अपराधी म्हणून शोधून काढणार? एवढ्या पुरुषांना एकट्या बाईनं प्रतिकार करण्याचा प्रश्नच उद्भवत नाही.

जर ॲकॅडमीचे संचालक ह्या दिवसाची जबाबदारी सांभाळू शकत नसतील, तर ह्या मेळ्याला न जाण्याचीच घोषणा बायका-मुलींनी केली पाहिजे. अत्याचार होऊ नये म्हणून ज्या स्त्रिया माघार घेतात, त्यांच्यासारख्या दुर्दैवी त्याच. कारण त्यांचा अवमान होण्याची ही वेळ आहे. ज्या समाजात स्त्रीचा मान राखला जात नाही, ज्या समाजात अनीतीच सर्वांपुढे जाऊन बसते. त्या समाजाकडून नीतीची आशा करणंच चूक आहे.

२) बांगला देशाच्या टेलिव्हिजन रजत-जयंती समारंभाचा एक भाग म्हणून एक मुलाखत दाखविली गेली. ह्या मुलाखतीत, ढाका कॉलेजच्या बंगाली विभागातील अध्यापक आणि विश्वसाहित्य केंद्राचे संचालक अब्दुल्ला आबु सायीद यांनी अफजल हुसेन ह्या अभिनेत्याला प्रश्न विचारला की बांगला देशातील यच्चयावत ललना अफजल हुसेनसाठी गुपचूप निःश्वास टाकीत असतात हे अफजल हुसेनना माहीत आहे का? ह्या हीन अभिरुचिदर्शक प्रश्नाला अफजल हुसेननी हसत हसत उत्तर दिलं, ते असं. 'ललनांचे निःश्वास गुपचूप असोत वा नसोत, त्यामुळे काही त्यांच्या आसपास भूकंप होत नाही'. स्त्रीबद्दल अशा तऱ्हेची हीन दर्जाची रसिकता दाखविणं अभिनेता, चित्रकार, नाटककार, कांदबरीकार अशा माणसाला - ज्यानं कलेच्या निरनिराळ्या क्षेत्रात संचार केलाय— त्याला शोभत नाही. एखादा कलावंत स्त्रीला चेष्टेचा विषय समजत असेल, माणूस म्हणून तिचा आदर करीत नसेल, तिला मान देत नसेल, तर त्याच्या कलेबद्दल, कलेतील त्याच्या प्रावीण्याबद्दल मला शंका वाटते.

* * *

१८

हल्ली, मी अनेक स्त्रियांना, अंगावर दोन-अडीच वार कापड पांघरताना पाहते. हे फुलांफुलांचं कापड ओढणीप्रमाणं वापरलं जातं. पण हे कापड म्हणजे ओढणी नक्कीच नव्हे. मी अनेकजणींना ह्याबद्दल विचारलं. त्यांच्या मते, हे कापड, बुरख्याऐवजी वापरलं जातं. शहरात हा प्रकार दिवसेंदिवस लोकप्रिय होत चाललाय. म्हणून याला 'शहरी बुरखा' म्हटलं जातं. खेडेगावातून अजूनही शरीर आपादमस्तक झाकणारा बुरखाच वापरला जातो.

ह्या कपड्यांनी शरीराचा जो भाग झाकला जोता, तो तर साडीच्या पदरानंही झाकता येण्यासारखा आहे. तेव्हा हा कपडा म्हणजे आणखी एक आच्छादन, दुसरं काही नाही. अशी अवांतर वस्त्रं म्हणजे विलासीपणा. ज्या देशातील अधिकांश स्त्रियांना ल्यायला एकही वस्त्र नाही, त्या देशातील काहींनी वस्त्रांवर वस्त्रं घालायची हे काही योग्य नाही. डोळ्यांना तर हे खुपतंच, पण विषमता अधिक उघडपणे प्रकट होते.

स्त्रीला कोणाकडूनही - धर्म, समाज, राष्ट्र यांच्यापैकी कोणाकडूनही - योग्य मान मिळत नाही. धर्मानं स्त्री-पुरुषांत, सर्वांत जास्त भेद निर्माण केला आहे. सुरा अहजाबमध्ये लिहिलंय की स्त्रियांनो, तुम्ही आपापल्या घरातच राहावं. अंधकार युगातील स्त्रियांप्रमाणं साजशृंगार करून घराबाहेर पडू नये व परपुरुषांसमोर स्वतःच्या सौंदर्याचं आणि वेशभूषेचं प्रदर्शन करू नये.

'घराच्या बाहेर पडणं' ह्याचा अर्थ परपुरुषांपुढं सौंदर्याचं आणि वेशभूषेचं प्रदर्शन करणं असा होत नाही. 'जी वस्तू झाकून ठेवली जाते, तिच्याबद्दल अधिकच आकर्षण वाटतं.' हे सत्य मानवी जीवनात वेगवेगळ्या रीतीनं सिद्ध झालेलं आहे. निषिद्ध मानल्या गेलेल्या गोष्टी, अदृश्य व झाकलेल्या वस्तू आणि गुप्त व गोपनीय सत्य ह्यांच्याविषयी माणसाला अनिवार ओढ वाटते हे कोणत्याही धर्माला समजलेलं नाही. माणूस-माती, पाणी, आकाश व माणूस— ह्यांना मुक्त करतो, मोकळं करतो. क्रमशः खोलात आणि

रहस्यात शिरायचं, बंधन आणि आच्छादनातून मुक्त व्हायचं, हीच माणसाची प्रकृती असते.

सौंदर्य फक्त स्त्रीदेहातच नसतं, पुरुषातही ते असतं. पुरुषांची वेशभूषा स्त्रियांपेक्षा अजिबात कमी नसते. मग फक्त स्त्रीनंच बुरखा घेऊन स्वतःला का झाकायचं? पुरुषांच्या देखणेपणाकडं व वेशभूषेकडं स्त्रीची नजर वळतेच. (शास्त्रीय दृष्ट्या भिन्न लिंगाबद्दल आकर्षण हे स्त्री व पुरुष ह्या दोघांमध्ये सारख्याच प्रमाणात असतं.) तेव्हा पुरुषांनीही स्वतःला झाकणं आवश्यक आहे. माणसांतील हिंस्र प्रवृत्तीमुळं जेव्हा माणसं एकमेकांपासून लपून राहतात, तेव्हा त्या काळाला, निर्विवादपणे 'अंधकार युग' म्हणता येईल. अंधकाराचा शेवट झाला की माणूस माणसाचा भाऊ होतो. पुरुष व स्त्री यांच्या सहवासामुळे जीवनात सौहार्दता व प्रेमसाफल्य दृष्टीस पडतं.

अरब देशाचं रानटी युग आता अस्तित्वात नाही. अंधकार सरलाय. विज्ञानाच्या प्रकाशानं उजळलेल्या या युगात मानव सभ्यतेच्या शिखरावर पोहोचलाय. आता त्यानं स्वतःला झाकून ठेवणं अजिबात योग्य नाही. झाकण्याचाच अर्थ शरीराबद्दलच, देहाबद्दलच, काळजी वाटणं, शरीराविषयीच जागृत होणं, शरीराला विलोभनीय मानणं. शरीरापेक्षा कर्म मोठं, अंग-प्रत्यंगापेक्षा व्यक्तिमत्त्व श्रेष्ठ.

परपुरुषाची प्रवृत्तीच जर वाईट असेल, तर पडदापद्धतीमुळे ती सुधारणार नाही. त्यासाठी काहीतरी वेगळा मार्ग काढला पाहिजे. पडदापद्धतीमुळे, जगाच्या पाठीवर कुठंही, स्त्रीचं अपहरण, बलात्कार, स्त्री-हत्या ह्यांना पायबंद घातला गेला आहे, असं नाही. पुरुषांच्या तारुण्यातील उन्मादाची जबाबदारी स्त्रियांनी उचलायची, त्यांनीच धारण करायचं धर्माचं वस्त्रं. कारण मानवाच्या कल्याणाची अजून तरी कोणतीच आधुनिक व्यवस्था नाही.

तिरमिजी हादिस शरीफमध्ये म्हटलंय की, स्त्री ही गोपनीय वस्तू आहे. ती पडद्यातून बाहेर येताच, सैतान पुरुषांच्या डोळ्यांमधून तिला सुंदर, आकर्षक रूपात पाहतो. स्त्री ही पुरुषाप्रमाणेच 'माणूस' आहे. स्त्री सुंदर, आकर्षक असलीच, तर तिचं तसं रूप पाहायला सैतानच कशाला हवा? पुरुषच चारित्र्यहीन असेल तर स्त्रीनं पडदा घेतला काय वा न घेतला काय, तो तिच्यावर अत्याचार करणारच. इथं दोष पुरुषाचा आहे, सैतानाचा नाही. स्त्रीच्या पडदा न घेण्याच्या बाबतीत अशा अपराधी पुरुषाला आपली बाजू मांडण्याचा काहीही अधिकार नाही.

माणूस शिकला नाही, समाजनीती व राष्ट्रनीती यांचे संस्कार त्याच्यावर झाले नाहीत, तर कपटी, दांभिक मौलवी धर्माच्या नावावर त्याला पुढे नेण्याऐवजी मागेच ढकलतात. माणूस सभ्य झाला, वस्त्र वापरू लागला. पण ह्यामध्ये फायदे व तोटे

दोन्हीही आहेत. अतिशयोक्त आणि अकारण होणारा कोणताच व्यवहार मंगल नसतो, चांगला नसतो. एकीकडे वृद्धी म्हणजेच दुसरीकडे कमतरता. एकीकडे वस्त्राची विपुलता तर दुसरीकडे नग्नता. एकीकडे अन्नाची मुबलकता तर दुसरीकडे भूक, उपासमार. एकीकडे रम्य प्रासाद तर दुसरीकडे झोपडपट्ट्या, उद्‌ध्वस्त फ्लॅटफॉर्म, फूटपाथ. विषमता वाढतेय. ह्याचं कारण धर्मातच विषमता आहे. समाज आणि राष्ट्र विषमतेविरुद्ध अवाक्षरही काढीत नाही. अन्यायाच्या मुळांना खतपाणी घातलं तर तो मरणार कसा?

* * *

१६

मी त्या वेळी नववीत होते. मैदानावर खेळण्याचं, बरोबरीच्या मुलांमुलींत मोठ्यामोठ्यानं गप्पागोष्टी करण्याचं, हसण्या, खिदळण्याचंच ते वय होतं. पण- मी आणि माझी एक वर्ग-मैत्रीण अशा- दोघीजणी मात्र आमच्या वयाला शोभणार नाही अशा गंभीर विषयावर चर्चा करण्यात रमून जात असू. त्या माझ्या मैत्रिणीचं नाव मी सांगणार नाही. का सांगणार नाही ते तुम्हाला या लेखाच्या शेवटी कळेलच. त्या वेळी, आम्ही रवीन्द्रनाथ, शेक्सपिअर, फ्रेंच चित्रकला, जर्मन सिनेमा, रशियन साहित्य, विज्ञानातील नवीन नवीन शोध अशा अनेक विषयांवर बोलत असू. आमच्या क्रमिक पुस्तकांखाली लपविलेले असायचे माणिक बंदोपाध्याय आणि ज्यां पॉल सार्त्र. बाबांची चाहूल लागताच केमिस्ट्रीच्या पुस्तकाची पानं भराभर उलटली जायची. माझी ही मैत्रीण नेहमी माझ्या घरी यायची. गणिते करण्याच्या नावावर सारी दुपार आम्ही सुधीन दत्त आणि टी. एस्. इलियट पाठ करीत असू.

शालेय शिक्षण संपता संपता ही माझी मैत्रीण दुसऱ्या शहरातील कॉलेजात गेली. कारण तिचे वडील अध्यापक होते आणि त्यांची त्या शहरात बदली झाली होती. मग मात्र मी अगदीच एकटी पडले. कॉलेजचं शिक्षण संपवून ती विद्यापीठात जाऊ लागल्यांच मला कळलं. ती होतीच तशी. असामान्य व्यक्तिमत्त्व, उत्तम अभिरुची, उत्कृष्ट बुद्धिमत्ता आणि सुंदर मन. मी अशी दुसरी कुणी मुलगी पाहिलीच नव्हती. एक दिवस, तिचं लग्न झाल्याचंही कळलं. तिच्या पतीचा मला हेवा वाटला. आता तो तिला अगदी जवळून पाहू शकेल, संपूर्ण जाणू शकेल, असा विचार माझ्या मनात येऊन गेला.

परीक्षा आटोपल्यामुळे घरातील बंधन थोडं सैल झालं होतं, आई-बाबाही आता थोडी मोकळीक द्यायला मागेपुढे पाहणार नव्हते. म्हणून मी माझ्या त्या मैत्रिणीचा सुखी संसार पाहायला तिच्या घरी जाऊन थडकले. तिचं घर म्हणजे काय होतं तर विटांची जमीन, चार भिंती आणि वर पत्र्याचं छप्पर. घरात होता एक बिछाना, एक

टेबल आणि काही भांडीकुंडी. ह्या सगळ्यांवरून मी माझी नजर तिच्याकडे वळविली. ती काळवंडली आहे का, तिच्या टपोऱ्या डोळ्यांभोवती काळी वर्तुळं पडलीत का, दुर्लक्ष केल्यानं केस राठ झालेत का, तिच्या अंगावर दागिने आहेत का, साडी मळकी आणि जाडीभरडी आहे का असल्या गोष्टीत मला रस नव्हता. सधन घरातील मुलगी गरीब घरात पडली म्हणून मला वाईट वाटलं नाही. माझी नजर टेबलावर होती. तिथं होतं एक पाण्याचं जग, दोन मेणबत्त्या आणि एक बांगलादेशची डायरी. आणखी काहीही नव्हतं तिथं. मी विचारलं, 'काही वाचतेस बिचतेस की नाही?'

अगं, वेळच मिळत नाही.' पण असं सांगताना वाचायला वेळ मिळत नाही म्हणून तिला वाईट वाटत असल्याचं मुळीच जाणवत नव्हतं. किंबहुना वेळ मिळाला असता तरी तिनं वाचन केलं असतं की नाही कोण जाणे ! 'तुझे मिस्टर काय करतात?' मी.

'एक दुकान घालण्याचा विचार आहे त्यांचा.' ती.

'कशाचं दुकान?' मी.

'इलेक्ट्रीक सामानाचं.' चहा ठेवता ठेवता ती म्हणाली.

माझी ती किशोर वयातील बुद्धिमान मैत्रीण मला काही इथं सापडत नव्हती. 'पलीकडं एक बऱ्यापैकी घर बघितलंय' असंच काही बाही ती बोलत होती. घर, घरभाडं, न्यू मार्केटमध्ये क्रोकरीची खरेदी हेच तिच्या गप्पांचे विषय होते.

बुद्धीचा नाश आणि प्रतिभेची अवनत अवस्था हेच पाहून मी परत फिरले. एकदा वाटलं होतं की तिला विचारावं रवीन्द्रनाथ आठवतात का? आणि जीवनानंद दास? पण विचारलं नाही... 'त्या जुन्या गोष्टी नाही आठवत मला' असं ती म्हणाली तर? आणि या तिच्या उत्तरात दुःखाचा लवलेशही नसेल तर? या भीतीपोटी मी काहीच विचारलं नाही.

काही वर्षांनी कळलं की तिचा नवरा दारू पिऊन तिला मारतो. लाथाबुक्क्यांनी मारतो. रडत रडत दारुड्या नवऱ्याची ओकारी साफ करणारी, भांडीकुंडी आवरणारी मैत्रीण माझ्या डोळ्यांसमोर उभी राहिली. एक दिवस समजलं की तिला नवऱ्यानं घराबाहेर काढली आणि दुसरं लग्न केलं. ह्याचं कारण एकच, त्याला मजा करायची होती. फक्त मजा.

माझ्या ह्या बालमैत्रिणीनं संसारासाठी सगळ्या प्रतिभेचा त्याग केला. पण तिला काहीच मिळालं नाही. माहेरचे लोक आश्रय देतात, पण स्वावलंबन देऊ शकत नाहीत. सांत्वन करतात पण मायेची ऊब मिळू शकत नाही. सर्वजण संसार, अपत्य, भविष्य ह्याबद्दलच बोलतात, पण प्रेमाचे चार शब्द कानावर पडत नाहीत. बुद्धी, प्रतिभा

ह्याबद्दल कुणी काहीच बोलत नाही. कारण तो स्त्रीचा प्रांतच नव्हे, असंच समाजाला वाटतं. घरदाराची स्वच्छता, धुणीभांडी, टापटीप, स्वयंपाकात मसाल्याचं प्रमाण हे सर्व ठाकठीक असलं म्हणजे झालं. स्त्रीच्या ह्याच सांसारिक प्रतिभेचा लोक विचार करतात.

ह्यानंतर तिनं नोकरी धरली. हुद्दा चांगला, पगारही चांगला. पण सुख नव्हतं. ऑफिसातील लोक तिच्या भूतकाळासंबंधी चटकदार गोष्टी बनवून सांगत. तिनं कुणाचं काहीही वाईट केलं नव्हतं, तरीही ती चेष्टेचा विषय झाली. लोक तिच्या तोंडावरही बोलत. एखादी एकटी स्त्री आनंदात, शांतपणे जगत असेल, तर आजूबाजूची चांगली चांगली माणसंसुद्धा तिचा काही ना काही दोष शोधत असतात. त्यातच त्यांना आनंद वाटतो. ह्या देशात निर्भेळ आनंद मिळतच नाही, म्हणून तर माणसं असा विकृत आनंद मिळवतात.

शेवटी तिनं दुसरं लग्न केलं. नाही; तिला करावं लागलं. त्या गृहस्थाची पहिली बायको-मुलं होती. तो एका ऑफिसात क्लार्क होता. त्यानं एका भाड्याच्या घरात हिला ठेवली. आठवड्यातील तीन दिवस हिच्याजवळ राही आणि चार दिवस पहिल्या बायकोजवळ. सकाळी गरम गरम जेवून तो गृहस्थ ऑफिसाला जाई, बाहेरच चहापाणी उरकून संध्याकाळी घरी येई, रात्रीच्या जेवणानंतर साधारण एक तास दात कोरीत बसे आणि बायकोबरोबर झोपून जाई.

तिनं पदार्थ-विज्ञानाची उच्च पदवी मिळविली होती. जिचं शिक्षणातील यश पाहून, प्राध्यापक तिच्याबद्दल अत्युच्च शिक्षणाच्या अपेक्षा बाळगीत, तीच ही बुद्धिवान मुलगी. हिनेच मला ज्ञान व आत्मविश्वास दिला होता. पण आता ह्या लग्नानंतर तिला समाज विचारीतच नव्हता. शेजारी वाकडी नजर करूनसुद्धा तिच्याकडे पाहत नव्हते. निंदकांचीही तोंडं बंद झाली होती. जणू राजमार्गावरची घाण एकदाची कचराकुंडीत जाऊन पडली होती आणि त्यामुळे सर्वांनी सुखाचा श्वास घेतला होता.

ह्याउपर इच्छा असूनही मला तिच्याशी संपर्क ठेवता आला नाही. पण त्या दिवशी रस्त्यात चेहरा ओळखीचा वाटला, म्हणून थांबले. तिच्या भावनाहीन डोळ्यांत मला एक झलक दिसली. वेगळीच. माणसातील कुरूपतेला शोधणारी. तिच्याकडे पाहूनच मी उमजले की लवकरच ती आई होणाराय ! 'नोकरी करतेस का अजून?' मी विचारल. 'नाही.' तिचं उत्तर.

एका क्लार्कच्या घरात, तिच्या नोकरीमुळे कुटुंबप्रमुखाच्या व्यक्तिमत्त्वाला ठेच पोहोचत होती. म्हणून नवऱ्याच्या हुकुमावरून आणि बोटे दाखविणाऱ्या समाजाला भिऊन तिनं नोकरी सोडून सांसारिक जीवन स्वीकारलं होतं.

एकदा वाटलं तिला विचारावं की ह्या देशात तुझ्या योग्य कुणी नव्हतेच का? खरं म्हणजे होते. नक्कीच होते. ते येतात, खूप छान अशा प्रेमाच्या गोष्टी करतात. पण लग्नाचा विषय काढीत नाहीत. संसारातून उठलेल्या स्त्रीबरोबर सबंध दिवस गप्पाटप्पा करता येतात, रेस्टॉरन्टमध्ये चहापानाला जाता येतं, संध्याकाळ तिच्याबरोबर घालविता येते पण लग्न करता येत नाही. अशा स्त्रीशी लग्न म्हणजे काहीतरी उष्टं उष्टं वाटतं, ह्यापेक्षा दुसरी शिक्षा नाही. नुसत्या सुंदर मुलीशी लग्न केल्यानं समाजात वाहवा होत नाही, तर मुलगी कुमारी लागते. म्हणूनच योग्य पुरुषासंबंधी मी काही बोलले नाही. ती लाजून घाईनं निघून गेली. मी तिथंच उभी होते. मला फार एकटं एकटं वाटायला लागलं.

मी तिचं नाव नाही सांगितलं. का नाही सांगितलं? त्याचं कारण आता सांगते कारण तिचं नाव दिलरुबा, शाहाना, दिलारा, सुलताना, नमिता, परवीन, मारिया, श्यामली, चंदना, फरिदा, शिप्रा, अर्चना असं काहीही असू शकेल. मला तिला कोणत्याच नावानं हाक मारायची नाही. कारण जुलेखा, सुफिया, मार्गारिट, आयशा, हासिना, ममता, नसिमा ह्यांच्यात मला काहीच फरक दिसत नाही.

* * *

१७

१) झोपडीत राहणारी एक मुलगी. दिसते त्यापेक्षा ती मोठी असावी. तिच्यापेक्षा वयानं दुप्पट असणाऱ्या तिच्या नवऱ्यानं तिला प्रथम फरपटत नेलं. मग गचांडी धरून तिला ढकललं, ती घरातल्या बिछान्यावर अडखळून पडताच, त्यानं तिच्या कमरेत दोन लाथा घातल्या आणि केस धरून ओढत आत नेलं. त्यानं असं का केलं माहीत नाही, पण केलं खरं !

खरं तर, हे पाहून मला मुळीच आश्चर्य वाटलं नाही. कारण मी जरी डॉक्टर असले, देशातील प्रथम श्रेणीतील नागरिक असले, तरी माझ्यावर काय असे अत्याचार होत नाहीत? माझीसुद्धा गचांडी धरली जाते, धक्के मारून मला पाडलं जातं, भिंतीवर डोकं आपटल्यामुळं माझ्याही डोक्यातून रक्त येतं. सरकारी दस्तऐवजानुसार मी प्रथमवर्ग कर्मचारी. पण म्हणून काय झालं? शेवटी मीही एक बाईच !

विवाह-कायद्याच्या दृष्टीनं ती झोपडपट्टीतील मुलगी आणि मी सारख्याच. त्या मुलीच्या नवऱ्याच्या मनात येताच तो 'तलाक, तलाक, तलाक' म्हणू शकतो. माझा नवराही ह्याला अपवाद नाही. तोही चार बायका घरात आणून धर्मानं पुरविलेले त्याचे लाड कौतुकानं दाखवू शकतो.

मला मात्र तसं काही करता येत नाही. झोपडीतील मुलगी एकवेळच्या अन्नासाठी आणि अंग झाकण्यासाठी लागणाऱ्या दोन कपड्यांसाठी सर्व यातना सहन करीत राहते, मुलांना किडे-मुंग्यांप्रमाणे वाढू देते. तिच्यापेक्षा मी वेगळी कशी? आम्हालाच समाजाची लाज असते. कारण मध्यमवर्गीयांचे संस्कार आमच्यावर झालेले असतात. संसार नावाच्या भांड्याकुंड्यात आणि खाट-मांडणीमध्ये मीही तोंड आवळून गप्प बसते. भीतीनं पांढराफटक पडलेला त्या मुलीचा चेहरा पाहून मीही कळवळते, माझ्याही कमरेत पुरुषांनीच तयार केलेल्या कायद्याची लाथ बसते. माझ्यात किंवा एखाद्या श्रीमंत मुलीत काहीच फरक नाही. सुशिक्षित - अशिक्षित, झोपडीत राहणारी ती मुलगी आणि मी- आम्ही सर्वच सारख्याच आहोत. आमच्यात काहीही भेद नाही.

स्वामी म्हणजे प्रभू (बंगालीत नवऱ्याला स्वामी म्हणतात). कोणत्याही वर्गातील स्त्रीचा नवरा हाच तिचा प्रभू, परमेश्वर. ती त्याची 'अर्धांगिनी' असते. पण तो तिचं 'अर्धांग' नसतो. शब्दकोशात 'अर्धांगिनी,' 'सहधर्मचारिणी' या शब्दांना पुरुषवाचक प्रतिशब्द सापडणार नाहीत. इंग्लंडमधील बुद्धिवादी जॉन स्टुअर्ट मिल (१८०६-७३) यांनी आपल्या 'दि सबजेक्शन ऑफ वुमन' (१८६९) या ग्रंथात, असं लिहिलंय् की आजच्या काळात फक्त विवाहातच कायदेशीर गुलामगिरी अस्तित्वात आहे. आमच्या विवाहविषयक कायद्याद्वारे पुरुषाला एका माणसावर सर्वंकष अधिकार गाजविता येतो. स्वामित्व, कर्तृत्व, घटस्फोट आणि अनेक विवाह अशा घाणेरड्या गोष्टींचा त्याला लाभ होतो.

२) पितृकुळात जन्म घेऊन, सर्व आयुष्य सासरी काढणाऱ्या मुलीला दोन्ही घरातील संपत्तीचा भाग मिळून बरी प्राप्ती होईल म्हणूनही हरकत घेतली जाते आणि दोन्हीकडे अधिकार असूनही स्त्रीच्या हातात काहीच पडत नाही. म्हणतात ना, दोन्ही घरचा पाहुणा उपाशी !

मैत्रायणी संहिता (४-६-४) सांगते की कन्येच्या जन्माकडे कुणी लक्ष देत नाही. कारण ती क्षुद्र, दुर्लक्षितच गोष्ट आहे. पण पुत्राचं मात्र तसं नाही. म्हणून तर पुत्राला वारसाहक्क मिळतो, कन्येला नाही. कन्या दुसऱ्या घरी जाते, म्हणून दुर्लक्षणीय आहे. तिला तुच्छ मानलं जातं.

तैत्तिरीय संहितेत (६-५-८-२७) असं सांगितलं आहे की स्त्रियांचं वर्चस्व सोमाला सहन झालं नाही. म्हणून तुपाचं वज्र करून त्यानं स्त्रीला मारलं आणि तिची शक्ती संपुष्टात येताच तिचं ग्रहण केलं. म्हणून स्त्रिया 'इंद्रियहीन' म्हणजेच 'दुर्बल' असतात. त्यांचं स्थान नीच पुरुषांच्याही खाली आहे. म्हणूनच त्या संपत्ती मिळविण्याला अयोग्य आहेत.

आचार्यांच्या मते, कन्येचं दान, विक्री वा त्याग केला तरी चालतो. पण पुत्राच्या बाबतीत तसं नाही. म्हणून पुरुषालाच वारसाहक्क मिळू शकतो. स्त्रीला नाही.

बांगला देशाच्या मुस्लिम पारिवारिक कायद्यानुसार (हा कायदा १९६१ साली केला गेला असून तो धर्माच्या पायावरच रचलेला आहे.) वडिलांच्या संपत्तीतील जेवढा हिस्सा मुलाला मिळतो, त्या हिश्शाच्या निम्मा भाग मुलीला मिळतो. एकाच आई-वडिलांच्या मुलांमध्ये कायद्यानं असा फरक केल्यावर, जीवनातील सर्व क्षेत्रांत स्त्री-पुरुषांमध्ये विषमता निर्माण होणं, अगदी स्वाभाविक आहे.

पतीच्या संपत्तीत स्त्रीचा हिस्सा १/८, तर मुलांच्या संपत्तीत १/६ असतो. वडिलांच्या संपत्तीतील, मुलाच्या वाट्याला आलेल्या संपत्तीच्या १/२ मुलीला मिळतो.

म्हणून पती व पिता या दोघांच्या संपत्तीतील हिस्सा मिळाल्यानं स्त्रीचाच फायदा अधिक होतो, असं वाटणं बरोबर नाही. कारण समजा एखाद्या कुटुंबात आई, दोन मुलगे व दोन मुली आहेत. तर आईला एकूण संपत्तीतील १/८ म्हणजे २ आणे (१६चा दुसरा भाग) मिळेल. बाकी १४ आण्याचे तीन भाग करावे लागतील. कारण एक एक भाग दोन मुलांना आणि दोन मुली मिळून एक भाग. प्रत्येक भावाला ४.६ आणे व प्रत्येक मुलीला २.३ आणे मिळतील. जर एखाद्या मुलीला तिच्या पतीच्या संपत्तीतील आणखी दोन आणे मिळाले तरी ती संपत्ती तिच्या भावाच्या हिश्श्यापेक्षा जास्त असणार नाही.

ह्या देशात, स्त्रियांनी संपत्तीत वाटा मागणं, चांगलं समजलं जात नाही. सारांश, वडील, नवरा व मुलगा ह्या कोणाच्याही संपत्तीत वाटेकरी होणं प्रतिष्ठेचं समजलं जात नाही.

स्त्रीला जन्मल्यापासून सतत नवऱ्याच्या घरी जाण्याबाबतचं शिक्षण दिलं जातं. पण नवऱ्याच्या तोंडातून एकच शब्द तीनदा उच्चारला जाताच, घरं मोडतं. म्हणजेच वडील आणि नवरा ह्या दोघांचही घर स्त्रीला विश्वासार्ह नाही, निश्चिंतपणे राहण्याजोगं नाही. जन्मापासूनच अस्थिर अशा या जीवनात स्त्रीला सक्षम वारसाहक्कही मिळत नाही की विवाह-विषयक कायद्यामुळे सामाजिक समताही मिळत नाही.

आर्थिक कार्यक्षेत्रात स्त्रीचा सिंहाचा वाटा असला तरी, कुटुंब, समाज व देश या तीन्हींमध्ये तिला दुय्यम स्थान दिलं जातं. ह्याचं मुख्य कारण, संपत्तीबाबतच्या अधिकारात केला गेलेला फरक हेच होय. सामाजिक संस्कारामुळे मिळालेले हक्क प्राप्त करणंही महाकठीण होतं आणि समजा असे हक्क मिळालेच तरी समाजातील स्त्रीचं स्थान पाहता संपत्ती व संधी तिला किती मिळतील किंवा मिळतील की नाही ह्याबद्दल शंकाच वाटते.

* * *

१८

१) सत्यजित राय यांचे जे चित्रपट मी पाहिले, त्यां सर्वांत मला 'पथेर पांचाली' आवडला. सत्यजित राय यांच्यामते 'पथेर पांचालीत' फारच तांत्रिक त्रुटी राहिल्या आहेत आणि पुढच्या चित्रपटांमध्ये त्या भरून काढल्या आहेत. तरीही मला 'पथेर पांचालीच' चांगला वाटतो. हा चित्रपट मी अनेक वेळा पाहिला आहे. भारतीय चित्रपटसृष्टीत सत्यजित राय यांच्याशिवाय श्याम बेनेगल, रवीन्द्र धर्मराज, मुजफर, मृणाल सेन, गौतम घोष, गोविंद निहलानी, उत्पलेन्दू चक्रवर्ती, ऋत्विक घटक, बुद्धदेव दासगुप्ता, गिरीश कासरभल्ली, आदुर गोपालकृष्णन् आणि गिरीश कर्नाड यांची निर्मिती मला आवडते. आकर्षित करते, भारून टाकते. मनात खळबळ माजविते.

शूद्रकाच्या 'मृच्छकटिक' या संस्कृत नाटकावरून, गिरीश कर्नाड यांनी 'उत्सव' नावाचा एक चित्रपट निर्माण केला आहे. प्राचीन संस्कृत साहित्यात, स्त्रीला प्रेमिकेशिवाय अन्य रूपात दाखविलेलं नाही. स्त्री हीसुद्धा एक स्वतंत्र व्यक्ती आहे, सांसारिक भूमिका सोडून तीही एक नागरिक आहे, तिला स्वतःचं असं सुख-दुःख, स्वप्नं, निराशा असते, ह्याचा विचारच संस्कृत साहित्यात केलेला नाही. शूद्रकानं मात्र (शूद्रक हाच मृच्छकटिकाचा कर्ता आहे की नाही ह्याबद्दल मतभेद आहेत.) वसंतसेनेच्या व्यक्तिमत्त्वाला एक वेगळेपण दिलं आहे. ती फक्त प्रेमिका नाही, तर ती स्वामी, नागरिक, गृहकर्ती व सखीही आहे. अन्य भाषेतील प्राचीन साहित्यात उदाहरणार्थ ग्रीक साहित्यात, प्रेमिकेशिवाय अन्य भूमिकेत स्त्रीचं दर्शन घडतं. एका विशिष्ट परिघातच स्त्रीला बंदिस्त करण्यात पुरुषांचा एक पूर्वनियोजित डाव आहे, आणि त्यामुळेच स्त्रीचं प्रेमिका सोडून अन्य रूपात दर्शन घडत नाही, हे सत्य आहे. संस्कृत साहित्यात वातावरणनिर्मितीसाठी फक्त प्रेम ह्याच घटकाचा विचार केला असल्यानं, गुप्त-प्रणय, दूती, संकेतस्थल आणि अंतःपुरातील कुंज-कानन ह्यांमध्येच स्त्रीचा संचार आढळतो. पण मृच्छकटिक नाटकात नायिका नेहमीच्या यांत्रिक भूमिकेत, भोग्यवस्तू म्हणून दिसत नाही, तर त्या स्त्रीनं सत्याची दुसरी कोणतीतरी बाजू स्वीकारलेली दिसते.

गिरीश कर्नाड यांच्या 'उत्सव' या चित्रपटाच्या अखेरच्या दृश्यात वसंतसेना आपला गणिकेचा पेशा पुन्हा स्वीकारताना दिसते. तिच्या दारात पडलेल्या दुर्वर्तनी पुरुषाला ती स्वतःच्या घरात घेते. मूळच्या 'मृच्छकटिक' नाटकात वसंतसेनेचा चारुदत्ताशी विवाह होतो. गिरीश कर्नाडांनी हा शेवट का बदलला आहे माहीत नाही. कदाचित गणिकेचा राजाशी विवाह झाल्याचं दाखविण्यापेक्षा, ती पुन्हा गणिकाच होते हे दाखविणं अधिक संयुक्तिक होईल, असा विचार करून त्यांनी असा शेवट केला असावा. साधारणपणे समाजात जे घडतं, तेच कर्नाडांनी दाखविलं आहे. वसंतसेनेसारख्या गणिकेला समाज स्वीकारत नाही. पण ज्या सामाजिक परिप्रेक्ष्यात मृच्छकटिकाची निर्मिती झाली आहे, त्याला रूपगुणसंपन्न, श्रीमंत वसंतसेनेचा विवाह राजाशी होण्यात काहीच गैर वाटत नाही. प्रख्यात नाटककार आणि चित्रपट दिग्दर्शक गिरीश कर्नाड यांनी वसंतसेनेच्या सामाजिक स्थितीत कोणतीच उन्नती दाखविलेली नाही व ह्याबद्दल सुज्ञांनी त्यांची वाहवा केली हे ठीक आहे. पण मला वाटतं की कर्नाडांनी शूद्रकाच्या नाटकातील मूळ शेवटालाच धरून राहायला पाहिजे होतं. तेच जास्त चांगलं झालं असतं.

२) संसार मांडणं म्हणजे गृहस्थ होणं, संसारिक होणं. हे काम पुरुष कधीच करीत नाहीत. संसार करते स्त्रीच. स्त्री पुरुषाचा संसार मांडते पण पुरुष कधीच एखाद्या स्त्रीचा संसार मांडत नाही वा करीत नाही. अर्थात पुरुष स्त्रीप्रमाणेच घरात खातो - पितो, झोपतो. पण संसार करण्याचं बंधन मात्र फक्त स्त्रीलाच असतं. आमचे शब्दकोश, शब्दांच्या व्यावहारिक अर्थाद्वारे स्त्रीला हीन दर्जा, खालचा स्तर देण्यात प्रवीण आहेत. स्त्री आणि पुरुष असा दोघांचा विवाह होतो. दोघेही एका नव्या जीवनात प्रवेश करतात. पण स्त्री आणि पुरुष यांच्या विवाहासाठी वापरण्यात येणारी क्रियापदे मात्र भिन्न आहेत. मुलगी लग्नाला 'उभी राहते' (बंगालीत बरोबर उलटे म्हणजे 'लग्नाला बसते' असे म्हटले जाते.) आणि मुलगा लग्न करतो. अर्थात करणारा तो कर्ता. म्हणून पुरुष कुटुंब प्रमुख. स्त्री लग्नाला उभी राहते फक्त. म्हणून ती निष्क्रिय. संसार करणं म्हणजे स्वयंपाक करणं, घराची झाडझूड करणं, धूळ झटकणं, मुलांना वाढवणं वगैरे. स्त्री आर्थिक दृष्ट्या स्वतंत्र होऊ नये, ज्ञान - विद्या- व्यक्तिमत्त्व ह्यांच्यामध्ये पुरुषांपेक्षा श्रेष्ठ ठरू नये म्हणून अशी कामं स्त्रीच्या माथी मारण्याची युक्ती लढविलेली आहे. ह्या जगात , पुरुषांनी आपल्या स्वार्थासाठी काही गोष्टी निर्माण केल्यात. त्यातील एक 'धर्म' आणि दुसरी 'कायदा'

गेल्या अठ्ठावीस मार्चला देशातील सर्व दैनिकांत सरकारतर्फे एक अत्यावश्यक घोषणा करण्यात आली ती अशी : स्त्रियांच्या सामाजिक व धार्मिक मूल्यांना धक्का

पोहोचू नये म्हणून बांगला देशातील साडी उत्पादकांनी साडीची लांबी व रुंदी अनुक्रमे ५.५४ मीटर (पाच वार)व १.२२ मीटर (४८ इंच) ठेवली पाहिजे. सर्व उत्पादकांनी पुढील सात दिवसांत ही मापं निश्चित करावीत. जे ह्या हुकुमाचा भंग करतील त्यांच्यावर कायदेशीर इलाज केला जाईल.'

याचा अर्थ इतके दिवस स्त्रियांबाबतची सामाजिक व धार्मिक मूल्यं पाळली जात नव्हती. साडीची लांबी रुंदी वाढवल्यानं ती मूल्यं आता जणू अबाधित राहतील. स्त्रीनं कोणत्या मापाची व कोणत्या प्रकारची साडी नेसावी हे पूर्णतः स्त्रीच्या सोयीवर, आवडीवर आणि आर्थिक परिस्थितीवर अवलंबून आहे. तेव्हा सरकारनं धर्माच्या नावावर, टेप घेऊन लांबी - रुंदी मोजणं हास्यास्पद तर आहेच, पण बेकायदेशीर आहे. उत्पादक मागणीप्रमाणे वेगवेगळ्या मापाच्या साड्या तयार करतात. मी स्वतः बारा हात लांबीची साडी नेसू शकत नाही. कोणत्याही धार्मिक मूल्यांसाठी मी बारा हात लांबीची साडी नेसत नाही. मी साडी नेसते ती स्वतःच्या सोयीप्रमाणे. गावातील किंवा शहरातील गरीब कुटुंबातील स्त्रिया घरांत आणि घरांबाहेर सारखंच काम करतात. त्या एकेरी साडी गुंडाळतात. त्यांच्या दृष्टीनं बारा हात लांबीची साडी अजिबात सोईची नाही. दहा हात साडीच त्यांना सोयीची होईल.

ह्या दरिद्री देशातील स्त्रिया एका साडीचे तीन तुकडे करून ती साडी वापरतात. कुणी भिजलेली साडी अंगावरच वाळवितात, तर कोणी लाज राखण्यासाठी घरोघर फाटक्या-तुटक्या कापडाची भीक मागतात. त्यांच्या दृष्टीनं ४५" वा ४८" किंवा ५ मीटर वा ५.५४ मीटरमध्ये फरक काय असणार ?

सरकारच धर्माला साडीच्या लांबी-रुंदीत आणून सर्वांत जास्त अपमानित करते.

* * *

११

जगाच्या पाठीवर पाकिस्तान नावाचं एक राष्ट्र आहे. त्याच्या भौगोलिक सीमा, क्षेत्रफळ, परीघ, व्यास, हवामान ह्याच्याशी मला काही कर्तव्य नाही. माझ्या लेखाचा विषय आहे 'सरकारने केलेले काही कायदे आणि वटहुकूम'. अशा काही कायद्यामुळे पाकिस्तानातील स्त्रियांना दुय्यम नागरिकांचा दर्जा मिळाला आहे आणि हा त्यांचा अपमान आहे.

१९७९ साली २२ फेब्रुवारीला पाकिस्तानात कोर्टाच्या वटहुकुमांत सुधारणा केली गेली. त्यानुसार चोरी, नशाखोरी, व्यभिचार, बलात्कार आणि खोटी साक्ष याचा अपराध म्हणून समावेश केला गेला.प्रचलित ब्रिटीश कायद्यानुसार व्यभिचार हा व्यक्तिगत अपराध होता. पण आता या नव्या वटहुकुमानुसार तो राष्ट्रविरोधी अपराधांत समाविष्ट केला गेला आहे.

व्यभिचार, विवाहपूर्व लैगिंक संबंध, बलात्कार आणि वेश्याव्यवसाय या सर्वांनाच 'जेना'म्हटलंय. खरं पाहता विवाह बंधनाशिवाय स्त्री व पुरुष यांच्यात शारीरिक संबंध असले तर त्याला 'जेना' म्हटलं जातं. यावरून असं दिसतं की, या वटहुकुमानं व्यभिचार व विवाहपूर्व लैगिंक संबंध यात काहीही फरक केलेला नाही.

'जेना' साठी सर्वांत जास्त शिक्षा 'हद' म्हणजे विवाहित व्यक्तीला दगडांनी ठेचून मारायचं आणि अविवाहित व्यक्तीला शंभर काठीचे फटके. ही शिक्षा फर्माविण्यापूर्वी अपराधी व्यक्तीच्या विरुद्ध चार मुसलमान पुरुषांनी साक्ष देणे आवश्यक आहे. स्त्री किंवा बिगर मुसलमान पुरुष यांची साक्ष चालणार नाही. बलात्कार करणाऱ्याविरुद्ध चार मुसलमान पुरुषांची साक्ष आवश्यक मानणं याचाच अर्थ अपराध्याला वाचवणं आणि अत्याचार झालेल्या व्यक्तीला न्यायापासून वंचित करणं होय. चार पुरुषांसमोर एखाद्यानं बलात्कार करणं आणि त्या चार जणांनी त्याच्या विरुद्ध साक्ष देणं अगदी अस्वाभाविक आहे. चार स्त्रियांसमोर एका स्त्रीवर बलात्कार होऊ शकतो. पण

'हद'साठी स्त्रीची साक्ष चालत नाही. आणि कायद्यानुसार बलात्कार करणारा सुटतो.

स्त्री गर्भवती झाल्यास खटल्यात ती अपराधी ठरते. पण ज्याच्यापासून तिला दिवस गेले, तो पुरुष सुटतो. अनौरस संततीपायी अनेक स्त्रियांना काठीचे फटके, कारावास किंवा दंड अशी शिक्षा केली जाते. पण कोणत्याही पुरुषाला अनौरस मुलाचा जन्मदाता म्हणून शिक्षा केली जात नाही. कारण गर्भधारणेसारखा जिवंत पुरावा त्याच्याजवळ नसतो. या वटहुकुमामुळे व्यभिचार आणि बलात्कार ह्यांच्यामध्ये संशयास्पद वातावरण निर्माण होतं. म्हणूनच एखाद्या स्त्रीनं तिच्यावर झालेल्या बलात्काराची फिर्याद केली, तर तिला स्वतःच व्यभिचारी म्हणून शिक्षा भोगावी लागते. बलात्कार करणारा मात्र पुराव्याअभावी सुटून जातो.

पाकिस्तानच्या 'इस्लाम मतादर्श परिषदेनं' १९८० सालच्या डिसेंबर महिन्यात 'किसास आणि दियात'च्या कायद्याचा मसुदा तयार केला. (किसास म्हणजे खुनाचा बदला खुनानं घेणं व दियात म्हणजे ज्या व्यक्तीचा खून झाला असेल त्या व्यक्तीच्या वारसाच्या संमतीने खुन्याला ठार न करता, खुनाचा मोबदला पैशात देणं) हेतुपूर्वक वा नळकत केलेली हत्या, शारीरिक नुकसान आणि गर्भपात या सर्व गोष्टी या कायद्याच्या क्षेत्रात येतात.

या कायद्याच्या पंचविसाव्या कलमात असं म्हटलंय की कातेल-इ-खता (नकळत झालेला खून) सारख्या गुन्ह्यात हत्या झालेली व्यक्ती जर स्त्री असेल, तर 'दियात'म्हणून दिली जाणारी रक्कम, एखाद्या पुरुषाच्या हत्येसाठी दिल्या जाणाऱ्या रकमेच्या निम्मी असावी. म्हणजेच शारीरिक नुकसान एकाच प्रकारचं असलं तरी स्त्रीला पुरुषापेक्षा निम्मीच रक्कम मिळणार. पण ह्याऊलट एखाद्या स्त्रीच्या हातून खून वा शारीरिक नुकसान यासारखा गुन्हा घडला तर तिला मात्र गुन्हेगार पुरुषाप्रमाणेच शिक्षा होणार. याचा अर्थ कायद्याच्या दृष्टीनं एका सुशिक्षित व अर्थाजन करण्याची क्षमता असलेल्या स्त्रीची किंमत अशिक्षित व बेकार पुरुषाहूनही कमी आहे.

'किसास' हे ह्या कायद्याचं आणखी एक कलम. या कलमाच्या नियम दहाप्रमाणे किसासला शिक्षा देण्यासाठी म्हणजेच खून झाल्याचं सिद्ध करण्यासाठी दोन मुसलमान पुरुषांनी साक्ष देणं आवश्यक आहे. ताजिरसाठी किंवा शिक्षा कमी द्यायची असल्यास स्त्रीची साक्ष ग्राह्य मानली जाते. ह्या कायद्यानुसार स्त्रीच्या समोर जरी खून झाला, तरी खुन्याला शिक्षा होऊ शकत नाही. अपराधी बिगर मुसलमान असल्याशिवाय बिगर मुसलमानांची साक्ष चालत नाही. म्हणजेच जास्तीत जास्त शिक्षेसाठी स्त्री व मुस्लीमेतर ह्यांची साक्ष अग्राह्य धरली जाते. ह्या कायद्याच्या ९६ व ९७ या नियमानुसार

कोणत्याही स्थितीत (इसकत-इ-हामाल) केलेला गर्भपात बेकायदेशीर ठरविला गेला आहे. व त्यासाठी सात वर्षांची कारावासाची शिक्षा सांगितलेली आहे. गर्भपात करणारी आणि करून घेणारी अशा दोन्ही व्यक्ती शिक्षेला पात्र आहेत. जगातील इतर देशांत प्रचलित असलेल्या कडक कायद्यानं सुद्धा, स्त्रीच्या जीवन-मरणाचा प्रश्न आल्यास गर्भपाताचं समर्थन केलंय. पण पाकिस्तानातील किसास कायदा मात्र गर्भपाताचं अजिबात समर्थन करीत नाही. हा कायदा बलात्काराची शिकार झालेल्या स्त्रीलाही सुटू देत नाही.

१९८४ सालच्या ७ जूनला आणखी एक वटहुकूम जारी करण्यात आला. दक्षिण पंजाबच्या नौयाबपूरमध्ये घडलेल्या एका घटनेच्या विरोधात आंदोलन करण्यात आलं. त्यामुळे 'अपराध अध्यादेश' नावाचा हा वटहुकूम जारी करण्यात आला. नौयाबपूरच्या एका जमीनदाराच्या मुलीचे व एका मिस्त्रीचे प्रेमसंबंध होते. हे कळल्यावर जमीनदारानं त्या मिस्त्रीला त्याच्या घरात मारपीट करून त्याची हत्या केली व या हत्येच्या साक्षी असलेल्या घरातील स्त्रियांना नग्न करून, रस्त्यातून त्यांना चालायला लावलं. जमीनदाराच्या क्रौर्याच्या विरोधात संतप्त झालेल्या स्त्री संस्थांनी दीर्घकाळ आंदोलन केलं. या आंदोलनाच्या नंतर एका आठवड्यानं हा वटहुकूम जारी करण्यात आला. या वटहुकुमाद्वारे, एखाद्या स्त्रीला मारणं अथवा तिच्याविरुद्ध बळाचा वापर करणं किंवा तिला नग्न करून लोकांसमोर आणणं ह्यासाठी मृत्युदंडाची अथवा आजन्म कारावासाची शिक्षा होऊ शकते. पण स्त्रिला घरात बडविलं, नग्न केलं, तिच्यावर बलात्कार केला किंवा तिची हत्या केली तर हा कायदा लागू होत नाही. हा कायदा फक्त उघडउघड दिसणाऱ्या गोष्टींपुरताच आहे.

१९८३ सालच्या १० जूनला जनरल झियांनी अन्सारी कमिशनची स्थापना केली. ह्या कमिशनच्या रिपोर्टप्रमाणे राष्ट्राध्यक्ष पदासाठी स्त्रीला अपात्र ठरविलं आहे. दुसऱ्या कलमाच्या पाचव्या नियमाप्रमाणं पुरुषच सत्ताधीश होणं योग्य. म्हणजेच कमिशनच्या मते स्त्रीनं सत्ताधीश होणं इस्लामविरुद्ध आहे.

दुसऱ्या कलमाच्या दुसऱ्या नियमाप्रमाणे मजलीस-इ सुरांचं (निर्वाचित परिषदेचं) सदस्यत्व स्त्रीला मिळू शकेल पण त्यासाठी पुरुष सभासदांच्या पात्रतेसाठी असलेल्या सर्व गोष्टींची पूर्तता केली पाहिजे. याशिवाय त्या स्त्रीचं वय पन्नास वर्षांपेक्षा कमी नसावं आणि जर तिचा पती जिवंत असेल तर त्याची लेखी संमती असणं आवश्यक आहे. या सर्व अटी पूर्ण केल्यावर ती स्त्री एका सामान्य पदाच्या पात्रतेची ठरेल. यावरून स्पष्ट होतं की या कमिशनचा उद्देश स्त्रीचा निर्णय घेण्याचा अधिकार काढून

घेणं व पतिपत्नींत परावलंबित्व राहील असे संबंध ठेवणं हाच आहे.

पाकिस्तान नावाचं एक राष्ट्र, असे कायदे-कानून ,घेऊन, ह्या जगात टिकून आहे. मी ऐकते, पाहते, तिरस्कार करते.त्यानं कुणाचं काय जातंय! कायदे करणारे इतक्या वरती जाऊन बसतात की त्यांना सामान्यांच्या निषेधाची अजिबात फिकीर नसते.

* * *

२०

१) मला चांगलं माहित आहे की माणूस खरोखरी खूप एकटा, एकाकी असतो. देश, समाज, शेजारी, घर यांच्यामध्ये गट करून तो राहतो आणि या सर्वांच्या आधारानं जीवन जगण्याचा प्रयत्न करीत असतो. त्याला सतत भीती वाटत असते. जगातील सर्वांनाच अशी भीती वाटत असते. म्हणूनच वडील, आजोबा, पणजोबा ह्यांच्या साखळीत तो स्वतःला अडकवून घेतो आणि स्वतःच्या मुलांचाही हात धरून ठेवतो. कारण आपण सर्वांतून एकटे पडण्याची भीती त्याला वाटत असते. आतल्या आत माणूस एकटाच असतो. म्हणूनच त्याला आणखी इतर माणसांपासून एकटे पडायचे नसते.

मी दहा वर्षांची असतानाची गोष्ट. रोज रात्री बाबा मला अभ्यासाला बसवीत. त्यांच्या एका हातात छडी व एका हातात इंग्लिश ग्रामर असे. ते प्रयत्नपूर्वक मला टेन्स (काळ) शिकवीत. समजायला वेळ लागताच, पाठीवर सपासप छडी बसे. मग मी मध्यरात्रीपर्यंत रडत असे, बाबांना चिडून मनातल्या मनात वाईट-साईट बोलत असे. आता मधून मधून बाबा माझ्या पाठीवरून हात फिरवू पाहतात, छडीच्या अस्पष्ठ झालेल्या वळांवर हात फिरवून जणू आशीर्वादच देतात. लहानपणी खाल्लेल्या त्या छडीच्या मारात किती प्रेम होतं, ते तेव्हा कळलं नाही पण आता कळतंय. घरात आणि बाहेर बाबांचा खूप धाक होता. दिवसातून शंभर वेळा 'छात्राणाम अध्ययनं तपः' हे शब्द बाबांच्या तोंडून ऐकायला मिळायचे. कडक उन्हाळा असो की हिवाळा, पहाटेच, थंड पाण्यानं स्नान उरकून ते बाहेर पडायचे. परत फिरण्याची वेळ ठरलेली नसे. एखाद्या दुपारी अंगणात मातीत घर पाडून एक्का दुक्का खेळावं, तर अचानक बाबा तिथं यायचे आणि ती घरं बुटांनी पुसून टाकायचे. कधी स्वयंपाक घरात आईपाशी बसावं तर बाबा धमकावून उठवायचे. आई जर म्हणाली की बसू दे, स्वयंपाक शिकत असेल, तर शिकू देत तर बाबा संतापानं लाल होऊन म्हणायचे, 'छात्राणाम अध्ययनं तपः' अभ्यासाशिवाय इतर कशालाही— खेळ, झोप, गप्पागोष्टी किंवा भटकणं -

परवानगी नव्हती. अंघोळ आणि जेवण सोडून बाकी सर्व वेळ अभ्यासासाठी असे. प्रातर्विधीसाठी खूपच कमी वेळ द्यायला बाबा सांगत. रात्रीची वेळ बाबांनी स्वतःच्या मनाप्रमाणे आखून घेतलेली होती.स्वतःच्या गादीखाली सांभाळून ठेवलेली छडी घेऊन, ते मला पुस्तक घेऊन यायला सांगत. त्यांचा आवडता विषय होता इंग्रजी ग्रामर. कधी कधी शिकवलेलं पाठ झालं नाही, तर मध्यरात्रीपर्यंतही सुटका होत नसे. झोपेमुळे डोळे मिटू लागत, शरीर जड होई, पण झोपायला परवानगी मिळत नसे. कधी कधी शिकवलेलं झटकन समजलं, पाठ झालं की बाबा स्वतःबरोबर जेवायला बसत, माशाचा किंवा मांसाचा मोठ्यात मोठा तुकडा पानात वाढत. मग त्यादिवशी सकाळी सकाळीच सुटी मिळे.

आता बाबांचा पूर्वीसारखा धाक राहिलेला नाही. नोकरीतून ते निवृत्त झाले. आता एकटेच घरी बसून असतात. बाबांसारखा माणूस सुद्धा एकाकीच असतो.

माझी आई सुद्धा एकाकीच आहे. देवधर्मात वेळ घालविला तर अपार शांती मिळते, असं कुणीतरी तिला सांगितलंय. त्यावर अंधविश्वास ठेवून आई रात्रीचा नमाज पढते. डोलत डोलत सुरात 'फाबिआईये आला-ई-राब्बूका' वाचते. खरंच! आई खूप एकाकी आहे.

माझी धाकटी बहीण फारच विलक्षण होती. तिच्या बोलण्यानं घर हसू लागे. तिच्या हालचालीतून घरात संगीत निर्माण होई. ती फारच सुंदर गाई. तिच्या गाण्यानं डोळे भरून आले नाहीत, असं कधीच होत नसे. तिला खूप चांगली स्थळं सांगून आली पण 'छात्राणाम अध्ययनं तपः' असं म्हणून बाबांनी त्यांना नकार दिला.

आता ती अजिबात गात नाही. आता ती माझी सुंदर, हुशार बहीण कपड्यांच्या घड्या करून ठेवते. उन्हात सांडगे वाळविते. सगळी दुपार माशांची कालवणं करते, संध्याकाळी कानांत सोन्याचे डूल अडकवून पतीबरोबर फिरायला जाते.माझी बहीण खरंच फार एकाकी आहे ! एकटी आहे.

मी सुद्धा तशीच. आता मी टेन्समध्ये चुका करीत नाही. खूप लिहिते. टेबलावर ढिगानं पुस्तकं पडलेली असतात. वाचता वाचता रात्र सरते. आता मला लहानपणासारखी हुकुमी झोप येत नाही.

बाबा म्हणत, ' मोठी हो' मोठी झाल्यावर म्हणत, ' आणखी मोठी हो' आणखी मोठं होणं मला जमलं नाही. आता वर्षांतून दोनदा बाबांसमोर गेले की बाबा आणखी मोठं होण्यास सांगतात. आता आणखी मोठं होणं मला जमणार नाही, हे मला माहीत आहे. पण एकेकाळच्या बाबांच्या धाकाची आठवण होऊन, मी नरमून म्हणते, 'होईन बाबा!' हे कधी होईल? जपमाळ जपता जपता आईच्या हाताला खड्डे पडलेत. आई

मला छातीशी धरून विचारते, 'जिथं आहेस, तिथं सुखी आहेस ना ? ' हे ऐकताच मला रडूच कोसळतं. मनातल्या मनात मी म्हणते, ' आई सगळेच सुखी कुठं असतात ?' डोळ्यातील पाणी लपवीत मी अशी हसते की आईला काही समजत नाही. समजून तरी काय फायदा ? मग ती रात्रभर जागी राहील. तऱ्हेतऱ्हेचे नमाज पढत राहील.

२) ह्या समाजात स्त्रीला जगायचं असेल तर आणखी एका माणसाची आवश्यकता असते. काही वेलींना वा झुडुपांना दुसऱ्या झाडांचा आधार लागतो तरच ती जगतात. काही झाडांना बांबू वा काठीचा टेकू द्यावा लागतो. आमचा समाज स्त्रियांना ह्या वेली झुडुपांप्रमाणे मानतो. आश्रय मिळाल्याशिवाय, दुसऱ्यावर अवलंबून असल्याशिवाय त्या जणू जगूच शकत नाहीत.

खरं म्हणजे जगू शकतात. अश्वत्थाप्रमाणे चांगल्या उंच होऊ शकतात. पण मातीला कस नाही. दगड गोटे इतके की त्यात पाणी मिळत नाही. त्यामुळे चांगली वाढ होत नाही. खडकाळ जमिनीत झाड वाढत नाही. तसंच आमचंही आहे. आमच्या चारही बाजूला असलेल्या वर्तुळांत आमचा दम घुसमटतो. सगळ्या शहराला सात वेळा फेऱ्या मारल्या तरी ते छोटंच वाटतं. हे शहर आणि कधीकधी देशसुद्धा काडेपेटीसारखा वाटतो.

तुरुंगात असलेल्या मामेभावाचं मला पत्र आलं. १८ वर्षांच्या ह्या मुलाला जन्मठेपेची शिक्षा झाली. पत्रात त्यानं 'लिहितो, वाचतो,ठीक आहे' असं लिहिलंय. शेवटी लिहिलंय की तुरूंगातील कैद्यांत नव्वद टक्के निर्दोष आहेत.

त्या तुरुंगाच्या चार भिंतीत माझा भाऊ ठीक आहे. माझ्याभोवती भिंत दिसत नाही. पण एक अदृश्य भिंत असल्याचं मला जाणवतं. मी घराच्या बाहेर पडताच, मी किती दूर जाईन वा जाऊ शकेन हे जाणून घेऊन, समाजानं एक भिंत उभारलेली असते. ही तुरुंगाच्या भिंतीपेक्षा कितीतरी मोठी असते. तुरुंगाच्या भिंतीवरून कैदी पळून जाऊ शकतात.पण समाजाच्या अदृश्य भिंतीपलीकडे मी कोठेही जाऊ शकत नाही.

कधी कधी वाटतं निरखून पाहावी ही भिंत. कुठल्या गंजलेल्या लोखंडानं आणि गलिच्छ क्रॉंक्रिटनं ही भक्कम भिंत बांधलीय ते पाहावसं वाटतं. कधी वाटतं की फुटते का ते पाहावं. जगाच्या पाठीवरील सर्व वस्तू फुटतात तर खऱ्या ! नियमही बदलत असतात.

दूरवरच्या एका शहरात माझ्या बाबांना माझ्या काळजीनं झोप येत नाही. माझी आई, माझी छोटीशी खोली साफसूफ करून ठेवते आणि रडते. ब्रह्मपुत्रे काठच्या

एका छोट्याशा गावात, ज्या बहिणीबरोबर मी बराच काळ घालविला, ती चोरून डोळे पुसते.

डोळ्यात पाणी येतं ते एकटेपणामुळं, कष्ट पडतात म्हणून नव्हे. मी सांगते त्या गोष्टी सदासर्वकाळच्या आहेत. माझ्या मामानं मोठा गाजावाजा करून आपल्या मुलाला कॉलेजमध्ये घातलं, तेव्हा त्याला कुठं माहित होतं की, त्याच्या मुलाला जन्मठेप होईल म्हणून.

३) स्त्रीच्या आयुष्यात निरनिराळ्या काळी, वेगवेगळे पालक येतात. पण तरीही तिचं असं एक जीवन असतंच. तिथं तिचं कुणीच नसतं. ती एकटीच असते. धर्म, पुरुषांनी केलेले कायदे तिच्या विरुद्ध असतात. ती नेहमीच एकाकी असते. तिच्याविरुद्ध जे अमानवी रूपातील जीवन असतं. त्याला ती नीती व नियती म्हणते. पण खरं म्हणजे ती एकटीच असते. स्वतःशीच झगडत ती जगते. काही स्त्रियांना हे सर्व जाणवतं, काहींना जाणवत नाही.

* * *

२१

शारीरिक सौंदर्याचं मला आकर्षण नाही. माझ्या मते स्त्रीचं सौंदर्य तिच्या व्यक्तिमत्त्वात असतं. म्हणूनच मी त्या मुलीकडं डोळ्याचं पातं न लवविता पाहात राहिले. उंच, कांती इतकी गोरी व मऊ की हात लावताच रक्त येईल. काळेभोर डोळे, विड्याच्या पानासारखी हनुवटी, केस आज विंचरलेले नसावेत. अंगावर एक निळी, सुती साडी. मी तिच्याकडं निरखून पाहिल्यावर ती काहीशी गोंधळली, म्हणाली, 'कितीतरी दिवसांपासून तुमच्याकडं यायचं होतं.'

मी तिला बसायला सांगितलं. हातातील पर्स टेबलावर ठेवीत ती म्हणाली, 'मला तुमच्याशी काही बोलायचं होतं.' तिची आणि माझी नजरानजर होताच तिची नजर खाली वळे. सुरुवात कशी करावी हे तिला कळत नव्हतं. मग तिचा संकोच कमी व्हावा म्हणून, मीच तिला प्रश्न विचारायला सुरुवात केली.

'मला तर तुमचं नावही अजून कळलं नाही. काय नाव आहे तुमचं ?'

'नीता'

'कोणत्या गावच्या ?'

'नेत्रकोणा'

'अरे वा ! म्हणजे आमच्यापैकी की ! मी मयमनसिंहची. तिथंच झालं का शिक्षण ?'

'हो'

'एस.एस.सी. कधी झालात ?'

'ऐंशीमध्ये'

ती पंचविशीची होती. आता कुठं माझं लक्ष तिच्या अस्ताव्यस्त केसांकडं आणि साडीकडं गेलं. लहानपणीच्या आठवणी माणसाला हळवं बनवितात. नेत्रकोणा हे शहर, तेथील शाळा, कॉलेज, प्रेसक्लब, पार्क, नदी, पटांगण हे एकदा पाहिलं

असल्यानं त्याचबद्दल बोलायला मी सुरुवात केली. हळूहळू तीही आपल्या बालपणीच्या आठवणीत रमली. आई-वडिलांच्या मांडीवरून उतरून तिनं अंगणात पाऊल टाकलं. आम्ही ज्या पटांगणाबद्दल बोलत होतो, तिथंच बालपणी नीता गोल्लाछुट खेळली असेल. नदीच्या काठाकाठानं चालत चालत गळ्याला स्कार्फ बांधलेली व रिबीनीने केस बांधलेली छोटी नीता शाळेत गेली असेल, त्या नदीबद्दल मी गप्पागोष्टी केल्या. आता ती माझ्याकडे पाहून बोलायला लागली. 'मग ?' मी.

'मग लग्न झालं आणि ढाक्याला आले' नीता.

'इथं येऊन किती वर्षं झाली ?' - मी.

'पाच' - नीता.

'मिस्टर काय करतात ?' मी.

'बी.ए.डी.सी.त आहेत' - नीता. ह्याचा अर्थ आर्थिक परिस्थिती बरी दिसते. खायला - प्यायला काही कमी नसावं. मग ह्या मुलीचा प्रश्न दुसराच काहीतरी असावा. एकदम ती उठत म्हणाली, 'आता जाते. परत कधीतरी येईन'

दुसऱ्या दिवशी दुपारीच दार वाजलं. नीताच होती. रडून रडून डोळे सुजलेले दिसत होते. ती पंधरा -एक मिनिटं गप्प बसली. मग म्हणाली, 'माझं पोट दुखतं !'

'कुठं दुखतं पोटात?' मी विचारलं.

'इथं ओटीपोटात डाव्या बाजूला'

'कधीपासून दुखतं ?'

'बरेच दिवस झाले'

'कधी दुखतं ?'

'रात्री.'

'दिवसा नाही ना दुखत ?'

'दिवसाही दुखतं'

मी तिला झोपायला सांगितलं. पोट तपासलं. रोग्यानं सांगितलं तरी डॉक्टर तपासल्याशिवाय रोग्याच्या सांगण्यावर विश्वास ठेवीत नाही. नीताला कोणतंच दुखणं नव्हतं.

'आणखी काही दुखतं का ?' मी विचारलं

'नाही. हेच तेवढं' नीता म्हणाली.

'तिला झोप येत नसल्याचं कळलं. म्हणून तिला झोपेसाठी औषध लिहून दिलं. ती गेली. पण दुसऱ्या दिवशी परत आली. परत तेच दुखणं. ती रोजच दुपारी येऊ

लागली. माझ्या लक्षात आलं की नीताचं दुखणं शरीराचं नाही, दुसरंच आहे. मी तिला चहा द्यायची. नेत्रकोणाच्या गप्पा मारायची. तिला काही दुखणं नव्हतं, तरी रोज तिचं पोट दुखायचं. हे तिच्या मनाचं दुखणं होतं.

तिच्या बोलण्या-चालण्यावरून कळायचं की कशातच तिचं मन लागत नाही. बालपणीच्या गोष्टी करता करताच ती हरवून जायची. मग एक विषण्णता तिच्या चेहऱ्यावर पसरायची. मी तिला विचारायची, 'नीता, तुला खरंच काय होतं ?'सांग ना ?' पोटाचं दुखणं बरं करा' ती म्हणायची.

'नियमित औषध घेतेस ना ?'

'हो'

एक दिवस मात्र नीता सर्व बोलली. लग्नानंतर महिन्याभरातच तिला दिवस गेले.पण रफिकच्या मते अजून संसार ठाकठीक लागला नव्हता, दोघांना हिंडा - फिरायला मिळालं नव्हतं. म्हणून आताच मूल नको होतं. तिला हे पसंत नव्हतं. तिला भीती वाटत होती. ती रडली भेकली.पण त्यानं तिला बळजबरीनं क्लिनिकमध्ये नेलंच. तिनं रडून - ओरडून सांगितलं. पण त्यानं तिचं काहीसुद्धा ऐकलं नाही. तिचं एम.आर. (मेन्स्ट्रुएशन रेग्युलेश) केलं. एवढं सांगून नीता रडू लागली. मी तिला रडू दिलं. एम. आर. केलं म्हणून ही रडते ? ही का रडते ? मला काहीच कळेना. 'मला खूप मुलं हवी होती' नीता पुढं म्हणाली.

'मग त्यात काळजी कसली ? पुन्हा तुला दिवस जातील' मी समजावलं.

'नाही हो! आता ते शक्य नाही' नीता कळवळून म्हणाली.

नीता पुन्हा रडायला लागली. रडता रडता म्हणाली, 'डॉक्टरांनीच सांगितलय तसं'.

माझ्या छातीत कळ उठली. तिनं तिच्या पर्समधून काही टेस्टचे रिपोर्ट काढून माझ्या हातात दिले. तिच्या सर्व टेस्ट झाल्या होत्या. एम. आर. करताना काही कॉम्प्लीकेशनस् होऊन तिची गर्भधारण क्षमताच नाहीशी झाली होती. नीता मोठ्यानं रडत होती. मी तिचा हात हातात घेतला. मला वाटलं आपणही रडावं. रात्रभर मला झोप आली नाही.

नीता सारखी रडते. गेली चार वर्षं झाली. तिला कळून चुकलंय की ती आई होणार नाही. नवऱ्यानं दोन-चार महिने समजूत घातली. परदेशात जाऊन औषधपाणी करण्याच्या गोष्टी केल्या. आता तोही गप्प बसलाय. तिची सासू, नणंद दुःखानं चुकचुकतात. त्यांच्या नजरेत आता वेगळंच स्वप्न तरळतंय ! नवराही त्या स्वप्नात

तरंगायला पाहतोय.

तिच्या अश्रूंनी माझा हात भिजतो. नीता मला आपली मानते. म्हणूनच रोज येते, बसते. आता मी काहीतरी बोलणं आवश्यक आहे. रफिकचे नातेवाईक वांझ बायको नशिबाला आली, म्हणून त्याच्या दैवाला दोष देतात. दुसऱ्या लग्नाच्या गोष्टी सुरू झाल्यात. मला माहीत आहे, की नीता एक दिवस येऊन, रफिकच्या दुसऱ्या लग्नाची बातमी सांगेल.

ही सुंदर, हुशार मुलगी, फुलणाऱ्या संसाराचं स्वप्न घेऊन इथं आली होती. पण तिला मी आशेचा किरण दाखवू शकले नाही.

* * *

२२

१) स्त्रैण ह्या शब्दाचा अर्थ स्त्रीचं वेड असलेला. जो पुरुष स्त्रीवेडा असतो, त्याला 'स्त्रैण'म्हटलं जातं. त्याचप्रमाणे 'पतिपरायण'म्हणजे पतीवर अतिशय अनुरक्त असलेली. ह्याचीच पुढची पायरी पतिव्रतेची. 'पतिव्रता'म्हणजे पतिसेवेत स्वतःला पूर्णपणे वाहून घेणारी स्त्री.

पत्नीच्या सेवेत पुरुषानं स्वतःला पूर्णपणे वाहून घेण्याची पद्धत समाजात नाही. त्यामुळे आपल्या शब्दकोशात 'पत्नीव्रत'असा शब्दही नाही.

पतिपरायण अथवा 'पतिव्रता' स्त्रीला सर्वजण गौरवतात.पण स्त्रैण पुरुषाकडे समाज चांगल्या नजरेनं पाहात नाही.उलट त्याच्या पाठीमागे त्याची टिंगलच करतात. 'पतिपरायण' स्त्रीला समाज जेवढा मान देतो तेवढाच स्त्रैण पुरुषाचा तो अवमान करतो.

२) 'सूरा-निसा'च्या पाचव्या भागात असं लिहिलंय की पुरुष स्त्रीचा स्वामी आहे. कारण अल्लानंच एकाला (पुरुषाला) दुसऱ्यापेक्षा (स्त्रीपेक्षा) जास्त श्रेष्ठ घडवलंय. म्हणूनच पुरुषच धन मिळवितो आणि स्त्रीसाठी त्याचं धन खर्च करतो. ह्यामुळेच साध्वी स्त्री आज्ञाधारक असते. ती लोकांच्या नजरेआड राहून स्वतःचं, अल्लानं रक्षण केलेल्या स्वतःच्या सतीत्वाचं आणि पतीच्या अधिकाराचं रक्षण करते. ज्या स्त्रिया बंडखोरी करतील अशी शंका येते, त्यांना प्रथम सदुपदेश करावा मग त्यांची शय्यासोबत सोडावी आणि त्यांना मारावं.

पुरुष कमावतो म्हणून स्त्रीनं त्याच्या आज्ञेत असावं. पण स्त्री कमवीत असली तरी पुरुष तिच्या आज्ञेत असत नाही. कारण असं काही धर्मग्रंथात लिहिलेलं नाही. तेव्हाही स्त्रीलाच पुरुषाची आज्ञा पाळावी लागते.असं का ? कारण विधिनियम. त्याच्यात बदल होणं कदापिही शक्य नाही.

३) एखाद्या घरात सुनेला मुलगी झाली हे ऐकताच नातवाच्या जन्माची वाट पाहत बाहेर बसलेल्या वृद्ध स्त्रिया उलट पावली निघून जातात. पण त्याच घरात गाईला कालवड होताच, या स्त्रिया 'देवाची कृपा झाली' म्हणून केवढा आनंदोत्सव करतात.

हे दृश्य अपर्णा सेनच्या 'सती' या चित्रपटातील आहे. हे दृश्य पाहून मी स्तंभितच झाले. मुलगी झाली तर सर्वांना वाईट वाटतं. पण जनावरात मादी झाली तर मात्र आनंद वाटतो. ह्याचा अर्थ जनावरांपेक्षाही मुलींची किंमत कमी.

४) माझी एक शाळेपासूनची मैत्रीण शिक्षण संपवून नोकरीला लागली होती. ढाक्यात तिचं कुणीच नसल्यानं तिला वर्किंग विमेन्स हॉस्टेलवर राहावं लागलं. सुटीच्या दिवशी ती माझ्याकडे येत असे. एक दिवस माझ्या तिथल्या पालकांनी मला समज दिली. तिचं वरचेवर माझ्याकडे येणं त्यांना योग्य वाटत नव्हतं. माझ्या 'का'या प्रश्नाला त्याचं उत्तर होतं,'ती मुलगी चांगली नाही' मी विचारलं,'कशावरून?' उत्तर मिळालं, 'अशा हॉस्टेलमधून चांगल्या मुली राहात नाहीत.' एखाद्या स्त्रीच्या चांगले-वाईटपणावर लोक चटकन निर्णय देऊन मोकळे होतात. जणू काही ती बाजारात मिळणारी काकडीच आहे. पालकांवर अवलंबून राहणाऱ्या स्त्रियांना आणि ह्या समाजव्यवस्थेला सर्वजण शिष्टसंमत व स्वास्थ्यकारक समजतात. पण वडील व भाऊ यांच्या मृत्यूनंतर आईची व स्वतःची पालनपोषणाची जबाबदारी उचलणाऱ्या माझ्या ह्या बालपणीच्या मैत्रिणीचं काय ? किती स्त्रिया अशा धीराच्या असतात ? आपल्या नातेवाईकांना भार होऊन राहण्यापेक्षा अनेक अडचणींना तोंड देऊन आपल्या पायावर ठामपणे उभ्या राहणाऱ्या स्त्रिया फारच कमी असतात.

ह्या मुलीनं असंच कोणाच्या आश्रयाला न जाता स्वतःच्या पायावर उभं राहण्याचं ठरविलं. म्हणून पाच वर्षं तिच्याशी प्रेमाच्या गोष्टी करणाऱ्या तरुणानं लग्नाचा विषय निघताच वाटेल तसं बोलून, लग्न मोडलं. मला मात्र तिचा अभिमानच वाटतो.

एक दिवस पोलिसांनी माझ्या या मैत्रिणीला हॉस्टेलबाहेर काढलं, ती उपोषण करीत असतानाच तिला लोकांसमक्ष मारलं. देशच जर स्त्रियांना असं वागवीत असेल, तर समाज का वागविणार नाही ?

५) परवाचीच गोष्ट. धानमंडीच्या एका क्लिनिकमधून काम आटपून बाहेर पडायला मला रात्रीचे साडे आठ झाले. धानमंडीतून नया पल्टनला मी रिक्षातून निघाले. माझी रिक्षा दुसऱ्या सहा रिक्षा, तीन गाड्या, दोन स्कूटर आणि चार मोटर सायकल एवढ्यांनी अडविली. पंधरा वाईट नजरांना चुकवून मी कशीबशी माझ्या मुक्कामाला पोहोचले.

मली माहीत आहे माझा रस्ता सरळ नाही, मला अनेक खाचखळगे चुकवीत जायचंय. पण फक्त मलाच का, प्रत्येक स्त्रीलाच असंच करायचंय.

* * *

२३

मेडिकल कॉलेजमध्ये हबिबुल्ला नावाचा माझा एक मित्र होता. अतिशय देखणा व हुशार होता तो.क्लासमध्ये, कँटिनमध्ये, वॉर्डमध्ये, कॉरिडॉरमध्ये आम्हाला सतत बरोबर बघून इतर विद्यार्थी म्हणत,

'मैत्री काही साधी गोष्ट नाही'.

आम्ही सारा दिवस एकत्र असू. गप्पा,गोष्टी अभ्यास एकत्रच करीत असू. त्यामुळं आम्ही दोघं एकमेकांवर प्रेम करीत नाही, हे लोकांना खरंच वाटायचं नाही. मुला -मुलात जशी मैत्री असते, तशीच आमची मैत्री आहे, ह्यावर कोणाचा विश्वासच बसत नसे. आम्ही पाच वर्षं एकत्र शिकत होतो. ह्या पाच वर्षांत त्यानं माझ्या नखालाही कधी स्पर्श केला नाही.

मी मदिराबरोबर जशी गप्पागोष्टी करायची, हालिदाबरोबर जशी फिरायला जायची, सफिनाबरोबर जशी चेष्टामस्करी करून हसायची, तशीच हबिबुल्लाबरोबरही वागायची. डालियाप्रमाणेच हबिबुल्लाही माझ्या घरी यायचा,जेवायचा. मला फार अभिमान वाटायचा ह्या गोष्टीचा. 'मुला -मुलीत मैत्री असू शकते' हे दाखवून सर्वांची जिरवायची मला इच्छा होत असे.

पाच वर्षांनंतर हबिबुल्लानं मला पत्र लिहिलं. त्याचं ते पहिलंच पत्र होतं.

पत्रातील मजकूर असा होता : 'इतक्या दिवस आपण फक्त मित्र होतो. आपण परस्परांना आवडतो.आपण एकमेकांपासून दुरावलो तर फारच दुःखी होऊ, तसं होऊ नये असं वाटत असेल, तर एकच उपाय आहे आणि तो म्हणजे लग्न. लग्नाविषयी विचारलं तर तुला खूप राग येईल का ?'

मला चांगलं आठवतंय. त्या रात्रभर मी रडत होते. कारण पाच वर्षं ज्याला खरं मित्र मानलं, जो 'प्लेटॉनिक लव्ह'असं काही असतं हे मानायला तयार होता, त्यानंच मला पराभूत केलं होतं. हबिबुल्लावर मी भयंकर चिडले.

दुसऱ्या दिवसापासून मी त्याच्याशी बोलणं सोडलं ते आजतागायत. त्याला पुढे

पश्चात्ताप झाला. त्यानं क्षमा मागितली. पण मी माझ्या विचाराशी अढळ राहिले. त्याच्याशी एक शब्दही बोलायची, मला इच्छाच होईना. घृणा वाटायला लागली.

कधी कधी मला देखण्या, हुशार हबिबुल्लाची आठवण होते. कधीतरी मध्येच आई बोलून जाते,'हबिबला नकार देण्यात तू मोठीच चूक केलीस' आईचं म्हणणं बरोबरच आहे म्हणा ! पण मी जे इच्छिलं नाही, ज्याचा विचार स्वप्नातही केला नाही, ते मी स्वीकारलं नाही. तेव्हा ते मानलं नाही ते आता मला मानावंच लागतंय. मुला-मुलीत खरी मैत्री होऊच शकत नाही , हेच खरं ! स्त्री व पुरुषात असं स्थायी स्वरूपाचं नातं प्रस्थापित होऊच शकत नाही हे नक्की. मैत्री, आत्मीयता हा फक्त एक संस्कार आहे.

वडील मुलाकडे व मुलीकडे वेगवेगळ्या दृष्टीनं पाहतात. ज्या पाहुण्यापासून काही लाभ नाही, त्याची कदर किती दिवस ठेवायची ? मुलगी म्हणजे वडिलांच्या दृष्टीनं नाश आणि नुकसानच. मुलीनं घुंगट घेतला नाही तर गावातील लोक तिच्या बापालाच बदनाम करतात. मुलगी पुढं होऊन संस्कृती बद्दल वादविवाद करू लागली, तर'गावातील बेशरम मुलगी' म्हणून निंदा होते. मुलगी कोणाच्या प्रेमात पडली तर वडिलांना समाजाला तोंड दाखवायला शरम वाटते. वडील आणि मुलगी ह्यांच्यातील नातं हे आंतरिक नसतं. समाजाला दाखविण्यापुरतं ते असतं.

पती - पत्नीचं नातं म्हणजे जणू काही लॉटरी. डोळे मिटून जुगार खेळायचा. नशिबात काय लिहिलंय हे कोणालाच माहीत नसतं. स्त्री ही पतीच्या बाबतीत जुगारच खेळते. शेजघरातून ह्या जुगाराची फळं तिला मिळू लागतात. नवरा दारुड्या आहे का नाही, बाहेरख्याली आहे का बायकोशी एकनिष्ठ, खर्चिक आहे का कंजूष,संतापी आहे का शांत ह्याबद्दल फार थोडी माहिती असताना अथवा अजिबात काही माहीत नसताना, स्त्री एका जीवनातून एका दुसऱ्या जीवनात प्रवेश करते. म्हणजेच पती - पत्नीचं नातं सर्वांत अनिश्चित, सर्वांत अधांतरी.

भाऊ - बहिणीतील प्रेम हे बालपणापुरतंच असतं. शैशवात बाहुलीबद्दल माया वाटते, किशोर वयात एखाद्या सहाध्यायाबद्दल किंवा जुन्या शाळेची अथवा घराची ओढ वाटते, तसंच असतं भाऊ - बहिणीतील प्रेम. मध्यमवर्गीय परिवारात, बहिणीपेक्षा तिच्या संपत्तीची माया भावांना अधिक असते.

आई मुलाला सतत जवळ ठेवू बघते. माशाचं डोकं, दुधावरची साय मुलाच्या पानात पडते, मुलीच्या नाही. पण त्याच मुलाला आईपेक्षा जगातील इतर गोष्टीच मोहात पाडतात. मुलगा जसजसा मोठा होतो, तसतसा आई - मुलाचे संबंध औपचारिक होत जातात.

मैत्रीच्या संबंधात तर प्रश्नच नाही. पाश्चात्त्य देशात लैंगिक संबंधांना काही मनाई नाही. त्यामुळे मैत्रीण मोठी असली तर अडचणही येत नाही. आमच्या देशात, बऱ्याच वेळा, मुलामुलींचं एकत्र येणं हे गर्ह्य मानलं जातं. अशावेळी एकदोन कॉलेजांतील मुलां-मुलींनी कॉलेजच्या आवारात एकत्र बसणं, उठणं, हिंडणं, फिरणं म्हणजेच मैत्री असं मानलं जातं. मैत्री इतकी सहज सोपी गोष्ट नाही. कॉलेजबाहेर असलेला समाज हा धर्मांधता, हजारो वर्षांपासूनचे वाईट संस्कार, अशिक्षितपणा, वाईट शिकवण इत्यादि गोष्टींनी ठासून भरलेला आहे. अशा समाजातून आलेला मुलगा, मुलीच्या जवळ जाताच आपल्या तारुण्यातील उर्मीवर, भावनांवर, आवेगावर संयम ठेवू शकेल हे संभवत नाही.

आमच्या देशातील सामाजिक शिक्षणाचा स्तर इतका उंच नाही की ज्यामुळे मानसिक स्तरही उंचावेल. आमची संस्कृती इतकी प्रभावी नाही की जिच्यामुळे बुद्धी शुद्ध, स्वच्छ होईल. आमचा संपूर्ण समाजच स्त्री-पुरुष संबंधाकडे अश्लील संबंध, अ-शालीन संबंध म्हणूनच बघतो. तेव्हा काही वेळा दिसून येणाऱ्या शुद्ध संबंधाच्या जोरावर समाजाच्या मुळावर घाव घालणं अशक्य आहे. मैत्रीचं पर्यवसान विवाहात झालं नाही, तर लोक छी थू करतात. ह्या बाबतीत पुरुषाला काही त्रास होत नाही, पण स्त्रीच्या बाबतीत मात्र परिणाम वाईट होतात. मैत्री म्हणून जे असतं, ते शेवटपर्यंत टिकत नाही.

हबिबुल्लाबरोबर मी लग्न केलं असतं, तर माझा एक सुंदर, नीटनेटका संसार असता, हे मला माहीत आहे. 'तुमची दोघांची किती छान मैत्री होती, अगदी रुन्हल इक्बालसारखी किंवा आरजू मार्शलप्रमाणे. रिझवान टिपू, राणू-हबिब, मणी-लिली ह्यांचीही अशीच मैत्री होती असे कितीजण म्हणतात ? कोणीही म्हणत नाही. उलट मधून मधून माझ्या व हबिबुल्लाच्या मैत्रीची सर्वजण चेष्टा करतात. 'व्यर्थ प्रेम' म्हणून टर उडवितात.

विज्ञानामुळे आमची किती प्रगती होते, माहीत नाही. पण अज्ञान मात्र दूर होत नाही. शिक्षण रूढी-परंपरा ह्यातून किती मुक्तता देते माहीत नाही, पण अशिक्षितपणा मात्र कमी करीत नाही.

* * *

२४

माझ्या धाकट्या बहिणीला नटण्या सजण्याची फार आवड. त्या दिवशी तिनं नवी साडी नेसली, कपाळावर लाल टिकली लावली, दोन हातांत असंख्य बांगड्या व गळाभर दागिने घातले. आम्ही दोघी बोलू लागलो की जणू शंभर तानपुऱ्याचा अलौकिक झंकार चहूबाजूंनी होऊ लागतो, आम्ही हसू लागलो की जगातील सर्व बालके जणू हसू लागतात, वृद्ध डोलू लागतात, पानां पानांवर पिवळे पक्षी नाचू लागतात, असं लोक म्हणत.

त्या दिवशी आम्ही दोघी धानमंडीहून ग्रीन रोडकडे रिक्षातून चाललो होतो. वाजले होते दुपारचे १२-१२॥. वैशाखातील दुपार म्हणून रिक्षाचं पाल ओढून घेतलं होतं. (रिक्षाच्या टपाला पाल म्हणायला मला खूप आवडतं.) तेवढ्यात, अगदी अचानक, एक मुलगा रिक्षाच्या समोर हात हालवीत येऊन उभा राहिला. त्याचं वय असेल बावीस-तेवीस. हात वर करून हलविण्याचा अर्थ रिक्षा थांबविणं असाच होता. वर्गणी गोळा करण्यासाठी मुलं अशाच रिक्षा थांबवितात म्हणे ! फुटबॉल खेळायचायं वर्गणी द्या, मोहरम साजरा करायचायं द्या वर्गणी, मशीद बांधायचीय काढा वर्गणी, मिलाद वाचायचाय टाका वर्गणी. आम्हाला वाटलं, वर्गणी गोळा करण्यासाठीच आम्हाला थांबविलंय !

पण जो मुलगा आमच्याकडे वर्गणी मागेल वा वर्गणी देण्याची विनंती करील असं आम्हाला वाटत होतं, त्याच्या हातात सहा इंची सुरा असल्याचं आमच्या दोघींच्या एकदमच लक्षात आलं. स्वयंपाकघरात कांद्याच्या टोपलीत असाहाय्यपणे पडलेला तो सुरा रस्ता अडवून उभ्या असलेल्या माणसाच्या हातात किती भयंकर वाटतो, हे मला तत्क्षणीच जाणवलं. एकानं रस्ता अडविला आणि लुटायच्या वेळी पहिल्या मुलाच्याच वयाचा आणखी एक मुलगा, हातात तसल्याच प्रकारचा सुरा घेऊन धावत आमच्यापाशी आला. दुसरा मुलगा कुठं होता, कुठून धावत आला हे पाहायला वेळच नव्हता. कारण 'जवळ असेल ते काढून द्या' ह्या शब्दांबरोबर दारूचा भपकारा

आला आणि लगेच आम्ही आमच्याजवळील पैसा अडका, घड्याळं काढून द्यायला सुरुवात केली. माझ्या डोळ्यांदेखत त्यांनी माझ्या बहिणीनं शौक म्हणून घातलेल्या सर्व वस्तू काढून घेतल्या.

तेव्हा रस्त्यावर कोणीही नव्हतं असं नाही, रस्त्यावर शुकशुकाट नव्हता. रस्त्यावर बऱ्यापैकी वर्दळ होती. तो रस्ता म्हणजे काही सुनसान गल्ली बोळ नव्हता. अशा गल्ल्यांमधून भर दुपारी कावळ्यांची कावकाव फक्त ऐकू येते. धानमंडीहून ग्रीन रोडकडे जाणाऱ्या ह्या रस्त्यावर खूप गर्दी नसली तरी तो अगदी निर्मनुष्यही नव्हता. आमच्यावर हा प्रसंग गुदरला, तेव्हा आमच्या आजूबाजूला, वेगवेगळ्या वयाचे, दहा-बारा पुरुष होते.

आम्हाला लुटणारी ती मुलं, जवळच उभ्या असलेल्या स्कूटरवरून पसार झाली. मी हतबुद्ध होऊन पाहात राहिले, ते त्या बाराजणांना. त्यांनी उभ्या उभ्या एक तमाशा पाहिला होता फक्त. हल्ली माणूस माणसाला मदत करीत नाही, हेच खरं!

समजा, त्या दिवशी त्या दहा-बारा जणांसमोर, त्या मुलांनी आम्हाला सुऱ्याचा धाक दाखवून स्कूटरवर बसायला भाग पाडल असतं, तरीही कुणी काही केलं नसतं. सर्वांच्या नाकावर टिच्चून त्यांनी आम्हाला पळवून नेलं असतं.

जर त्यांनी आम्हाला शंभर जणांसमोर कपडे काढायला सांगितलं असतं, भर रस्त्यात आमची बेअब्रू केली असती तर आम्हाला कुणी वाचवलं असतं? कोण आमच्या बाजूनं भांडलं असतं? कुणीही नाही.

एवढ्या सगळ्या चालत्या-बोलत्या माणसांनी आमची मजा पाहिली. कुणीही पुढं झालं नाही आम्हाला वाचवायला. स्त्रीच्याबाबतीत घरात किंवा घराबाहेर जे काही घडतं, ते सर्व, चेष्टेचा, गंमतीचा विषय असतो. काही मजा करतात, काही मजा पाहतात. स्त्रीवर आलेल्या प्रसंगाची पुरुषांना जेवढी मजा वाटते, तेवढी इतर कोणत्याही प्रसंगाची वाटत नसेल.

कुणी चुकचुकतात, तर कुणी आरडाओरड करून कर्तव्य बजावल्याचं दाखवितात. पण खरं म्हणजे सगळे गंमत बघतात. वर्तमानपत्रात छापून आलेल्या हत्या व बलात्कारांच्या बातम्यांनी त्यांना जो आनंद होतो, तो इतर कशानंही होऊ शकत नाही.

त्या दिवशी, रस्त्यात आमची वाईट अवस्था पाहून लोकांनी फक्त टाळ्या वाजवायचंच बाकी ठेवलं. आज नाही वाजविल्या, तरी दोन दिवसांनी ते टाळ्या वाजवतीलच.

सध्या लपून-छपून बलात्कार होतात. काही दिवसांनी राजरोसपणे रस्त्यांत होतील.

आज जे चोरून ॲसिड फेकतात, तेच काही काळानं उघडपणे फेकतील. आज निर्जन काळोखात हत्या होतात, उद्या त्या दिवसाउजेडी होतील. आज लोक चूपचाप उभं राहून मजा बघतात, उद्या ते अशी मजा बघताना हर्षोल्लास करतील, शिट्ट्या वाजवितील.

* * *

२५

१) ह्या शहरात मी एक घर शोधतेय. रात्री झोपण्यासाठी एक घर. ह्या शहरातील एका हॉस्पिटलमध्ये नऊ ते पाच काम केल्यावर माझे थकलेले पाय जिथं ओढ घेतील, असं एक ठिकाण मला हवंय. माझ्या थकलेल्या शरीराला आश्रय हवा म्हणूनच जीव तोडून एक घर शोधतेय् मी! असं एक घर, जिथं भूत-भविष्याचा विचार न करता, मी मला पाहिजे ते करू शकेन. उघड्या अंगानं आंघोळ करू शकेन. मोठ्यानं गाऊ शकेन, किंवा स्वतःच केलेल्या चहाचे घुटके घेत एखादी सुंदर कविता लिहू शकेन. म्हणूनच ह्या शहरात मी वणवण फिरतेय् एका छोट्या घरासाठी. मला बसायला, गप्पा मारायला हवंय एक छोटंस घर. माझी इथं एवढी जानपहचान आहे की मी कुणालाही घर शोधायला सांगू शकते. माझ्या थोड्याशा पगारात, झोपण्या-उठण्यासाठी दोन तीन खोल्यांची जागा घेणं, मला शक्य नाही.

लहानपणापासून अशा एका सुंदर, सजविलेल्या घराचं स्वप्न मी उराशी बाळगून आहे खरी!

मी जवळ जवळ पंचवीस जणांना माझ्यासाठी घर शोधायला सांगितलं. त्यातील वीस जणांनी तर मला तोंडच दाखविलं नाही. पाच जणांना माहीत आहे की घरभाडी खूप वाढलीत. मोहल्यात कमिशन खाणाऱ्यांची संख्याही खूप आहे.

त्या दिवशी, मी स्वतः सहा ठिकाणी गेले. सगळ्यांचा प्रश्न एकच. कितीजणांचं कुटुंब आहे. मी सांगितलं की आम्ही दोघीच राहणार - मी आणि लिली. अकरा वर्षांची लिली माझं वरचं काम करते. सडी बाई काही व्याप नाही. खरं म्हणजे हे ऐकून घरमालकांना आनंद व्हायला पाहिजे होता. पण तसा काही झालेला दिसला नाही. त्यांना काहीतरी कमी वाटत होतं. त्यांना माझ्या कुटुंबात आणखी कोणीतरी असणं आवश्यक वाटत होतं. खरं म्हणजे त्यांना माझ्याबरोबर एक पुरुषमाणूस असायला पाहिजे, असं वाटत होतं. मगच त्यांना आनंद वाटला असता. मला पुरुषमाणसाची गरज वाटत नाही. त्यानं जर माझ्यावर अत्याचार केला तर ? पण

मला जरी पुरुषाची गरज वाटली नाही, तरी घरमालक आणि समाजातील प्रतिष्ठित लोकांना तसं वाटतं.

ढाक्यात कधी ह्या घरात, तर कधी त्या घरात असं करीत मला दिवस काढावे लागताहेत. मला माझं स्वतःचं असं घरच नाही-ज्या घरात मी मनमोकळं हसू शकेन, ज्या घरात माझे बाबा आल्यावर मी त्यांच्याजवळ बसून जुन्या आठवणी काढू शकेन, ज्या घरात मला मीठी मारून माझी बहीण 'तुझं हे प्रेम ताई, करतं हृदयहरण बाई' अशी गाण्याची तान मारू शकेल. माझा दादा जिथं येऊन मला म्हणेल, 'आज मन ठिकाणावर नाही. आज सारा दिवस तुझ्या घरातच पडतो.'- असं घर मला नाही.

व्हर्जिनिया वुल्फचं A Room of Ones Own वाचता वाचता माझी रात्र सरते. ह्या पुस्तकात ती म्हणते, 'स्त्री ही समाजाचा मागासवर्गीय घटक आहे. तिच्या दुर्बलतेला जबाबदार आहे सामाजिक आणि आर्थिक बंधन. स्त्रीला लेखक म्हणून स्वतःला प्रस्थापित करायचं असेल तर पुरुषप्रधान समाजातील सत्ता हाती असलेल्या पुरुषांनी चालविलेलं शोषण, वाईट रूढी परंपरा आणि आर्थिक बंधनं ह्यांना ओलांडावं लागतं. ह्या स्थितीत, स्त्रीची स्वतःची खोली- तिचं घरच - काय ते थोडीफार मोकळीक देऊ शकेल. ह्या घराची चावी तिच्याच हातात असावी आणि एखादा पुरुष जसा त्याच्या घरात स्वैर संचार करू शकेल, तसं तिलाही मुक्त संचाराचं स्वातंत्र्य इथं असावं.'

२) एका समारंभात माझ्याशेजारी एक बाई येऊन बसल्या. आम्ही एकमेकींना ओळखत नव्हतो. त्यांना माझी ओळख करून घ्यायचीच होती, असं दिसलं. परिचयासाठी काही बोलणं होणं आवश्यकच असतं. तेव्हा त्यांनी मला काही प्रश्न विचारले. ते असे : १. तुमचे पती काय करतात ? २. त्यांचं नाव काय ? ३. ते किती शिकलेत ? ४. ते कुठचे ? ५. तुम्हाला दीर नणंदा किती ? ६. दीर काय करतात ? ७. नणंदांची लग्न झालीत का ? ८. त्यांना मुलं किती ? ती शिकतात का ? कुठं ? काय ? ९. नणंदांचे पती काय करतात ? १०. तुमचे सासरे कुठं आहेत ? ते काय करतात ? ११. पतीला प्रमोशन मिळण्याची शक्यता आहे का नाही ? १२. तुमचे चुलत सासरे कुठं आहेत ? काय करतात ? १३. मामेसासरे कुठं राहतात ? काय करतात ? १४. मावस सासवा व आते सासवा कुठं असतात ? त्याचं कसं चाललंय ? १५. मावससासरे किती आहेत ? १६. तुमचे पती या कार्यक्रमाला का आले नाहीत ? १७. त्यांना कुठं काही काम आहे का ? १८. त्यांची तब्येत ठीक आहे ना ? १९. तुमच्या पतींना साधारपणपणे कोणते पदार्थ आवडतात ? २०. ते दुपारी झोपतात का ? २१. रात्री केव्हा झोपतात ? २२. त्यांचा स्वभाव कसा आहे ?

२३. त्यांना कोणत्या प्रकारचं गाणं आवडतं ? २४. त्यांना टी.व्ही वरचा कोणता कार्यक्रम आवडतो ? २५ ते नेहमी कसे कपडे वापरतात ?

साधारणतः दीड तास त्यांच्या प्रश्नांना उत्तरं दिल्यावर माझ्याशी परिचय झाला, म्हणून त्या बाईंना समाधान वाटलं. पण वाचकांनो, माझ्यावर विश्वास ठेवा. मी एका अक्षरानंही खोटं सांगत नाही. त्यांनी मला एकदाही 'मी कोण, मी कुठली, माझे आई-वडील कोण, मी काय करते, माझं नाव काय' असं विचारलं नाही. त्या माझ्याशी दीड तास बोलत होत्या. पण त्यांना माझं नाव शेवटपर्यंत कळलंच नाही आणि तरी माझ्याशी ओळख करून घेतली म्हणून त्या खूष झाल्या.

* * *

२६

'पती धर्म, पती कर्म, पतीच सर्वस्व.'

पतीशिवाय स्त्रीला गती नाही.

पतीची आज्ञा सतीला वेदाप्रमाणे आहे.

पती संतुष्ट तर भगवान संतुष्ट.

एकेकाळी बंगाली कुटुंबात अशा तऱ्हेची 'सचित्र सतीसार कथा' घराची शोभा वाढवीत असे. मुली भरत कामात 'पुरुष तमाल तरू, प्रेम अधिकारी, नारी जे माधवी लता आश्रिता तिहारी' अशा ओळी विणत. पृथ्वी सतत फिरत असते ना, तसेच 'पती प्राण, पती मान, पतीच भूषण' हेच शब्द कधीच्या काळी माणसाच्या डोक्यात पुन्हा पुन्हा भरविले गेलेत. ते आजही तसेच फिरताहेत अगदी ताजेतवाने असल्याप्रमाणे.

'रमणीला पतीविना गती नाही.

पतीच्या आवडी-निवडीकडे विशेष लक्ष हवे.

पती म्हणेल तेच करावं.

परमप्रयत्ने पतीची सेवा करावी.

पतीनं खाल्ल्यावर, खावं,

त्यानं न खाल्ल्यास आपण खाऊ नये.

पती झोपल्यावर झोपावं.

तो जागा असेपर्यंत झोपू नये,

अशा प्रकारचा हितोपदेश मुली धर्मवाक्याप्रमाणे कंठस्थ करीत. खालच्या मानेनं कबूल करीत, 'पतीचा महिमा आम्ही काय वर्णावा! भागीरथी जिथं वर्णन करू शकत नाही, तिथं आम्ही क्षुद्र काय वर्णन करणार?' स्त्रीच स्वतःला क्षुद्र समजते. स्त्रीच 'स्त्री क्षुद्र' ह्या गोष्टीवर आंधळ्याप्रमाणे विश्वास ठेवते. प्राचीन काळी पतिभक्तीचं वा

पातिव्रत्याचं जे चित्र रेखाटलं आहे, ते आताही अगदी तसंच आहे. किती रूढी मोडल्या, परंपरा बदलल्या, पण स्त्रीसंबंधीच्या परंपरेत मात्र काही नष्ट होण्याऐवजी वाढच झालेली दिसते. स्वामी या शब्दाचा अर्थ प्रभू, धनी, अधिपती, मालक इत्यादी. स्वामी हा शब्द जोपर्यंत बंगाली भाषेच्या वापरात असेल, तोपर्यंत अर्थानुसार पुरुष कर्ता, प्रभू, धनी आणि मालक असणारच. बेगम रुकियाचं म्हणणं असं आहे की 'दासी' या शब्दाला अनेक स्त्रिया आक्षेप घेतात. पण स्वामीचा अर्थ काय? दान करणाऱ्याला दाता म्हटलं, तर घेणाऱ्याला 'ग्रहिता' म्हणावंच लागतं. त्याप्रमाणे एकाला 'स्वामी', 'प्रभू', 'ईश्वर', म्हटल्यावर दुसऱ्याला 'दासी' नाही म्हणायचं तर काय म्हणायचं?

संसाराची तुलना दोन चाकांच्या रथाशी करतात. त्या रथाच्या अर्धांगाच्यासंबंधी रुकिया लिहितात, 'ज्या रथाचं एक चाक मोठं (पती) व दुसरं लहान (पत्नी) आहे, तो रथ फार दूर जाणारच नाही. तो केवळ जागच्याजागी (घरातल्या घरात) फिरत राहील.'

ह्या देशात पितृक बाजूकडून वंश ओळखला जातो. म्हणूनच स्त्रीच्या सतीत्वाला फार महत्त्व दिले जातं व त्यासाठीच तिच्यावर कडक पहारा ठेवला जातो. 'योनिशुचिता' पुरुषासाठी नाही. पण स्त्रीसाठी ती अत्यावश्यक मानली जाते ती वरील कारणासाठीच. हा सगळा डाव ओळखून 'स्वामी' दलात सामील झालेल्या धूर्त लोकांनी, स्वतःसाठी निरनिराळ्या सोयी करून ठेवल्यात.

धर्मांनी त्यांना स्वैराचारी करून ठेवलंय. त्यांना आदिम काळापासून आजपर्यंत सर्व समाजानं खूप फायदे करून दिलेत. कारण ह्या सर्वांचा कर्ता आणि निर्माता 'स्वामी' दलातील पुरुषच आहे. इस्लामानं पुरुषाला चार लग्न करण्याचा अधिकार दिलाय. पाकिस्तानातील अनिता नावाच्या एका महिलेनं स्त्रियांच्या चार विवाहांची गोष्ट काढताच 'स्वामी' दल चपापलं. कारण मग स्वरचित आसन कोसळेल की काय राम जाणे!

फक्त इहलोकातच नाही, तर परलोकातही पुरुषांनी स्वतःची आरामदायक व्यवस्था करून ठेवलीय. सत्तर पऱ्यांनी वेढलेलं जीव फक्त त्यांनाच उपभोगायला मिळू शकतं. स्त्रीच्या नशिबी मात्र इहलोकातील पतीच. जागरूक माणसाला हा पक्षपात फार त्रासदायक वाटेल. पण माणूस जागरूक नाहीच, तो सोयींचा उपभोग घेणारा, स्वार्थी आहे. माणसाचा देह शुभकार्यापेक्षा अशुभ कार्यासाठीच जास्त विकास पावताना दिसतो आणि काही दुसरी जी माणसं असतात ज्यांना 'बाई माणूस' म्हटलं जातं

- त्यांचं काम फक्त टाळ्या वाजविण्याचं. सगळ्यात खाली, सगळ्यांच्या मागे, विपन्नावस्थेतील लोकांच्या रांगेत उभं राहून टाळ्या वाजविणं हेच फक्त त्यांचं काम. जे पुरुष सांगतात ते स्त्रियांनी ऐकायचं.

ह्या स्त्रिया काही खऱ्या माणूस नाहीतच, त्या फक्त भोग्यवस्तू आहेत. 'स्त्री, संतान, ढिगानं मिळणारं सोनं-चांदी, उत्तम जातीचे घोडे, पाळीव जनावरं आणि शेतीभाती ह्या गोष्टींपासून मिळणारा आनंद माणसाचं जीवन सुंदर बनवितो. ह्या सगळ्या 'ऐहिक जीवनातील भोग्यवस्तू'. हे माझं मत नाही, सूरा-अल्- इम्रामच्या १४ व्या आयातात कुराणातील वचनात असं आहे. आयतात उल्लेख केलेला 'माणूस' म्हणजे 'पुरुष' माणूसच. माणसाचा अर्थ 'स्त्री' असा कधीच होत नाही. त्या माणसाची म्हणजेच पुरुषाची स्त्री ही भोग्यवस्तू. पण स्त्री फक्त भोग्यवस्तूच नाही तर शस्यक्षेत्रही मानली गेली आहे. 'तुमची स्त्री तुमचं शस्यक्षेत्र आहे. म्हणून तुमच्या इच्छेप्रमाणे तुम्ही त्याचा उपभोग घ्यावा.' (सूरा बाकरा २२३ आयत)

बांगलादेशात एकीकडे इस्लामवर चर्चा चालू आहे, तर दुसरीकडे स्त्रीमुक्ती-आंदोलन. अनेकांच्या मते ह्या दोन्हीत भेद नाही. ते म्हणतात की इस्लामनं स्त्रीला जेवढा मान दिलाय, तेवढा इतर कोणत्याही धर्मानं दिलेला नाही. सूरा निसा ३४ आयत असा आहे, अल्लानं स्त्री व पुरुष यांच्यामध्ये एकाला (पुरुषाला) दुसऱ्यापेक्षा श्रेष्ठ बनविलंय. पुरुष स्त्रियांसाठी आपली संपत्ती खर्च करतो म्हणून तोच स्त्रीचा स्वामी. म्हणून पतिव्रता आज्ञाधारक असतात आणि पतीच्या अनुपस्थितीत, लोकांच्या नजरेआड राहून त्या त्यांच्या सतीत्वाचं व पतीच्या अधिकारांचं रक्षण करतात. ज्या स्त्रिया बंडखोरी करतील अशी शंका येते, त्यांना प्रथम सदुपदेश करावा, मग त्यांनी न ऐकल्यास त्यांची शय्यासोबत सोडावी व त्यांना मारावं' त्यावरून स्त्रीला किती मान मिळतो, हे चांगलं समजून येईल.

धर्माचा व्यवसाय करणारे 'पती चरणाखाली स्त्रीचा स्वर्ग' ह्या पुस्तकाच्या विक्रीतून खूपच नफा मिळवितात. अशिक्षित पुरुष स्त्रियांना प्रेमानं 'पतीबाबत स्त्रीचं कर्तव्य' हे पुस्तक भेट देतात. सुशिक्षित प्रत्यक्ष अशी काही भेट देत नाही, पण मनातल्या मनात देतातच आणि अशी मनातली भेट, प्रत्यक्ष हातात दिलेल्या भेटीपेक्षा भयंकर असते.

आमच्या देशातील अनेक स्त्रिया अंध असतात. ह्याचं कारण त्या पुरुषांनी टाकलेल्या उष्ट्यावर जगतात. त्यानं पोट भरत नाही पण मन भरून जातं. असं उष्टं खाणं बंगाल्यांना नवीन नाही. इ.स. पूर्वीच्या दुसऱ्या शतकातील वैदिक साहित्यात

रेखाटलेल्या सामाजिक चित्रांवरून हेच दिसून येतं 'भुक्तोच्छिष्ट वध्वै ददाल' म्हणजे उष्ट खरकटं स्त्रीला द्यावं (गृहयसूत्र १-४-११). जीर्ण कापडचोपड दासाला द्यावं आणि उष्टं खरकटं स्त्रीला द्यावं, असं शास्त्रानंच सांगितलंय.

आमच्या देशात बहुतेक लोक अशिक्षित आहेत. ते धर्माकडून चुकीचं शिक्षण घेतात हे कुणीही मान्य करील. आमच्या धर्मानं स्त्रीविरुद्ध खड्ग उचललं असताना, स्त्री-मुक्तीसाठी असं लिहिणं म्हणजे पुरुष वाचकांना फावल्या वेळात गंमतीसाठी खाद्य पुरविणं आहे. बाकी काहीही नाही.

* * *

२७

गेल्या वर्षी, वर्षाच्या शेवटी शेवटी मी कलकत्त्याला गेले होते. सकाळी दहाच्या सुमाराला मी बाहेर पडले आणि मला आश्चर्याचा धक्काच बसला. कलकत्त्यात एवढा शुकशुकाट कधीच नसतो. जणू सर्व कलकत्त्याला कुठं तरी जेवणाचं आमंत्रण मिळाले होतं. दुपारी तारापद राय यांच्या घरी गेल्यावर समजलं की रविवारी सकाळी कलकत्ता कलकत्त्यातच असतं, घराच्या बाहेर कुणीच पडत नाही. कारण त्या वेळेला दूरदर्शनवर 'महाभारत' सुरू असतं. साऱ्या शहरात 'द्रौपदीचं वस्त्रहरण कधी होणार' याबद्दल तर्क वितर्क चालले होते. तरुणांची आंतरिक इच्छा होती वस्त्रहरणाच्या दृश्याच्या वेळी दिसणाऱ्या रूपा गांगुलीचं शरीर बघण्याची. वस्त्रहरणाच्या चित्रीकरणासंबंधीही वर्तमानपत्रांतून गरमागरम चर्चा चालू होती.

अँटेना उंच करून आम्हीही काही दिवस 'रामायण' पाहिलं होतं. काहीही पाहिलं की अथपासून इतिपर्यंत सर्व माहिती मिळविल्याशिवाय मला चैन पडत नाही. रामायणात वेगवेगळ्या प्रसंगात सीतेच्या तोंडी पुढील उद्‌गार आहेत. 'हे नरव्याघ्र, तुझ्याविना मला स्वर्गही फिका वाटेल,' (२-२७-२१) 'रामा, तुझा विरह झाला तर मी प्राण सोडीन', (२-२८-६५), 'तू माझा त्याग करण्यापेक्षा मी मृत्यू पत्करीन' (२-३०-२०), हे काय प्रेम आहे? प्रेमानं आंधळी होऊन सीता स्वर्गाचाही त्याग करते? प्रेमात पूर्णपणे बुडूनही जर कुणी मरणाची भाषा करील, तर ते बरं वाटत नाही. पण सीतेवर पातिव्रत्य लादणाऱ्या ब्राह्मणांच्या मते पतीच परम दैवत (२-१२-१६) इहलोकात आणि परलोकातसुद्धा, सदासर्वदा पतीशिवाय नारीला गती नाही, (२-२७-६) स्त्री कुठंही असो प्रासादात, विमानात, आकाशात - तिचं स्थान आहे पतिचरणापाशी, (२-२७-९) असंच असेल तर कुणी काहीही म्हणो ह्यालाच प्रेम म्हणावं लागेल.

'तारेशिवाय वीणा वाजत नाही; असं सीता कौसल्येला सांगते. चाकाशिवाय रथ असतच नाही. स्त्री शंभर पुत्रांची माता असली तरी पतीशिवाय सुखी होऊ शकत

नाही. (२-३९-२९) सीता रामाला म्हणते की, स्त्रीची पहिली गती पती, दुसरी पुत्र, तिसरी नातेवाईक आणि चवथी कोणतीच गती स्त्रीला नाही. (२-६१-२४)

स्त्रीच्या दृष्टीनं पती-म्हणजेच पुरुष-सर्वांत मौल्यवान गोष्ट आहे. पुरुषाला जर वृक्षाची उपमा दिली तर स्त्री म्हणजे त्याच्या जीवावर जगणारी परजीवी लता. ज्याप्रमाणे वृक्षाच्या आधाराशिवाय वेल जगू शकत नाही, त्याचप्रमाणे पुरुषाच्या आश्रयाशिवाय स्त्री जगणं असंभव.

अनेक दिवसानंतर सीतेची भेट झाल्यावर राम तिला म्हणतो, 'मी युद्ध करून विजय मिळविला, तो तुझ्यासाठी नाही (६/११५/१५) तर माझ्या प्रख्यात वंशाचा कलंक धुवून काढण्यासाठी मी युद्ध केलं.' (६/११५/१६) राम पुढे म्हणतो, 'जा, वैदेही, तू मुक्त आहेस. जे करायला पाहिजे होतं, ते मी केलं. मी तुझा पती असताना, राक्षसाच्या प्रासादात तुझं आयुष्य जाऊ नये, म्हणून मी राक्षसाची हत्या केली. माझ्यासारखा धर्म-बुद्धी संपन्न पुरुष परगृही राहिलेल्या स्त्रीचा एका क्षणासाठी तरी स्वीकार कसा करील? तू पवित्र असो की अपवित्र, मी तुझा स्वीकार करू शकत नाही. तू कुत्र्यानं चाटलेल्या तुपाप्रमाणे आहेस.' *(महाभारत ३/२७५/१०-१३)

राम अगदी सहजपणे सीतेला सर्व बंधनांतून मोकळं करतो. सीतेवरच्या प्रेमापोटी त्यानं रावणाची हत्या केली नाही, तर रामाची पत्नी असूनही सीता जर रावणाच्या प्रासादात खितपत पडली असती तर रामाच्या शौर्याचा अपमान झाला असता म्हणून त्यानं रावणाला मारलं. राम अती धर्म-बुद्धी संपन्न पुरुष. परपुरुषाची छाया पडलेल्या स्त्रीचा तो अंगिकार कसा करणार? म्हणून सीता पवित्र असो की अपवित्र, रामानं तिचा स्वीकार करणं अशक्यच. कुत्र्यानं चाटलेलं तूप जसं यज्ञासाठी चालत नाही, तशीच परपुरुषाची छाया जिच्यावर पडली आहे अशी स्त्री तिच्या पतीला चालत नाही.

पाखंडी रावणानं केला नाही, एवढा अन्याय रामानं सीतेवर केलाय, असं मला वाटतं. रावणानं सीतेला भ्रष्ट केलं की नाही, हे जाणून घ्यायचा प्रयत्न रामानं कधी केला नाही. केवळ संशयावरूनच रामानं सीतेला दोष दिला. स्त्रीच्या सतीत्वावरून प्रचंड गदारोळ होतो. कारण सती शब्दाला पुल्लिंगी शब्द नाही. म्हणूनच दीर्घ विच्छेदकाळात रामानं काय केलं? त्यानं कुणाला किंवा कुणी त्याला स्पर्श केला की नाही असं कुणीही विचारत नाही.

स्वतःचं सतीत्व व शुचिता सिद्ध करण्यासाठी सीतेला अग्निपरीक्षा द्यावी लागली. प्रजेचा संशय दूर करण्यासाठी वाल्मिकींनी तिला पुन्हा अग्निपरीक्षा देण्यास सांगितली. जगली असती तर सर्व जीवनभर सीतेला अग्निपरीक्षाच देत बसावं लागलं असतं.

* महाभारताचा हा संदर्भ मूळ बंगाली पुस्तकाप्रमाणे घेतलेला आहे.

तिला कशानंही मुक्ती नाही. असाहाय्य स्त्रीला परपुरुषानं स्पर्श केल्यास या अक्षम्य अपराधापासून तिची सुटका नाही.

सीतेनं पृथ्वीपाशी आश्रय मागितला. कोणत्याही पुरुषानं तिला आश्रय दिला नाही, योग्य मान ठेवला नाही. म्हणूनच कुठल्याच पुरुषापाशी, पुरुषप्रधान समाजापाशी तिनं आश्रय मागितला नाही, स्वतःच्या व्यक्तित्त्वाचं रक्षण करण्यासाठी तिनं सत्त्वपरीक्षेची शपथ वाहिली आणि स्वतःचं रक्षण केलं. सीतेचं हे वर्तन म्हणजे असत्य, अन्याय, अपमान यांच्यापासून एकप्रकारे स्वतःचा बचाव करणंच होय.

पती हीच नारीची एकमात्र गती. पतीला, स्त्रीचा संशय घेण्याचा, त्याग करण्याचा आणि सजा देण्याचा अबाधित अधिकार दिलेला आहे. सर्वच पुरुषांना स्त्रीला संशय घेण्याचा आणि निर्दोष स्त्रीला शिक्षा करण्याचा अधिकार आहे. रामायण स्त्रीला मनुष्यात्व देत नाही. उलट पुरुषाशी एकनिष्ठता असावी असं मानणारा समाज जी शिक्षा देणार नाही, ती तिला देतो. एकनिष्ठता, शुचिता असूनही तिला समाजात मान मिळत नाही. तिला वारंवार अग्निपरीक्षा देऊन आपलं सतीत्व अबाधित आहे हे सिद्ध करावं लागतं.

'सतीत्व' हा शब्द फक्त स्त्रियांसाठी आहे, पुरुषांसाठी नाही, त्यामुळे पुरुषांना अग्निपरीक्षेच्या भानगडीत पडावं लागत नाही. स्त्रीलाच सती असावं लागतं, शुद्ध असावं लागतं आणि पुरुषाच्या भोगासाठी योग्य असं स्वतःला ठेवावं लागतं.

सीतेचं सतीत्व लोकांना मुग्ध करतं. तिची अग्निपरीक्षा लोकांना तृप्त करते. स्त्रीची दारुण अवहेलना निर्लज्जपणे कुठलाही संकोच न बाळगता अनेक वेळा रामायण-महाभारतात व्यक्त झाली आहे. हेच रामायण-महाभारत पाहण्यासाठी लोक धडपडतात. सत्य म्हणून जगात खरंच काही असेल तर लज्जित होऊन तेही सीतेप्रमाणे विनवणी करतील, 'माधवी देवी (पृथ्वी) मला आश्रय दे. मी जर सत्य असेन तर मला आश्रय दे.'

* * *

२८

महाभारताचा आरंभ आणि शेवट यांच्यामधील अंतर कमीतकमी आठशे वर्षांचं आहे. ह्या दीर्घ कालखंडात झालेल्या सामाजिक बदलाचं चित्रही त्यात स्पष्टपणे उमटलं आहे. आदी क्षत्रिय कथेनंतर काही नैतिक कथांची रचना झालेली आहे. ह्या कथा सर्वव्यापक आहेत. शेवटच्या भागाचे कर्ते भृगुवंशातील ऋषी होते. हा भाग 'ब्राह्मण्य संयोजन' ह्या नावानं प्रसिद्ध आहे. ह्यामध्ये स्त्रीच्या अवमानाचं चित्रं उघड्यावाघड्या रूपात रेखाटलं आहे.

महाभारताच्या ह्या भागात अगदी स्पष्टपणे म्हटलंय की स्त्री अशुभ, सर्व अमंगलाचं कारण. कन्या दुःखाचं कारण. (१/१५९/११) भीष्म युधिष्ठिराला म्हणतो, 'स्त्रीपेक्षा अशुभ असं काहीही नाही. स्त्रीबद्दल पुरुषाला स्नेह, ममता वाटणं योग्य नाही. (१२/४०/१) पूर्वजन्मीच्या पापांसाठी ह्या जन्मी स्त्रीजन्म मिळतो (६/३३/३२) स्त्री ही सापाप्रमाणे असते. पुरुषानं तिच्यावर कधीही विश्वास ठेऊ नये. (५/३७/२९) स्वातंत्र्य मिळण्यास योग्य अशी स्त्री त्रिभुवनात सापडणार नाही (१२-२०-२०) स्त्री स्वातंत्र्य उपभोगण्याच्या योग्यतेची नाही, असं ब्रह्माचंच म्हणणं आहे. (१२/२०/१४) ज्या सहा वस्तू एका क्षणात, अचानक नष्ट होतात, त्या म्हणजे गाय, सैन्य, शेती, स्त्री, विद्या आणि शूद्राबरोबरचा संबंध (५/३३/९७)

महाभारतात सती आणि कर्तव्यतत्पर स्त्रीची स्तुती केली आहे. त्यात सांगितलंय की स्त्रीजन्माची संपूर्ण सार्थकता सेवेनं आणि शुश्रुषेनं पतीला संतुष्ट करण्यात आणि त्याच्या मुलांना - विशेषतः पुत्रांना - जन्म देण्यात आहे. विवाह झालेली स्त्री जास्त दिवस तिच्या वडिलांच्या घरी राहिल्यास, तिचं यश, चारित्र्य आणि गुण नष्ट होतात. (१/७४/१२) वडिलांच्या घरी अधिक काळ राहिल्यास स्त्री कलंकित होते. (५/३९/८०) धर्मपुत्र युधिष्ठिर म्हणतो, 'स्त्रीमुळे वंशाला कलंक लागतो. (१२/४/८) कृष्ण म्हणतो, 'स्त्री कलंकित झाली की वर्णसंकर होतो व त्यामुळे संपूर्ण नाश होतो' (६/२३/४१)

स्त्री सुंदरी, निरोगी, गृहकर्मांत निपुण असावी लागते. तिचा जन्म पती, सासरचं कूळ, ह्यांच्यासाठीच असतो. त्यांच्यासाठी ती प्रचंड कष्ट करते, मुलांना जन्म देते, त्यांना वाढविते. स्त्रीला वेगळं असं मन, व्यक्तित्व असूच शकत नाही. महाभारतात तरी असंच म्हटलंय.

स्त्रीची मुंज करण्याची पद्धत नाही. कारण मुंज झाल्यावर विद्याभ्यास करता येतो. पण स्त्रीला विद्या मिळविण्याचा अधिकार नाही. स्त्रीसाठी विवाह म्हणजेच मुंज. पतीच्या घरी राहाणं म्हणजेच गुरुगृही राहाणं आणि पतिसेवा हेच वेदाध्यायन (मनुसंहिता २-६७).

सारांश, स्त्रीला विद्येचा व संपत्तीचा काहीही अधिकार नाही. स्त्री व्यक्ती नाही तर वस्तू, भोग्यवस्तू. म्हणूनच हत्ती, सोनं, रथ, घोडे, भूमी ह्यांच्याबरोबरच दान देण्यात येणाऱ्या वस्तूंत स्त्रीही धरली जाते हे दान विवाह, श्राद्ध, विजयोत्सव, अतिथिसत्कार, यज्ञ आणि निरनिराळे सामाजिक समारंभ ह्यात दिलं जातं. नारी म्हणजे प्रलोभन. स्त्रीची कामप्रवृत्ती स्वभावतःच पुरुषापेक्षा अधिक असते (१३/३८) भीष्म युधिष्ठिराला म्हणतो, 'अती प्राचीन काळी, पुरुष एवढा धर्मपरायण होता की देवांना त्याचा द्वेष वाटू लागला. तेव्हा त्यांनी पुरुषांना लुब्ध करून घेऊन धर्मच्युत करण्यासाठी स्त्री निर्माण केली.' (१३/४२) स्त्री फक्त अमंगळच आहे; असा विचार पसरविण्याची जबाबदारी महाभारतानं घेतली आहे.

'पाच पतींना तू कशी काय संतुष्ट ठेवतेस? स्वतःत गुंतवून, वश करून ठेवतेस?' असा प्रश्न सत्यभामेनं द्रौपदीला विचारला, तेव्हा द्रौपदीनं उत्तर दिलं, 'पती व दास ह्यांचं भोजन झाल्याशिवाय मी जेवत नाही. त्यांच स्नान झाल्यानंतरच मी स्नान करते. ते बसले नाहीत, तर मीही बसत नाही. पतीच देव. मी त्यांच्यापेक्षा जास्त शयन, भोजन व साजशृंगार करीत नाही. सासूबरोबर भांडत नाही. सदा सर्व काळ त्यांच्या आज्ञेचं पालन करते.' (२०/२३/२८/३५/३६)

स्त्रीचा परपुरुषाशी संबंध निषिद्ध मानायचं कारण पतीची औरस संतती निश्चित करणं हे होय. अती उत्कट आणि तीव्र इच्छेमुळेच असं म्हटलं जातं की जी स्त्री पतीव्यतिरिक्त चंद्र, सूर्य, वृक्ष ह्यांचंसुद्धा दर्शन घेत नाही ती धर्मचारिणी (१२/१४६/८८) परपुरुष तर सोडाच, पण निसर्गातील प्रकाश, हवासुद्धा स्त्रीच्या अंगाला लागू नये. स्त्रीसाठी अंधकारच सर्वांत पवित्र. स्त्रीच्या आज्ञाधारकपणाचा सर्व फायदा घेतात. पाळलेल्या कुत्र्या-मांजराप्रमाणेच स्त्रीला घरात ठेवलं जातं.

रामायण, महाभारतातील सर्व गोष्टींतून शेवटी एकच सिद्धांत निघतो- न स्त्री स्वातंत्र्यमर्हति-स्वातंत्र्याचा स्त्रीला अजिबात अधिकार नाही.

* * *

२१

मशिदीच्या फाटकावर एक पाटी लटकत असे. मी ती दुरूनच पाहिली होती. 'जनावरांना प्रवेश नाही.' असं त्यावर लिहिलं असेल, असं मला वाटलं होतं. पण तसं नव्हतं. एक दिवस जवळ जाऊन पाटी पाहिली. पाटीवर लिहिलेलं होत- 'महिलांना प्रवेश बंद' साधारणतः जनावरं आणि स्त्रिया यांच्यासाठीच सर्वत्र बंदी असते.

माझा जन्म एका छोट्याशा शहरात झाला. शहराला लागूनच ब्रह्मपुत्रेचा क्षीण प्रवाह होता. ह्या नदीकाठीच गेलं माझं सुंदर बालपण. सारी दुपार नदीतीरी वाळूचं घर बनविण्यात जायची आणि उन्हं कलताच ते बांधलेलं घर मोडून आम्ही घराकडे धाव घेत असू. तेव्हा मी नऊ-दहा वर्षांची होते. आई स्वयंपाक करीत असायची. अचानक आलं, मीठ असं काहीतरी संपल्याचं लक्षात यायचं. मग घराजवळच्या दुकानात मलाच जावं लागे. सकाळची मुडी, दुपारसाठी चिंचा, संध्याकाळकरिता बदाम, धावत जाऊन मलाच आणावे लागत. दिवस जात होते. एक दिवस अचानक, काही कारण नसताना मला त्या दुकानात जाण्यास बंदी करण्यात आली. असं का? मला बंदी का? शोध घेतल्यावर कळलं की मी आता मोठी झाले होते आणि मोठं झाल्यावर मुलींना घराबाहेर जाण्यास मनाई असते. घरात बसून फावल्या वेळात, त्यांनी धार्मिक पुस्तकं वाचावीत, घरातील बारीक-सारीक कामं करावीत. तेव्हापासूनच माझ्यावर बंधनांचा मारा सुरू झाला. फक्त माझ्यावरच असं नाही, तर प्रत्येक मुलीच्याबाबतीतही असंच होतं. तिच्या भोवती 'बंधनां'च लाल वर्तुळ काढलं जातं.

हळूहळू माझं वय वाढलं. मग खिडकीत उभं राहायला बंदी, संध्याकाळी गच्चीत जायला बंदी, कधीकधी आलं, कांदा ह्याशिवाय स्वयंपाक होई. कारण मला दुकानात जाण्याची बंदी! एक दिवशी माझ्यासाठी एकदम तीन सलवारी आणल्या गेल्या. त्याही माझ्या नकळत. ते पाहून मला किती आनंद झाला म्हणून सांगू? तेवढंच आश्चर्यही वाटलं. आईनं बजावलं. 'आजपासून सलवार घालायची. हाफ पॅन्ट घालणं आता एकदम बंद.' 'बंदी'त वाढ. एक दिवशी दुपारी, आईनं, तिच्या एका साडीचे चार

तुकडे केले आणि त्यातील एक माझ्या दोन्ही खांद्यावर टाकून सांगितलं. 'आता घरात हे घेत जा' अर्थात् ओढणी घेणं सुरू झालं. मी लाजेनं लाल झाले, पण आईचा चेहरा निर्विकार.

एकदा मासिक पाळीच्या वेळी मी कुराण शरीफला शिवले. ते पाहताच आईनं गालावर दोन थपडा ठेवून दिल्या आणि समज दिली, 'अशुद्ध असताना पवित्र गोष्टींना शिवू नये.' आई नेहमीच म्हणायची की अशुद्ध, अपवित्र गोष्टी कुत्र्याच्या जन्माला येतात म्हणून. काही वेळा स्त्रियाही अशुद्ध होतात, हे त्या दिवशी समजलं.

आमच्या घराच्या अंगणात आंबा, जांभूळ, फणस, पेरू यांची झाडे होती. लहानपणी मला झाडावर चढण्याचा फार नाद होता. लहानपणी माझं झाडाला लोंबकळणं, झाडावर खेळणं कुणीही मनावर घेतलं नाही. पण मोठी होताच झाडावर चढणं बंद. मुलगी झाडावर चढली, तर झाडं मरतं म्हणे ! म्हणून मुलीनं झाडावर चढू नये.

उन्हाळ्याच्या सुटीत मामाकडे गेले होते. एक दिवस धाकट्या मामाची कॅप्स्टन सिगरेट ओढली. ही गोष्ट सगळ्यांना समजल्यावर मोठ्या लोकांनी गुद्दे आणि धपाटे ह्यांनी माझी पाठ चांगलीच तिंबली. सगळ्यांनी बजावलं की मुलींनी सिगरटेला हात लावायचा नसतो.

मी जेव्हा हायस्कूलमध्ये होते, तेव्हा एका सकाळी, माझ्याच वयाच्या एका मुलानं, शाळेच्या वाटेवर मला गाठलं आणि माझ्या हातात एक चिठी कोंबली. ती त्याची चिठी मला आवडली. नंतर रोजच तो शाळेच्या वाटेवर उभा राही. काही दिवसानंतर माझ्या पालकवर्गानं मला शाळेत नेण्या-आणण्यासाठी एका माणसाची नेमणूक केली. एकटीनं शाळेला जाण्यास बंदी घालण्यात आली.

आमच्या कॉलेजचा गगन नावाचा रखवालदार होता. तो एक स्टूल घेऊन, सारा दिवस दरवाजात बसायचा आणि कुणी बाहेर जायला लागलं तर आडवायचा. मुलांच्या कॉलेजातील मुलं मात्र, मनाला येईल तेव्हा बाहेर जात. 'आनंदमोहन' मधून तर मुलं खुशाल बाहेर जातात, अशी तक्रार केल्यास, गगन म्हणायचा, 'मुलींच्या कॉलेजात तसा नियम नाही' अर्थात् इच्छा असो वा नसो, दहापासून पाचपर्यंत कॉलेजात थांबावंच लागे. आता गगन निवृत्त झालाय. पण नोकरीत असेपर्यंत पाच वाजण्यापूर्वी त्यानं कुणाही मुलीला कॉलेजच्या बाहेर पडू दिलं नाही. मुलींना पाहिजे तेव्हा येण्याजाण्याचं स्वातंत्र्य नाही, हे त्यालाही माहीत होतं.

एकदा आमच्या शहरात एक प्रसिद्ध गानवृंद आला होता. तेव्हा मीही तशी चांगली मोठी होते. ह्या कार्यक्रमाला मी जाणार असल्याचं घरात जाहीर केलं. पण कार्यक्रम

रात्रीचा असल्यानं मला परवानगी मिळाली नाही. कारण मला नेण्या-आणण्यासाठी एखाद्या पुरुषाची आवश्यकता होती. संध्याकाळनंतर मुलीनं घराबाहेर जाणं योग्य नव्हतं.

एकदिवस, माझ्या भावाबरोबर माझा वाद झाला. आणि आमचे दोघांचे स्वर सप्तमात पोहोचले. पण आई-वडिलांनी आधी मला थांबविलं. मी काही चुकीचं बोलत होते म्हणून नाही, तर मुलीनं इतकं मोठ्यानं बोलणं बरं नाही म्हणून. आवेग मुलींनीच आवरावयाचा. काहीही असलं तरी मुलींनी संयम पाळायचा.

एका नातेवाईकाकडून मी पत्ते खेळायला शिकले. पण घरी जेव्हा पत्त्यांच्या अड्डा बसायचा, तेव्हा मला जवळपास फिरकू देत नसत. मी पत्ते चागंली खेळत असूनसुद्धा मला कुणी खेळायला बोलावीत नसे. कारण स्त्रियांना पत्ते खेळण्यास बंदी आहे म्हणे!

एकदा माझ्या ओळखीची दोन मुलं माझ्या घरी आली. शिष्टाचार म्हणून मला त्यांना चहा द्यायचा होता. पण ते शक्य झालं नाही. कारण घरात कुजबूज सुरू झाली होती. हे कोण ? का आलेत ? त्यांना काय पाहिजे ? वगैरे. मला चांगलं आठवतंय्, ही मुलं आली त्याच्या दुसऱ्याच दिवशी दादाच्या दोन मैत्रिणी आमच्या घरी आल्या. होत्या. बाबांनी स्वतः त्यांची विचारपूस केली. आईनं त्यांच्यासाठी अंड्यांचा हलवा केला. दादाच्या ओठांवर तीन दिवस हसू होतं.

मुलींनी काय करावं व काय नाही, हे मुलींनी ठरवायचं नाही. ते ठरविणारे असतात पुरुष. स्त्रियांनी पुरुषांच्या पसंतीप्रमाणे काम करायचं. त्यांच्या पसंतीला उतरलं नाही तर स्त्रियांचं मरणच ! सामाजिक नीतिनियमांत स्त्रियांना जितकी बंधनं आहेत, त्याच्या एक शतांशही पुरुषांना नाहीत. धर्मानं स्त्रियांवर जेवढी बंधनं घातलीत, त्याच्या एक सहस्रांशही पुरुषांवर घातलेली नाहीत.

माझं किशोर वय आणि यौवन ह्या बंधनांतच गेलं. मध्यम वर्गातील बहुतांश मुलींना ह्या बंधनांना सामोरं जावंच लागतं. खालच्या व वरच्या वर्गातील मुलींच्या बंधनाचा प्रकार वेगळा असला तरी बंधनं ती बंधनंच. लोकांच्या मते अशी बंधनं पाळणं स्त्रियांचं वा मुलींचं 'परम कर्तव्य' आहे.

* * *

३०

पदार्थ तीन प्रकारचे असतात. कठीण, पातळ, वायुरूप. स्त्रियांनासुद्धा वेगवेगळ्या प्रकारांत विभागण्यात आलं आहे. ते प्रकार म्हणजे शंखिणी, पद्मिनी, चित्रिणी, हस्तिनी. हे प्रकार स्त्री-देहाच्या ठेवणीवरून पाडण्यात आलेले आहेत. स्त्रीचं शरीर ही एक फार मूल्यवान गोष्ट आहे. पुरुषांनी स्त्रियांच्या देहावरून स्त्रियांबद्दल निरनिराळे अंदाज बांधले आहेत. स्त्रीला शरीरावरून जितकं ओळखलं जातं, तितकं अन्य कशावरूनही ओळखलं जात नाही. माणसाच्या म्हणजेच पुरुषाच्या शरीरानं काम करायला आरंभ केल्यापासून, त्याच्या मनात स्त्रीला एखाद्या स्वादिष्ट फळाप्रमाणेच उपयोगात आणण्याची इच्छा जागृत झाली. स्त्रीला चिंचेप्रमाणे चोखता येतं; पेरूप्रमाणे तिचा चावा घेता येतो, अननसाच्या रसाचा आपण घुटका घेतो तसा स्त्रीचाही घेता येतो. स्त्री चघळण्यास, चोखण्यास, चाटण्यास वा पिण्यास योग्य वस्तूसारखीच असते ना? ह्याहून ती वेगळी काय असते बरं ?

नाटककार एस.एम. सालोमन ह्यांच्या एका नाटकात, एक मूलतत्त्ववादी (Fundamentalist) स्त्रीची तुलना केळ्याबरोबर करतो. सालीसकट केळ सुंदर दिसतं. तसच स्त्रीचं आहे. ती पडद्यातून बाहेर आल्यास उघडी पडते.

व्हिएटनाममधील एक कवी हो चुयान हुंयोग ह्यांनी स्त्रीची तुलना फणसाशी केली आहे. त्यांच्या मते स्त्री ही फणसाप्रमाणे गोड असते. पण फणस खाताना त्याचा जो चिकटा हाताला लागतो, तो इतका घाणेरडा असतो की विचारू नका ! म्हणून फणस खाताना काळजी घ्यावी लागते.

पुरुषांनी आपापल्या पसंतीची नावं स्त्रियांना दिलीत. एक नाव आहे 'रंभोरू' याचा अर्थ केळीच्या झाडाप्रमाणेच पुष्ट व सुंदर मांड्या असणारी स्त्री. 'पीनस्तनी' म्हणजे भरगच्च स्तन असलेली स्त्री. सुडौल नितंब असलेल्या स्त्रीचं नाव 'सुश्रोणी' ह्या नावं देण्याच्या पद्धतीवरून आपल्या असं लक्षात येतं की मूलतः भोग्यवस्तू म्हणूनच स्त्री ओळखली जाते. तिचे नितंब, स्तन ह्यावरून तिला मोजलं जातं आणि तिचं

नामकरण केलं जातं. स्त्रीची बहुतेक संबोधनं ही देहाच्या वर्णनानुसार असतात.

'पुर' शब्दाचा अर्थ 'गृह'. गृहाशी स्त्रीचा इतका घनिष्ठ संबंध जोडला गेलाय की तिच्या अनेक नावात 'पुर' हा शब्द प्रामुख्याने येतो. उदाहरणार्थ, अंतःपुरिका, पुरनारी, पुरलक्ष्मी, पुरांगना, पुरश्री, पौरश्री, पुरमहिला, पुरबाला, पुरवासिनी, अंतः पुरवासिनी, पौरांगना, पुरंध्री (पती-पुत्रवती स्त्री) It's a man's world, woman's place is in the home. हे एक खूप जुनं विधान आहे. हल्ली जुनं काही चालत नाही. नावीन्याचा सगळीकडे उदो उदो आहे. परंतु स्त्रीसंबंधी आदिवचनांना मात्र दिवसेंदिवस धार चढत चालली आहे. घराशी सबंधित असं आणखी एक स्त्रीचं नाव आहे. 'गृहिणी' (महत्त्वाची सूचना-मला तुम्ही विद्रोह करायला भाग पाडीत आहात) स्त्रीशी उपभोगाचा संबंधही खूप खोल आहे. पुरुष स्त्रीचा लैंगिकतेचे साधन म्हणून अधिक विचार करतो. म्हणूनच त्यानं तिला बिनदिक्कत 'रमणी' म्हटलंय्.

'महिला' या शब्दाचा 'महल' या शब्दाशी अथवा 'अंगना' या शब्दाचा 'अंगण' या शब्दाशी फार जवळचा संबंध असावा असं वाटतं. म्हणूनच महिलेच्या किंवा अंगनेच्या सीमा 'महल' वा 'अंगण' येथपर्यंतच निश्चित केलेल्या दिसतात.

स्त्रीदेहाचं वर्णन फक्त माणसानच नाही तर स्वतः अल्लानं केलंय् 'तायला' कुराणात ते आलेलं दिसतं. 'त्या पुरुषांना पानपात्र, खुजा, फसफसून वाहणारा सुरेचा प्याला, त्यांची आवडती फळफळावळ, इच्छित पक्ष्याचं मांस आणि सुरक्षित मोत्याप्रमाणे असलेली विशाल लोचना परी मिळेल. (सूरा वाकि'आ १९/२१/२२/२३)

पऱ्या म्हणजे जणू पवळं किंवा माणिक (सूरा रहमान ५८) स्वर्गातील स्त्रिया विशालनयना - त्यांचे डोळे मोठे आणि सुंदर. त्या सुरक्षित म्हणजेच माणूस व पिशाच ह्यांच्यापासून अस्पर्शित, मोत्याप्रमाणे गौरवर्ण असलेल्या. पोवळं, माणिक, मोती ही मूल्यवान रत्न आहेत. स्त्रीची ह्यांच्या बरोबर तुलना केली गेली आहे. स्त्रीला सुरा, फळमूळं, मांस ह्यांच्याच रांगेत बसवलं गेलंय. फक्त स्वर्गातच नाही, तर मर्त्यलोकातही स्त्रीला रत्नाची उपाधी दिली गेली आहे. पुरुष आनंदाने रमणीरत्न, नारीरत्न, स्त्रीरत्न इत्यादी नावांनी तिला भूषवितो. रत्न फार मौल्यवान गोष्ट आहे. स्त्रीसुद्धा, ह्या जगाच्या दृष्टीनं, भोग्यवस्तू म्हणून फार मौल्यवान गोष्ट आहे.

पुरुष या शब्दाबरोबर जे शब्द वापरले जातात ते शक्ती व शौर्याचे प्रतीक असतात. जसं पुरुषोत्तम, पुरुषसिंह नरशार्दूल, नरपुंगव, पुरुषपुंगव, पुरुषप्रधान, पुरुषपुंडरीक, नरकेसरी इत्यादी. वर उल्लेखलेल्या नावात सिंह, शार्दूल (वाघ), पुंगव (बैल) केसरी (सिंह), श्रेष्ठ, प्रधान हे शब्द पुरुष पराक्रमी, वीर्यवान असल्याचं सिद्ध करतात. उलट अबला म्हणजे बल नसलेली, म्हणजेच स्त्री. ह्याचा अर्थ नारी दुर्बल आहे.

परस्परांशी सहयोगानं राहणाऱ्या समूहाला 'समाज' म्हटलं जातं. प्राण्यांसाठी पण हा शब्द वापरला जातो. जसं पशुसमाज, पक्षिसमाज. मानवजात आणि मानवसमाज ह्या शब्दांप्रमाणे स्त्रीजाती, नारीजाती, महिलासमाज, नारीसमाज, नारी संप्रदाय इत्यादी अनेक शब्द वापरले जातात. असे शब्द वापरण्याचं एकच कारण स्त्रीला वेगळं ठेवणं. जातीचा अर्थ जन्म, उत्पत्ती. माणसाच्याच बीजापासून स्त्रीचा जन्म होत असला तरी, तिला स्त्रीजात, नारीजात म्हणून माणसांतून वेगळं का काढलं जातं ? जणू काही स्त्री म्हणजे माणूस नव्हेच. माणसापेक्षा वेगळी कुणीतरी. तिची जात, समाज वेगळाच.

शब्दकोशातून हा भेद नष्ट केला तरी रूढी-परंपरा, रक्त मांस ह्यांच्यातून हा भेद कसा नष्ट करणार ? असा ज्वलंत भेद असताना, ज्या स्त्रिया स्त्री-स्वातंत्र्यासाठी आंदोलन करू बघतात, त्यांच्यासारख्या निर्बुद्ध त्याच. त्यांनी स्वतःच ह्या वाईट परंपरांवर बंदी घालण्याचा प्रयत्न केला पाहिजे. नाहीतर सामाजिक बंधनांतून त्यांची मुक्तता कोण करणार आहे ?

* * *

३१

पुरुषाच्या बदनामीपेक्षा स्त्रीच्या बदनामीची पद्धत आणि परिणाम फार भयंकर असतात. समजा एखादा मुलगा जरा उच्छृंखल असला, म्हणजे त्याचं वागणं-बोलणं बरं नाही, घरात लक्ष नाही, बाहेर वणवण फिरतोय, तर अशाची माणसांना दया येते. पण अशी एखादी मुलगी वागली तर मात्र लोक नाकं मुरडतात.

मुलींनी वा स्त्रियांनी नेहमी संयमानं वागलं बोललं पाहिजे. स्वच्छ राहिलं पाहिजे. जेवताना माशाचे वा मटणाचे मोठे तुकडे स्त्रीनं स्वतःच्या पानात वाढून घेणं वाईट दिसतं. चांगल्या स्त्रीनं खावं कमी. पोट भरलं नाही तरी चालेल, मन तृप्त झालं म्हणजे झालं. घरात मन रमविण्यासाठी काहीही सापडत नसलं तरी तिनं घरात रमलंच पाहिजे. नियमितपणे स्वयंपाकपाणी, शिवण-टिपण करून तिनं संसाराची शोभा वाढवायला मदत केली पाहिजे. ती असं नाही वागली तर ती बाई कसली?

एखाद्या पुरुषाचं घरात लक्ष नसलं तरी चालतं, पण एखाद्या बाईनं असं केल्यास, तिला तोंड दाखवायला जागा राहात नाही. मुलांनी दुपारी, संध्याकाळी गप्पागोष्टी केलेलं चालतं. पण एखाद्या मुलीनं सर्व वेळ असा घालविला तर तिला नाव ठेवली जातात.

साधारणतः पुरुषच स्त्रियांकडे वळून बघतात. पण मी एकदा एका देखण्या पुरुषाकडे वळून वळून पुन्हा पुन्हा पाहिलं तर तेव्हा मात्र माझ्याबरोबरच्यांनी माझी छी थू केली. त्यांच्या मते बायकांनी असं पाहू नये. लोक वाईट म्हणतात. मी विचारलं की पुरुष कसे आमच्याकडे बघतात. तेव्हा ते म्हणाले, 'त्यांनी बघितलं तर काही बिघडत नाही. पुरुषच ते!' ते पुरुष म्हणून त्यांना सर्व माफ, मी स्त्री म्हणून देखण्या पुरुषाकडे पुन्हा पुन्हा पाहू शकत नाही.

गच्चीत उभी राहून, एखादी मुलगी, शेजारच्या मुलाशी हसून-खेळून गप्पा मारू लागली, तर मुलाला कोणी काही म्हणत नाही, पण मुलीच्या नावाचा गहजब होतो. मुलानं मुलीला दोन डझन चिठ्या पाठविल्यानंतर मुलीनं एखादं चिठोरं लिहिलं तर मुलगा हवेतून चालू लागतो. पण मुलीला पालकांच्या थपडा खाव्या लागतात. बागेत

हिंडून-फिरून मुलं मोठ्या उत्साहानं घरी परत जाऊ शकतात. पण मुली तसं करू शकत नाहीत. त्यांना हळुवार, चोरपावलांनी भीत भीत यावं लागतं. कारण वस्तीत कळलं तर तोंड दाखविण्याची चोरी.

मुलगा रात्री घराच्या बाहेर राहिला तर त्याला काही त्रास होत नाही. पण मुलगी रात्री घराबाहेर राहिल्यास तिची बदनामी काळ्या धुराप्रमाणे सर्वत्र पसरायला वेळ लागत नाही. मग अशा मुलीला कुठेच जागा राहात नाही तोंड लपवायलासुद्धा.

स्त्री व पुरुष जवळ आले, त्यांचे संबंध आले तर समाज तिला त्रास देतोच, पण शारीरिक दृष्ट्याही ती दुर्दैवी ठरते. कारण ती गर्भवती होऊ शकते. मग हात-पाय आपटण्याशिवाय तिच्या हातात काहीच राहात नाही. तिच्या ह्या अवस्थेला तिच्याशिवाय कोणी जबाबदार नसतं. तिची जबाबदारी कुणीही उचलत नाही. दोघांचं कर्म एकच. पण एकाच प्रसंगाची फलनिष्पत्ती मात्र भिन्न. अंगावरची धूळ झाडून स्वच्छ करता येते. पुरुषांचं तसंच असतं. पण स्त्रीच्या तोंडाला जो काळिमा फासला जातो, तो धुवायला एकही सामाजिक साबण नसतो.

प्रत्येक क्रियेला प्रतिक्रिया असते, हे आपल्याला माहीत आहेच. वस्तूच्या भिन्नतेप्रमाणे प्रतिक्रियेत फरक पडतो. पण जर एखादी गोष्ट जड नसली, जिवंत असली, पशू नसून माणूस असली तर माणसा-माणसाच्या प्रतिक्रियेत इतका फरक का? बदनाम एकटी स्त्रीच का होते? पुरुष का नाही?

एकदा एक बाई आपल्या दारूड्या आणि बाहेरख्याली नवऱ्याला सोडून आली. तिला वाटलं समाज तिला आश्रय देईल. तिच्या माहेरच्या लोकांनी तिची राहण्या जेवण्याची व्यवस्था केली. पण लोकांच्या नजरा, टोमणे, निंदा ह्यांच्यापासून ते तिचा बचाव करू शकले नाहीत. अखेर तिच्या सुरक्षेचा विचार करून, पुरुषप्रधान समाजातील प्रतिष्ठित लोकांनी तिचा युक्तीनं दुसरा विवाह करून दिला.

मुलीचं लग्न म्हणजे जणू लॉटरीच. नवरा निष्ठावंत आहे की बाहेरख्याली, दारुड्या आहे की नाही, तो बायकोला खायला घालू शकेल का नाही, तो जननक्षम आहे का नाही, हे काहीही माहिती करून न घेता, मुलीला सर्व जन्मभर त्याचा स्वीकार करावा लागतो. ह्या बाईचा दुसरा नवरा अर्थलोलुप, रानटी, नीच, नपुंसक होता. तिला सर्व बंधनं तोडून बाहेर पडायचं होतं, बाहेरच्या मोकळ्या हवेत श्वास घ्यायचा होता. ह्या नरकातून सुटका करून घ्यायची होती. पण तिला ते शक्य नव्हतं. बदनामीच्या भीतीनं ती असं काही करू शकत नव्हती. कारण घर सोडल्यास बदनामी फक्त बाईची होते, पुरुषाची नाही.

एखाद्या पाशवी वृत्तीच्या पुरुषानं स्त्रीवर कितीही अत्याचार केले तरी त्याला कोणी दोष देत नाही. दोष दिला जातो स्त्रीला. कारण पुरुषाला सर्व गुन्हे माफ असतात.

* * *

३२

पुरुष वाचकांनो, समजा कुणी एखादी स्त्री तुमच्याशी अन्यायानं वागत आहे असं तुम्हाला वाटत असेल किंवा ती अन्यायानं वागली नाही तरी तिला पाहून वा ऐकून ती अभिमानी, हवेतून चालणारी, ताठमानेची, सरळ नजर ठेऊन चालणारी, कुणालाही जवळ फिरकू न देणारी अशी वाटत असेल, तर तिचा सूड घेण्याचा एक नामी उपाय तुमच्या हातात आहे. ती तुमच्याकडे दुर्लक्ष करीत असेल, तर करू द्यात. त्यानं तुमचं काहीही बिघडत नाही. त्याचा अजिबात विचार करू नका. कारण तुम्ही पुरुष आहात. पौरुष तुमच्या नसानसात भरलंय ! तुमच्या हातात असं एक प्राणघातक अस्त्र आहे की त्याचा वापर केल्यास, स्त्रीचा समस्त अहंकार किंवा ताठपणा काय पाहिजे ते नाव द्या- धुळीला मिळेल. एवढंच नाही, तर ती स्त्री ताठ कण्याची असली, ताठ मानेनं चालणारी असली, तरी ह्या अस्त्रात तिचा कणा पार मोडून टाकण्याची, तिला मान खाली घालायला लावण्याची क्षमता आहे.

मी रामपुरी चाकूची किंवा सुऱ्याची गोष्ट करीत नाही. त्याची आवश्यकता नाही. असल्या भानगडीत पडायचं कारण नाही. भोसकल्यानं कोर्ट-कचेऱ्यांची कटकट सुरू होणार, शिवाय उगाचच खिशाला फटका बसणार ! पिस्तुलाचा उपयोग केला तरी अडचण आहेच. गोळीचा आवाज ऐकून शंभर लोक गोळा व्हायचे. हल्ली ॲसिडवरही फारसा भरवसा ठेवण्यात अर्थ नाही. कारण त्यानं व्यवस्थित अंधत्व येईलच असं नाही. चेहराही पाहिजे तसा चांगला भाजला जात नाही. शिवाय नेम बरोबर लागला नाही, तर काहीच उपयोग नाही.

आता तुम्हाला माझ्या मनात असलेलं भरवशाचं अस्त्र कुठलं हे जाणून घेण्याची उत्सुकता लागली असेल ना ? हे कुठलंही आधुनिक आयुध नाही. ह्याचा सर्रास उपयोग केला जात नाही. हे वापरल्यानं फाशी होत नाही. ज्या हातानं संधी मिळताच अचूक नेम धरून, गळ्याचा वेध घेता येतो, त्या हातांत हातकड्या पडत नाहीत. हे गळा कापण्याचं ब्लेडही नाही की चप्पलही नाही. ह्यातलं काहीही नाही बरं !

मला निश्चित माहित आहे की हे सर्व वाचणारे पुरुष त्यांच्या मुठीत असणाऱ्या ह्या अस्त्राबद्दल जाणून घ्यायला अधीर झाले असणार. खरं सांगायचं तर हे अस्त्र पुरुषांच्या हातात नाही, तर जिभेत आहे. फार नाही, त्यांनी फक्त एक वाक्य म्हणायचा अवकाश ! बस्स काम झालं ! हे वाक्यच त्यांच अस्त्र आहे. ते कुणाही समोर उच्चारताच ते सावजाचा वेध घेणारच.अशी सफलता देणारा रामबाण म्हणजे 'ही मुलगी वा बाई चांगल्या चालीची नाही' हे वाक्य. बस्स. किल्ला जिंकलाच म्हणून समजा. मग तुम्ही हवेत तरंगा नाहीतर निश्चिंत मनानं झोपा. ते वाक्य तुमचं काम फत्ते करील. तुम्हाला आणखी काहीही करावं लागणार नाही. एकशे एक टक्के खात्रीशीर इलाज. इतर अस्त्र-शस्त्रांपेक्षा हे अस्त्र सर्वांत धारदार आहे.

हे वाक्य इतकं चविष्टही आहे की लोक ते एका घरातून दुसऱ्या घरात, एका मुक्कामावरून दुसऱ्या मुक्कामावर, एका शहरातून दुसऱ्या शहरात सहज पोहोचवितात. चारित्र्यासारखी- विशेषत: स्त्रीच्या चारित्र्यासारखी- नाजूक काच तुम्हाला कुठही मिळणार नाही. त्या काचेला नुसत फू केलं तरी ती खळकन् फुटते. तुम्हाला चिंतेचं काहीही कारण नाही. कारण ह्यासाठी साक्षीपुरावे, कोर्ट-कचेऱ्या ह्याची काहीही आवश्यकता नाही.

पण पुरुषांनो, तुम्ही ह्या अस्त्राचा उपयोग केल्यास, स्त्रीला काय काय भोगावं लागेल, हे तुम्हाला तो जन्म मिळाल्यावरच कळेल. आता मी कितीही सांगितल तरी त्याची कल्पना येणार नाही. पण तुम्हाला स्त्रीवर काय प्रसंग येतो ह्याची कल्पना येण्यासाठी एक उपाय आहे. आपल्या बहिणीच्या संदर्भात हे वाक्य उच्चारा आणि मग पाहाच तिची काय स्थिती होते ती ! ह्या वाक्याचं शेपूट घट्ट पकडून ठेवा म्हणजे कळेल हे अस्त्र अजिबात कुचकामी नाही ते !

'चारित्र्य' ही फार मौल्यवान गोष्ट आहे. पुरुषांना नाही, पण स्त्रियांना ह्या गोष्टीची फार काळजी घ्यावी लागते. स्त्रीनं चारित्र्याला कडी-कुलूपात बंद करून ठेवलं तर त्याची किंमत फारच वाढते. हा एक लाभदायक व्यापार झालाय म्हणा ना ! आणि हा व्यापार आहे आमच्या समाजातील धूर्त सौदागरांच्या हातात.

पुरुष वाचकांबरोबरचं माझं बोलणं आता संपलं आहे. आता माझ्या भगिनींशी बोलते. पुरुषांना ज्या चार युक्तीच्या गोष्टी सांगितल्या त्याचा आमच्या दृष्टीनंही काही फायदा आहे. पुरुषांना कळेल की त्याच्या युक्त्या प्रयुक्त्या आम्हालाही माहीत आहेत. जे रहस्य उघड होतं, त्याची किंमत आपोआपच कमी होते.

शेवटी वाचक भगिनींसाठी 'चरित्र' नावाची एक कविता देत आहे-

'तू एक स्त्री आहेस,'

हे चांगलं लक्षात असू दे.
तू घराची चौकट ओलांडताच,
लोक तुझ्याकडे वाकड्या नजरेनं पाहतील.
गल्लीतून तू जाऊ लागलीस की
ते तुझ्या मागं लागतील, फुलं देतील.
पण तू गल्ली ओलांडून रस्त्याला लागलीस,
तर तुला 'चारित्र्यहीन' म्हणून शिव्या देतील.
तू एक तुच्छ वस्तू आहेस बरं,
तेव्हा मागे तरी फिर, नाहीतर
जशी चालली आहेस, तशीच जात राहा.

* * *

३३

१) माझ्या बाबांची बदलीची नोकरी होती. त्यामुळे लहानपणी मला दोन-तीन वेगवेगळ्या शाळेत जाण्याची संधी मिळाली. प्रत्येक शाळेत मी अगदी टीपटॉप जात असे. रंगीत ड्रेसवर पांढरी ओढणी घेतल्यावर फार स्मार्ट दिसायची मी.

आता शाळा-कॉलेजचे दिवस केव्हाच मागे पडलेत. पण शाळेत जाणाऱ्या झकपक पोशाखातील मुली पाहिल्या की माझ मनं अजूनही नाचू लागतं. मनात येतं डबा खायची सुट्टी होताच ह्या पण आमच्यासारख्याच क्रीडांगणावर पळत असतील. आम्ही सुटीची घंटा होताच धावत सुटायचो. मग कुणी नावा बांधण्यासाठी बांधलेल्या धक्क्यावर जायच्या, कुणी बौची खेळायच्या मैदानावर, काही झाडाच्या फांदीवर बसायच्या.

पण माझं लक्ष, हल्ली, ह्या मुलींच्या पोशाखानं वेधून घेतलंय. मुली शाळेच्या युनिफॉर्मवर आणखी एक ओढणीवजा कापड पांघरतांना दिसतात. आपलं वरचं अर्ध अंग त्या ह्या कापडानं झाकून घेतात हे पाहून मला आश्चर्य वाटलं. काय असावा ह्याचा हेतू ? हल्ली अशिक्षित किंवा कमी शिकलेल्या बायका असं कापड पांघरतांना मी पाहिल्या होत्या. पण ह्या शाळकरी मुलींनी असं काही का पांघरावं बरं ? एका विद्वानांनी मला सांगितलं की इस्लाम देशात ही अशीच पद्धत आहे. त्या दिवशी, ढाक्यातील कॉलेजमधील मुली पाहिल्या. त्यांनी सर्वांनी गुलाबी रंगाचे ॲप्रन घातले होते. का ? त्या सर्वजणी शास्त्रशाखेच्या विद्यार्थिनी होत्या का ? लॅबोरेटरीत काम करांव लागतं म्हणून त्यांनी ॲप्रन घातले होते का ? चौकशी केल्यावर खरं कारणं कळलं. 'राष्ट्रधर्म' म्हणून बायकांनी पडद्यात राहणं आवश्यक होतं.

माणसाला-त्याला जर माणूस मानलं गेलं असेल तर- त्यानं काय परिधान करावं हे ठरविण्याचं स्वातंत्र्य असावं. इतक्या दिवस जो पोशाख घालून मुली शाळेत जात होत्या तो काही असभ्य नव्हता. आता आणखी वरती एक चादर कशाला ? लाहोरला मुलींनी ह्या अनावश्यक कापडाची होळी केली.

अशिक्षित स्त्रिया कपड्यावर कपडे घालून आपली बुद्धिहीनता, दूरदृष्टीचा अभाव आणि अक्कलशून्य डोकं झाकतात. धर्मानं स्त्रियांना कुरूप करून ठेवलंय. म्हणून धर्म त्यांना झाकून ठेवायला बघतो. स्त्रियांना शिकायचा अधिकार नव्हता पण तो त्यांनी मिळविलाय. त्या आता प्रकाशाच्या मार्गावरून चालायला लागल्यात. आता त्यांना येथून परत फिरविणं अशक्य असल्यानं, त्यांना अंधारात ठेवण्यासाठी ही चादर घ्यायची पद्धत.

माणसाची प्रगती झालीय. पण माणसाला प्रगती पथावरून मागं खेचणारी काही माणसं ह्या समाजात आहेतच. म्हणूनच मुलींनी अशी चादर अंगावर का घ्यायची त्याला काहीही तर्कसंगत उत्तर नाही. उत्तर शोधू लागल्यास धार्मिक चादर वा ॲप्रन घालून पुढे जाणाऱ्याला मागे खेचायचं हेच कारण दिसतं. ह्या संदर्भात प्रश्न खूप आहेत, पण त्यांची उत्तरं स्त्रियांच्या पक्षाविरुद्धच आहेत. माणूस शिकला की जागृत होतो. असा माणूस अन्याय आणि कुरूपता ह्यांच्याविरुद्ध बोलण्यास समर्थ होतो. स्त्रीला जागृत होऊन, राष्ट्र, समाज आणि धर्म ह्यांनी तिच्यावर चालविलेल्या अत्याचाराला विरोध करायचा असेल, तर तिनं स्वतःच तिच्या वागण्यात बदल केला पाहिजे. गवतावर दगड ठेवल्यास, गवताचा रंग बदलतो. तो हिरवा राहात नाही, पिवळा पडतो.अशा पिवळ्या पडलेल्या, विदीर्ण झालेल्या स्त्रिया, विरोध करणं तर बाजूलाच, त्यांना साधी जाणीव असणंही अशक्य.

आधुनिक तऱ्हेचा पोशाख घालून मुलींनी शाळेत जाणं जर खटकत असेल तर इतर खटकणाऱ्या गोष्टींचं काय ? मशिदीत मुलींवर इमामच बलात्कार करतात, मदरसातील मुलंच मुलींचा विनयभंग करतात, टोपी आणि लाल कफनी घातलेला अल्लाचा नेक-बंदा, घरात पाच बायका असूनही आपल्या नातीवर पवित्र जागी बलात्कार करतो, ह्या गोष्टी खटकणाऱ्या नाहीत का ? धर्माचा असा धंदा मांडणाऱ्यांच्या हातातील महासत्तेला नमून सर्व देश त्यांच्या अशा धर्माच्या नावाखाली चालणाऱ्या धंद्याला संमती देतो.त्याच्यासाठी महाल बांधतो, निरनिराळे धंदे काढून देतो. राष्ट्र आणि समाज ह्यांतील प्रसिद्ध विद्वान ह्या अशा चटकदार धंद्यांना मोठ्या उत्साहानं टिकवून धरतात आणि हे असे धंदे करणारे अशिक्षित, ढोंगी, लोभी व कामुक धर्माच्या नावावर स्त्रियांवर अत्याचार करतात, त्यांचा उपभोग घेतात.

ह्या अशा धर्माची देशभर चर्चा झाली, तर अशा ह्या धंद्याला धर्म समजणाऱ्या स्त्रिया कशासाठी आपलं तोंड झाकतील ? त्यांनी असा कोणता अपराध केलाय की त्यासाठी त्यांचं स्वातंत्र्य, आवड, व्यक्तिमत्त्व, सौंदर्य आणि बुद्धिमत्ता ह्यांना अडथळा व्हावा ? माणसाचं प्रमुख लक्षण स्वातंत्र्य. स्त्रीच्या ह्या स्वातंत्र्यालाच राष्ट्र विरोध करतं.

स्त्रीच्या स्वाभाविक विकासात धर्म अडथळा ठरतो. धर्म माणसाला मागे खेचतो, प्रगती व विज्ञान ह्यांना विरोध करतो, अज्ञात भिंतीच्या आत डांबून ठेवतो, तो माणसाला हसू देत नाही, इच्छेप्रमाणे काही करू देत नाही. तो स्त्रीला 'अमानुष' बनवितो, पुरुषाची गुलाम करतो.

२) 'जगातील सर्वच भोग्यवस्तू आहेत आणि ह्यांतील सर्वोत्तम भोग्यवस्तू म्हणजे चारित्र्यसंपन्न स्त्री.'

'मला जर कुणाला पाया पडण्याबाबत हुकूम करायचा झाल्यास मी प्रत्येक स्त्रीला तिच्या पतीच्याच पाया पडण्याचा हुकूम करीन.'

'१) जो गुलाम मालकाकडून पळून गेलाय, तो पुन्हा मालकापुढे हजर होईपर्यंत,

२) स्त्रीचा असंतुष्ट पती संतुष्ट होईपर्यंत,

३) नशाखोर नशा सोडीपर्यंत,

ह्या तिघांचा नमाज अल्लाला 'कबूल' होत नाही.'

'जर एखाद्यानं त्याच्या स्त्रीबरोबर समागमाची इच्छा प्रकट केली, तर त्या स्त्रीनं ताबडतोब-ती चुलीजवळ असली तरी- नवऱ्याजवळ गेलं पाहिजे.

'एखाद्या पुरुषाच्या शरीरातून रक्त व पू गळत असेल, आणि तो त्याच्या बायकोनं चाटून साफ केला तरी त्याचा मेहेनताना चुकता होत नाही.'

'जी स्त्री सदासर्वकाळ नवऱ्याला संतुष्ट करण्यासाठी साजशृंगार करते, नवऱ्याचा अधिकार जपते, त्याला संतुष्ट करते, त्याच्या इच्छेप्रमाणे त्याची सेवा करते, त्या स्त्रीला, पुरुषाबरोबरीनं जुम्ना (महत्त्व) जामात (जमातीत प्रतिष्ठा) हज्ज (हजचे पुण्य) व उमराव (पदवी) मिळते.

'ज्या स्त्रिया पतीच्या दुसऱ्या विवाहाचा मत्सर न करता शांत राहतात, त्यांना अल्ला शहीदांच्या बरोबरीनं फायदा मिळतो.'

'एखादी स्त्री तिच्या पतीला म्हणाली की तुमची कोणतीच गोष्ट मला पसंत नाही, तर तिची ७० वर्षांची साधना नष्ट होते. पण तिनं त्या दिवशी प्रायश्चित्त म्हणून 'रोजा' ठेवला आणि रात्री नमाज पढला तर तिला ७० वर्षांच्या साधनेइतकं पुण्य मिळतं.'

'स्वर्गात सर्वांच्या खाली स्थान मिळणाऱ्या व्यक्तीला सुद्धा ऐंशी हजार दास आणि बहात्तर स्त्रिया मिळतात.'

'जर एखाद्यानं आपल्या स्त्रीला पिवळ्या पर्वतापासून काळ्या पर्वतापर्यंत व तेथून पुन्हा पांढऱ्या पर्वतापर्यंत पळण्याचा हुकूम केला तर तो हुकूम पाळणं तिचं कर्तव्य आहे.'

'जर एखाद्यानं बायकोजवळ शय्यासोबत करायची इच्छा व्यक्त केली आणि तिनं

दुर्लक्ष केलं, म्हणून नवऱ्याला राग आला, तर सकाळ होईपर्यंत 'फरिश्ते' त्या स्त्रीला शाप देत राहतात.'

नवरा बायकोला चार कारणांनी मार देऊ शकतो :

१. साजशृंगार करून त्याच्याजवळ येण्यास त्यानं फर्मावलं असता, तिनं ते मानलं नाही तर,

२. संभोगाला नकार दिला तर,

३. स्त्री सुख, स्नान आणि नमाज ह्यांचा त्याग केला तर,

४. नवऱ्याच्या परवानगीशिवाय दुसऱ्यांच्या घरी गेल्यास,

वरील वाक्ये महाबनी हजरत मुहम्मंद (साः) ह्यांचे उद्‌गार आहेत व ते पवित्र हादिस मानले जातात.

एवढं सांगितल्यानंतरही जी स्त्री धर्माचं सर्वव्यापी ओझं, तिच्या शरीरावर व मनावर वाहील, तिला बिनडोक आणि निर्लज्ज म्हणून तिचा धिक्कार केल्याशिवाय मला राहवणार नाही.

* * *

३४

१) माझ्या ओळखीचे एक गृहस्थ आहेत ते कम्युनिस्ट आहेत. आणि सुनेला दोन साड्या आणि दोन भांडी देऊन तिला घरात अडकवून, ते देशात कम्युनिझम यावा म्हणून चळवळ करतात, प्रॉलेटॅरिॲटच्या स्वातंत्र्याच्या गोष्टी घसा फोडून सांगतात. 'स्त्रीला पूर्ण स्वातंत्र्य मिळाल्याशिवाय, कामगारांना पूर्ण स्वातंत्र्य मिळणे शक्य नाही' असं लेनिनचं मत होतं. हे लेनिनचं मत ह्या कम्युनिस्ट गृहस्थांना माहीत आहे की नाही, कोण जाणे !

२) कलकत्त्याच्या ईस्टर हॉटेलमधून माझ्या एका मैत्रिणीनं असतीला फोन केला. म्हणाली, 'इकडे निघून ये. टॅक्सी कर आणि सरळ ये. शेक्सपिअर सरणीनं.' अतसीनं नाना तऱ्हेची कारणं सांगून यायचं टाळलं. पाच एक दिवसानंतर तिच्या तोंडातून खरं बाहेर पडलं. ती म्हणाली,'खरं म्हणजे मला बसची सवय आहे. मी टॅक्सी कधीच करीत नाही. फार पैसा खर्च होतो त्यात.'

कलकत्त्यात वळणा-वळणावर स्त्रिया बसची वाट पाहात उभ्या असतात. त्या बसमध्ये बसतात, उभ्या राहतात, लोंबकळत सुद्धा जा - ये करतात. पृथ्वीवरच्या सर्व सभ्य देशात स्त्रिया बसचा वापर करून आपला वेळ वाचवितात.जगात फक्त एकच असा असभ्य देश आहे की त्या देशातील बस महिलांसाठी नाहीत.'लेडिज नाही' असं म्हणून वाट पाहणाऱ्या बायकांच्या अंगावर धूळ उडवीत बस निघून जाते. अस्पृश्य प्राण्यासाठी बस नाही.मग स्त्रियांना चालत चालत महाखालीपासून राय बाजारापर्यंत, गुलिस्तानपासून मोहंम्मदपूरपर्यंत किंवा कमलापूरपासून श्यामलीपर्यंत अंतर कापावं लागतं. अस्पृश्याच्या बाजूनं कोण बोलणार ? कोण विनंती करणार? घ्या. हे पाप स्वीकारा आणि स्वतः मोठेपणा मिळवा. साध्या साध्या गोष्टीत गडबड गोंधळ झाल्यास बस जाळल्या जातात. पण अस्पृश्यांच्यात धग नाही, म्हणून ते बस जाळू शकत नाहीत. त्यांच्यात आग धुमसत असती तर बसच काय बसच्या आत असलेल्या लाटसाहेबांसकट बस जाळली असती त्यांनी !

३) सोव्हिएत युनियननं स्वातंत्र्याचा अर्थ बरोबर उलटा लावलाय.इतक्या वर्षानंतर स्त्रीचं घराकडं परत येणं त्यांना सयुक्तिक वाटतंय. विश्वसुंदरी स्पर्धा म्हणजे स्त्रीला 'पण्य' वस्तू म्हणून उपयोगात आणण्याचं एक उत्कृष्ट माध्यम. अशा स्पर्धेत भाग घेण्यात त्यांना स्त्री- मुक्ती दिसते.मोह माणसाला किती अंध, मूर्ख आणि अविचारी बनवितो हे सोव्हिएत युनियनच्या अधःपतनावरून मला चांगलं समजलं.

४) पाश्चिमात्य स्त्रिया आणि मुलं ह्यांना इराकनं सोडून दिलं. कारण ते सर्व असाहाय्य. असाहाय्यांना ओलीस ठेवणं हे काही शौर्याचं लक्षण नाही. असाहाय्यांना क्षमा केली की लोक खूष होतात. म्हणूनच सद्दाम हुसेननी स्त्रिया व मुलं ह्यांना सुरक्षितपणं घरी पाठवून जगाला खूष केलं.

दलदलीत पडलेल्या पंगू माणसाला, दया दाखवून, दलदलीतून बाहेर काढणं, फार मोठं काम आहे. आजाऱ्याला वा पंगूला जमेल तशी मदत करावी असं धर्मग्रंथातही म्हटलंय. 'लेडिज फर्स्ट' ही गोष्ट पण फार प्रचलित आहे. ह्याचं कारण आंधळेपांगळे, वृद्ध, लहान मुलं ही जशी असाहाय्य असतात, तसंच निरोगी,सबळ स्त्रियांनाही असाहाय्यच मानलं गेलंय. म्हणूनच पांगळ्याला जसा पहिला हक्क देतात. तसाच स्त्रियांनाही दिला जातो. चट्टग्रामच्या बसवर लिहिलेलं असतं 'महिलांना जागा द्या'. जणू स्त्रियांच्या पायात जोर नाही, उभी राहण्याची शक्ती त्यांच्यात नाही. अनेकजण स्त्रियांना जागा देऊन, दुर्बलाचं रक्षण केलं म्हणून अभिमानानं मिरवितात. स्त्रियांना अशा किरकोळ सोयी करून देऊन, समाजानं त्यांना पंगू बनवलंय. पण ह्या सोयी करून देऊन आपल्यावर अबला, असाहाय्य जीव म्हणून शिक्का मारलाय हे ज्यांच्यासाठी ह्या सोयी आहेत, त्यांच्या लक्षातच येत नाही.

५) प्लेटोच्या स्त्री-अधिकारवादाबद्दल अनेक ओरड करतात. तो तर खरा स्त्रीमुक्ती आंदोलनाचा वाटाड्या होता. परंतु 'ईश्वरानं मला रानटी लोकांत जन्माला न घालता ॲथेन्सवासी केलं, स्त्रीच्या किंवा गुलामाच्या जन्माला न घालता, पुरुषाच्या -मुक्त पुरुषाच्या जन्माला घातलं, ह्याबद्दल मी ईश्वराचा आभारी आहे.' हे उद्गार दुर्लक्ष करण्याजोगे नाहीत. इ.स. पूर्वीच्या पाचव्या शतकात ग्रीसनं स्त्री व गुलाम ह्यांच्यात काहीही भेद मानला नव्हता. प्लेटोनेही तो मानला नाही. Republic ह्या पुस्तकाच्या Book V मध्ये त्यानं 'नीच'पणाची तुलना स्त्रीच्या मनाबरोबर केली आहे. तो म्हणतो, की स्त्रीच्या मनाप्रमाणे नीच. Mno (71 c 73a) यात म्हटलंय,'स्त्रीनं उत्तम गृहिणी होणं आणि पतीनं दिलेल्या आदेश-निर्देशाचं पालन करणं, हेच स्त्रीचं कर्तव्य आहे.' Laws (802e) मध्ये सांगितलंय की स्त्रीजात निरहंकारी असते आणि कोणत्याही स्थितीत ती निभावून जाऊ शकते. ह्याऊलट पुरुष साहसी व अहंकारी असतात.

Timaeus (42e) मध्ये प्लेटोनं सांगितलंय की मानवी जीवन दोन भागांत विभागलं गेलंय. उच्च भाग म्हणजे पुरुष. दुष्ट व भ्याड पुरुष पुढच्या जन्मात स्त्री म्हणून जन्म घेतात.

६) दरवर्षी निरनिराळ्या संस्थांकडून मला डायऱ्या मिळतात. पण त्या माझ्यासाठी नसल्यानं मी त्यांचा उपयोग करू शकत नाही. प्रत्येक डायरीवर Personal Memoranda मध्ये Blood group मध्ये चार कॉलमस् असतात. self, wife, child I, child II, ह्याचाच अर्थ ह्या डायऱ्या पुरुषांसाठी असतात. पण आमच्यातील काही मूर्ख व निर्लज्ज बायका मोठ्या गर्वानं डायरीवर स्वतःचं नाव लिहितात. दुसऱ्याची वस्तू वापरण्याची मला सवय नाही. स्वत्व म्हणून काही ज्यांच्यात असेल, त्यांनाही अशीच सवय असेल अशी आशा आहे.

७) १६६२ साली मार्गारेट लुकास या डच महिलेनं लिहून ठेवलंय की पुरुष आमच्याशी अतिशय निष्ठुर आणि विवेकहीन वर्तन करतात. स्वतः सर्व प्रकारचं स्वातंत्र्य उपभोगतात,पण आमच्या स्वातंत्र्यावर मात्र गदा आणतात.जणू काही आम्ही पशूप्रमाणे धरतीला भार आहोत. आम्ही रोजच किड्यामुंगीप्रमाणे मरत असतो.

* * *

३५

१) 'मेयेछेले' (मेये - मुलगी, स्त्री, छेले - मुलगा, पुरुष) हा शब्द बंगाली घरात नेहमी वापरला जातो. मेयेछेले चा अर्थ फक्त मुलगीच. मग मेये शब्दाबरोबर छेले शब्द जोडण्याचा अर्थ काय ? ह्याचा अर्थ, पुरुष किंवा मुलगा ह्यांच्या पाठीवर भार टाकल्याशिवाय 'मुलगी' किंवा 'स्त्री'चं नाही, तर त्या अर्थाचा शब्दही उभा राहू शकत नाही. एकमेकांचा आधार असल्याशिवाय त्यांचं चालत नाही. दुर्बल झुडुपांना ज्याप्रमाणे काठीचा आधार देऊन ताठ उभं केलं जातं ना, अगदी तसंच आहे हे, जणू !

'छेलेपिले' किंवा 'छेलेपुले' ह्याचा अर्थ लहान मुलं-मुली, संतान, संतती. 'छेलेमानुष'म्हणजे वयानं लहान, बुद्धीनं अपरिपक्व असं कुणीही मुलगी वा मुलगा. 'छेलेमानुषी' 'छेलेमो' किंवा 'छेलेमि' म्हणजे बालिशपणा. 'छेलेधरा' (मूल पळविणारा) फक्त पुरुषच असतो असे नाही, बाईही असू शकते. 'छेलेभुलानो छडा किंवा गोष्टी (मुलाचं मनोरंजन करणाऱ्या गोष्टी) मुलं व मुली या दोघांनाही आकृष्ट करतात. 'छेलेबेला' म्हणजे मुलां-मुलींचं बालपण वा शैशव. 'छेलेखेला' म्हणजे दोघांच्याही बाललीला. ह्या सर्वांशी दोघांचाही संबंध असताना, फक्त 'छेले' याच शब्दाला सर्वत्र प्राधान्य का ? जगात स्त्रियांना इतकं नगण्य मानलं गेलंय की दैनंदिन व्यवहारातील शब्दांतसुद्धा ह्यांचा उल्लेख केला जात नाही.

२) 'असूर्यस्पर्शा' हा शब्द फक्त स्त्रीसाठीच आहे. पुरुष कधीच 'असूर्यस्पर्शा'नसतो. कारण तो प्रकाशपुत्र. पण स्त्री अंधकाराची पुत्री. तिला प्रकाशाला स्पर्श करण्याचा अधिकार नाही. जसा सूर्य उज्ज्वल, प्रखर, प्रचंड तसाच पुरुष. आणि पुरुष-सूर्याच्या प्रकाशाच्या स्पर्शानं स्त्रीच्या स्त्रीत्वाला धक्का बसतो. स्त्री जेवढी घरात बंदिस्त राहील, अंधारात तोंड लपवून पडून राहील, तेवढं तिचं स्त्रीत्व चांगलं फुलेल !

पुरुषांनी स्वतःसाठी 'असूर्यस्पर्शा' हा शब्द तयार केलेला नाही. कारण ह्या शब्दामुळे त्यांना कधीच घरात बंदिवान होऊन बसायला नको. शिवाय ते जेवढे

सूर्याच्या जवळ राहतील, शक्तीला जेवढं आपल्या आवाक्यात ठेवतील, तेवढं त्यांचं शूरत्व जास्त ठरणार. पण स्त्रीनं मात्र अंधकारातच खितपत पडलं पाहिजे. म्हणजेच तिचं स्त्रीत्व वाढतं ! स्त्रीनं ह्याच समजुतीच्या जोरावर आपलं स्त्रीत्व वृद्धिंगत केलंय ! विष एकदा गोड लागलं की ती ते खाणारच ! स्त्रीत्व-वर उल्लेखलेल्याप्रमाणं स्त्रीत्व-सांभाळणाऱ्या स्त्रीची पुरुष वाहवा करतात आणि स्तुती कोणाला आवडत नाही ?

'अनाघ्रात' शब्दही स्त्रीसाठीच आहे.स्त्रीला फुलासारखं मानलं गेलंय. फूल दिसायला सुंदर असतं. रंगीत पाकळ्या आणि परागकणांनी युक्त असतं. स्त्रीनंही तसंच सुंदर आणि रंगीत असावं लागतं. भिन्न रूपा-गुणांनी ती सुशोभित असावी लागते. ज्या स्त्रीरूपी फुलाचा वास कोणीही घेतलेला नाही अशा फुलाची पुरुषाला फार आवड असते. तोच फक्त त्या फुलाचा सुगंध लुटणार, अंगाला परागकण माखून घेणार, एकेक करून पाकळ्या कुसकरणार ! तोच पुरुषांचा फार मोठा आनंद. 'अनाघ्रात' ह्या शब्दाचा अर्थ ज्याचा वास वा उपभोग घेतला गेला नाही असा. पुरुष भोग्यवस्तू नाहीच. भोग्यवस्तू आहे स्त्री. म्हणून 'अनाघ्रात' शब्द पुरुषांना लागू पडतच नाही. तो स्त्रीसाठीच आहे. ह्या 'अनाघ्रात' शब्दानं शब्दकोशात तर स्थान मिळविलेच आहे,पण तो पुरुषांनाही खूप प्रिय आहे.

३) फुटक्या ताटात माणूस जेवू शकत नाही. ही म्हण स्त्री आणि स्त्रीत्व ह्यांना जास्त लागू पडते. ह्या तुटक्या -फुटक्या -भंगलेल्या स्त्रीचे हातपाय डोळे धड असतात. भंग झालेला असतो, दुसऱ्याच एका गोष्टीचा. जिचं सतीत्व अबाधित ती संपूर्ण. बाकीच्या भंग पावलेल्या.स्त्री भांड्याप्रमाणे आहे. पुरुष, तिचा उपयोग करून, व्यापक आहार मिळवितो. भांडी जेवढी चकाचक तेवढा जेवणात आनंद मोठा. सतीत्व म्हणजे भांड्याचा, पात्राचा कच्चा माल आहे. सतीत्व चांगलं तर पात्र मजबूत. सतीत्व नसेल तर पात्र भंगतं, फुटतं. मग जेवणातही मजा नाही. म्हणून पुरुषांच्या जेवण्या -खाण्यातील आनंद वृद्धिंगत करण्यासाठी स्त्रीला चकचकीत, स्वच्छ, अभंग 'पात्र' होणं भाग आहे. हल्लीच टीव्हीवर एका नाटकात 'भंगलेल्या, फुटलेल्या ताटात माणूस फार दिवस जेवू शकत नाही.' हे वाक्य ऐकण्यात आलं. ह्या देशातील प्रगतीशील पुरुषच राष्ट्रामधील आदिम व गलिच्छ चालीरीती, टीव्ही व रेडिओ अशा माध्यमातून प्रसारीत करीत असतात. (चालीरीती, म्हणी यांच्याबद्दलचा विरोध सोडला तरी) अशा प्रचारामुळे माणूस आणखीनच अशिक्षित आणि हीन होतो. ह्या प्रचाराचा हाच हेतू असतो.

* * *

३६

संसार मांडायची मला फार हौस होती. लहानपणी आमच्या घराच्या गच्चीवर विटांवर विटा रचून मी घर बांधीत असे. त्यात हॉल, बेडरूम, व्हरांडा सर्व काही असे. माझ्या बाहुलीची एक सुंदर कॉट होती. आईनं त्यावर इतकी सुंदर गादी, उशी बनविली होती की वाटायचं हात पाय मुडपून त्यावर झोपावं. आमच्याकडे घर दुरुस्तीसाठी ट्रक भरून विटा आणल्या जात असत. मी आणि माझी धाकटी बहीण दुपारभर विटा गच्चीवर नेत असू. मग आमचं घर तयार होत असे. आमचं घर म्हणजे जुनं जमीनदाराचं घर होतं. त्यामुळे छताच्या फटीतून पाणी गळे. फटी बुजवायला बाबा गच्चीत येत, तेव्हा आम्ही बांधलेलं घर पाहात. मग एक एक करून सर्व विटा खाली नेत. आम्ही खालच्या खोलीत बसलेल्या असू. पण आम्ही बांधलेलं घर पाडलं जात सल्याचं आम्हाला जाणवे. धाकटी बहीण कळवळून म्हणायची, 'स्वयंपाकघर मोडलं वाटतं.' एकेक वीट खाली फेकल्याचा आवाज ऐकून मीही निःश्वास सोडीत असे. आमची बेडरूम पाडली की काय कोण जाणे ! अस्वस्थ व्हायची मी.

असं नेहमीच होई. आम्ही घर बांधत असू आणि घरातील इतर ते पाडीत असत. एकदा मला आठवतंय आमचं हे खेळातलं घर, फर्निचर, भांडीकुंडी ह्यांनी अगदी भरून गेलं होतं. आमचं घर हिंदू वस्तीत होतं. एक्काहत्तर सालातील गोष्ट. शेजारी भारतात पळून गेले होते. कुणीही नव्हतं. प्रत्येक दाराला टाळं लागलं होतं. आम्ही एका अंगणातून दुसऱ्या अंगणात असं करीत करीत प्रफुल्लच्या अंगणातून शंख, सिद्धेश्वरीच्या व्हरांड्यातून देवघरातील वाटी, ग्लास, समाप्तीच्या केळीच्या मुळाजवळ पडलेली फुटकी काच, लक्ष्मीची मूर्ती, जुनी बॅटरी एवढं सगळं गोळा केलं होतं. आणि आमच्या खेळातल्या घराला खूप चांगलं सजवलं होतं. एकाहत्तरमध्ये बाबा गच्चीत खूप कमी यायचे. त्यात आमच्या शाळेला सुटी होती. मी त्या खेळातल्या घरात दिवसातून दोनदा स्वयंपाक करायची, वीट कुटून तिच्या पावडरीचा मसाला करायची, भांडीकुंडी उतरावयाची, ठेवायची. आम्ही दोघी बहिणी त्या संसारात

चोवीस तास गुंग होऊन जात असू. पण, एक दिवशी अचानक एका विमानानं आमच्या डोक्यावरून सात चकरा मारल्या आणि शहरातल्या मोठ्या हॉस्पिटलवर बॉम्ब टाकला. त्याच दिवशी आम्ही सगळेच बैलगाडीतून गावी निघून गेलो. गावी गेल्यावर गच्चीवर सोडून आलेल्या संसाराच्या आठवणीनं रडू यायचं.

माझी फार दिवसांची संसार करण्याची इच्छा होती. मोठं झाल्यावर जेव्हा खरा संसार करावासा वाटला, हळूहळू स्वप्नं फुलू लागली, तेव्हा मला समजलं नाही की जो कोणी माझ्याबरोबर होता तो फक्त प्रतारणा करणारा होता, त्याला माझ्या स्वप्नातलं तीळमात्र काही समजत नव्हतं. त्याला फक्त स्त्रीचं पुष्ट मांस हवं होतं. बस्स!

कोणाही पुरुषानं माझ्याशी संसार केला नाही. दहा ते पाच अशी नोकरी करून जिथं मी परतते, तेच माझं घर. माझ्या स्वतःच्या हातानं तयार केलेलं माझं घर-हॉल, बेडरूम, व्हरांडा. कोणत्याही फसव्या, लबाड पुरुषाशी संसाराची अपेक्षा करीत मी बसले नाही. स्वप्नभंगाचं दुःख घेऊन कोणाजवळ कसली आशा बाळगली नाही. कोण म्हणतं की स्त्री एकटी राहू शकत नाही? आपल्या पायावर उभी राहू शकत नाही ? माझं सर्वस्व लुटून, मला दारिद्र्यात ढकलून जेव्हा ते फसवे, लबाड, पुरुष त्यांना पाहिजे तिथं पळाले, तेव्हा मी धूळ झटकून व्यवस्थित उभी राहिले. मी फिरू शकते, धावते, मोडक्या जिन्यावरून चढते, उतरते. मला तर काही त्रास नाही. उलट एखाद्या लंपट पुरुषाच्या ताब्यात राहून, आयुष्य घालवावं लागत नाही. आपण ज्या पुरुषाला देव मानायचं, त्यानं वेश्येची शय्यासोबत करून तृप्तीचा ढेकर देत घरी यायचं व सवय म्हणून आपल्याशी प्रेमाचं नाटक करायचं असं आयुष्य वाट्याला आलं नाही म्हणून मला खूप आनंद वाटतो. भर रात्री दारू पिऊन धुंद झालेल्या नवऱ्याला घाणीतून उचलून आणावं लागावं, असं आयुष्य मला नकोच आहे. अशा जीवनात पाठ - पोट असतं नवऱ्याचा मार खाण्याकरिता.

जेव्हा घरी परतल्यावर आईला बिलगून मी गप्पागोष्टी करते, तेव्हा ह्या छोट्या घराचंच स्वप्न माझ्या मनामध्ये असतं. वाटतं मयमनसिंहच्या घराच्या गच्चीवरून सर्व प्रेम उचलून जुन्या ढाक्यातील एका घरात मी भरून ठेवलंय. बाबा पूर्वीसारखं माझं घर मोडत नाहीत. त्यांच्या घराच्या गच्चीवर विटा चोरून नेऊन आता कोणी घर बांधीत नाही. संसाराची माझी आवड बाबांना चांगली माहीत आहे. लहानपणी आमचं खेळातलं घर मोडणारे बाबा आता माझ्या खऱ्या संसारासाठी वस्तू, पैसा कुणाच्या ना कुणाच्या हाती पाठवीत असतात ते पाहून मन भरून येतं. आता आणखी काही मोडण्याचं मला दुःख होऊ नये असंच बाबांना वाटत असावं, असं वाटतं.

आता माझं ठीक चाललंय. पण कदाचित, एक दिवस, माझी बदली देशाच्या

एका टोकाला कुतुबदिया किंवा सातक्षीराला होईल. आता काही लहानपणासारखं सर्व संसार सोडून बैलगाडीत बसून, अंधारातून चूपचाप शहर सोडून गावी जाता येणार नाही. बदलीची ऑर्डर येताच, सर्व संसार उचलून घेऊन जावं लागेल. मग कितीही जंगल असू दे वा प्रचंड पर्वत !

मी माझी बुद्धिमत्ता, व्यक्तिमत्त्व, मानवत्व ह्यांना फार मौल्यवान मानते. माझ्या अभिमानाला मी कधीच कमी लेखत नाही. माझ्या स्वप्नाची पूजा करता आली नाही, तरी त्याचा अपमान मी करीत नाही. मी जी पावलं उचललीत, ती माझं मी सर्व ठरवूनच. कोणी सांगितलं वा दबाव आणला म्हणून मी ही पावलं उचलली नाहीत. माझी इच्छा माझी असते. मी स्वतः मिळविलेल्या स्वातंत्र्यापासून उत्पन्न झालेली माझी इच्छा.

स्त्रीला स्वातंत्र्य असूच शकत नाही, असंच शिक्षण शास्त्र आणि समाज आम्हाला देतं. पण जी स्त्री मनानं आणि शरीरानं पूर्ण स्वतंत्र नाही, ती माणूस म्हणूनही संपूर्ण नाही.

* * *

३७

१) 'बाईचे डोळे ताणून धरून काय पाहतेस, बुबू ?'

'ॲनिमिया झालाय का ?'

'ॲनिमिया म्हणजे काय ग ?'

'रक्ताची कमतरता'

'पोटाचं चामडं ओढून काय पाहतेस तू ?'

'डिहायड्रेशन'

'म्हणजे काय ?'

'पाण्याची कमतरता'

'बायकांचे हातपाय चाचपून काय बघतेस ?'

'घोड्याचं अंडं', असं म्हणून मी माझ्या धाकट्या बहिणीला घालवून द्यायची. असं प्रश्न विचारणारी माझी ती बहीण आता खूप मोठी झालेय. आता तिला सांगावसं वाटतं की मालन्यूट्रिशन पाहते, अशक्तपणा पाहते. तुम्ही बऱ्याचजणी खाऊन- पिऊन सुखी असता, पण लाखो स्त्रिया कुपोषणाच्या बळी आहेत, हे कितीजणांना माहीत आहे ? त्याच का अशा बळी ठरतात ? त्यांच्या घरातील पुरुषांचं तर त्यांच्याप्रमाणे कुपोषण झालेलं दिसत नाही. नवऱ्याच्या पायाशीच आपला स्वर्ग आहे, असं त्या समजतात. त्यांचं उष्टं राहिलेलं खाण्यातच पुण्य आहे, असं त्या मानतात आणि ते पुण्य मिळविण्यासाठी त्या निरंतर परिश्रम करतात.

समाजरीतीचं रक्षण करण्याचा लकडा स्त्रियांच्या पाठी लावला असल्यानं घरातील पुरुषांनी जेवून ढेकर दिल्यानंतरच त्या अन्नाला शिवतात. मग दुपारचं जेवण संध्याकाळी झालं तरी चालेल. पुरुषांनी सामिष - निरामिष खाल्यानंतर, जे उरलं असेल, त्यातील काही कोंबड्यांना मिळतं, तर काही स्त्रियांना. यातूनही जे राहील ते दुसऱ्या दिवसासाठी ठेवलं जातं. (अर्थात हे शिळंपाकं असतं घरातील स्त्रियांसाठीच) हेच साधारण दैनंदिन

चित्र सर्व घरात दिसतं.

२) लहानपणापासूनच माझ्या एका नातेवाईक बाईंच्या डोक्यात उवा होत्या. एकदा औषधानं त्या सर्व मारल्या गेल्या. पण उवा गेल्यामुळे बरं वाटण्याऐवजी त्या बाईंचं स्वास्थ्य बिघडलं. त्यांना रात्री झोप येईना, डोळ्यांसमोर अंधेरी यायला लागली, तोंडाला चव राहिली नाही. शेवटी त्यांच्या लक्षात आलं की उवा नसल्यामुळे असं झालंय. दोन महिने अशा अवस्थेत गेल्यावर, त्यांच्या डोक्यात पुन्हा उवा सोडाव्या लागल्या. तेव्हा कुठं त्यांची तब्येत सुधारली. खरा उपद्रव सहन करता करता स्त्रियांची ही अशी अवस्था होते. त्या उपद्रवाशिवाय जगूच शकत नाहीत.

रोज रात्री बायकोला मारल्याशिवाय न झोपणाऱ्या पुरुषांची संख्या काही कमी नाही. एक दिवशी असा त्रास सहन करणाऱ्या बाईला म्हटलं, 'तुम्हीच उलट तुमच्या नवऱ्याला मारा. नाहीतर त्या दुष्टाला सोडून द्या' हे ऐकून घुंगट घेतलेली ती बाई चपापली. तिच्या शरीरावरच्या काळ्या शिराही लाजेनं लाल झाल्या. साधारणतः स्त्रियांच्या रोमारोमात असा एक विश्वास भिनलेला असतो की बायकांचा जन्म अपमान,त्रास, दुर्दैव हे सर्व सहन करण्यासाठीच असतो. म्हणूनच खूप छळ झाला, तरी त्यांना त्याचं काही वाटत नाही.

३) शास्त्रात असं म्हटलंय की अष्टवर्षा भवेद गौरी नववर्षा तू रोहिणी। दशवर्षा भवेत् कन्या तत ऊर्ध्व रजःस्वला। इत्यादी. बंगालीत ह्याचा अर्थ आठ वर्षांची मुलगी म्हणजे गौरी, नऊ वर्षांची रोहिणी, दहा वर्षांची कन्या, त्याहून मोठी ती रजःस्वला.

बारा वर्षांच्या कन्येचं कन्यादान न करणाऱ्या पित्याच्या पितरांना महिन्या - महिन्याला त्या कन्येचा मासिक स्त्राव प्यावा लागतो. अशा मुलीचे आईवडील आणि मोठा भाऊ नरकात जातात. जो ब्राह्मण अज्ञानानं अंध होऊन अशा कन्येशी विवाह करतो, त्याच्याशी संभाषण करू नये. त्याच्या पंक्तीला बसून जेवू नये.

पूर्वी मुलगी आईच्या मांडीवरून खाली खेळायला लागली ना लागली की लगेचच कोणापुढं तिचा बळी द्यायचा, ह्याचा विचार सुरू होत असे. आता असे बळी कमी दिले जातात, असं मला वाटत होतं. पण एक महिनाभर पंचवीस गावांतून फिरून आल्यावर ह्या विश्वासाला तडा गेला. अगदी पाच - सहा वर्षांच्या नाही तरी बारापासून पंधरा वर्षांपर्यंतच्या बहुतेक मुलींची लग्न झालेली दिसत होती. सतीपेक्षा हे बालविवाह काही कमी यातनामय नाहीत. भूत आणि वर्तमानात फक्त काळाचं अंतर पडलंय. परंपरामध्ये काहीही बदल झालेला नाही.

४) ज्या समाजानं स्त्रीला स्त्रीत्वासंबंधी नाना कौशल्य शिकवलीत आणि पुढील पद्यरचना केली आहे, त्याच समाजाची स्त्री ही घटक आहे -

पतिभक्ति कर सदा थाकिते जीबन
पतिभक्ति सती साध्वी करे प्राणपण।
सती साध्वी अबलार एइत धरम
पतिके सेबिया करे सार्थक जीबन।
पति सेवा रमणीर आदरेर धन
लभिये से धन करे सार्थक जीबन।
सतीर लक्षण इहा जानिते एकीने
जाने ना से आर किछु पति सेवा बिने।
शयने स्वपने ध्याने आर जागरने
जीबन सार्थक करे पतिर चरणे।
केमने उज्ज्वल हबे पतिर संसार
दिबानिशि ए भाबना अंतरे ताहार।
पतिर आनंद छाडा शांति नाहि चाय
सतीर मरण ब्यथा पतिर ब्यथाय।
पतिर सुखते सुखी दुःखेते दुःखिनी
पतिर सोहागे काटे दिबस रजनी।
साध्येर अतीत चाप पतिके ना देय
याहा किछु देय पति खुशी मने नेय।
पति-हिते पति स्वार्थे नश्वर जीबन
बिलाईया देय सदा करि संभाषण।

(आयुष्यभर पतिभक्ती करीत राहावं. सती साध्वी प्राणपणानं पतिभक्ती करते. हाच सती, साध्वी अबलांचा धर्म आहे. पतीची सेवा केल्यामुळे जीवनाचं सार्थक होतं. 'पतिसेवा' हे रमणीचं सर्वात प्रिय असं धन आहे. हे धन प्राप्त झाल्यास स्त्रीच्या जीवनाचं सार्थक होतं'हेच सतीचं लक्षण आहे.' एवढंच पतिव्रता जाणते. पतिसेवेव्यतिरिक्त तिला दुसरं काहीही माहीत नसतं. स्त्री झोपेत असो, स्वप्नात असो, जागी असो,तिच्या ध्यानीमनी 'पतिचरणाशीच स्वतःच्या जीवनाची सार्थकता आहे,' हेच असतं. 'पत्नीचं जीवन उज्ज्वल कसं होईल' हाच विचार रात्रंदिवस तिच्या मनात असतो. पतीच्या आनंदातच तिची शांती असते. त्याच्या सुखदुःखातच तिचं सुखदुःख असतं. पतीच्या सौभाग्यातच तिचं जीवन व्यतीत होतं. आपल्या इच्छा पूर्ण करण्यासाठी ती पतीला त्रास देत नाही. तो जे काही देईल, यातच ती खूष असते. ती आपलं सर्वजीवन पतीच्या हितासाठी मोठ्या आनंदानं अर्पण करते.)

ह्या प्रकारच्या देशी गाथा घराघरातून अतिशय लोकप्रिय असतात. स्त्री ज्या समाजाचा घटक आहे, त्या समाजाच्या नीतिनियमांना बोचकारून, त्यांच्या ओटीपोटात दोन लाथा ठेवून दिल्या, तर सात कोटी जंगली सांड हॅं हॅं करीत पाठलाग करायला येतात. ह्या समाजात स्त्रीला हातपाय आखडून गोगलगायीप्रमाणं सामाजिक शंखात बंद होऊन पडावं लागतं.

* * *

३८

१) बंगालाच्यातील सासू-सुनेतील वाद हा फार पूर्वीपासूनचा आहे. म्हणूनच काही मूर्ख लोकांच्या मते स्त्रीच स्त्रीची शत्रू असते. सुनेला छळण्यात सासूला सुख वाटतं. पण जरा निरखून पाहिल्यावर काय दिसतं? स्त्रीचा आवाज सुनेची सासू म्हणून चढा असतो की जावयाची सासू म्हणून ? मुलीच्या बाबतीत ती विनम्र आणि मिळतंजुळतं घेणारी असते. पण मुलाच्या बाबतीत बरोबर उलट असतं. कारण पुरुषप्रधान समाजात फक्त स्त्रीच सावज असते. विवाहात पुरुषाच्या हाती स्त्रीला सोपविलं जातं आणि संसाराची जबाबदारी आणि वंशाचं रक्षण तिच्यावर लादलं जातं आणि अशारीतीनं स्त्री पुरुषप्रधान समाजाच्या जाळ्यात अडकते.

सुनेची सासू जेव्हा सून असते, तेव्हा तिनं छळ सहन केलेला असतोच. मुलाचं लग्न होताच, ती पुरुषप्रधान समाजव्यवस्थेचा एक भाग होते. कारण तिचा मुलगा अशा व्यवस्थेचा प्रतिनिधी असतो आणि ती वर पक्षाची प्रतिनिधी असते. कारण इथं ती मुलाची आई असते. म्हणजेच स्त्री हीच पुरुषप्रधान समाजव्यवस्थेची धारक व वाहक आहे, हे मान्य करावंच लागतं.

ह्याउलट, स्त्री स्वतःच्या मुलीचं लग्न करते, तेव्हा ती स्वतःच्या मुलीला पुरुषप्रधान समाजव्यवस्थेच्या हाती सोपविते. इथं ती पुरुषप्रधान समाजव्यवस्थेची धारक नसते, तर ती स्त्रीपक्षाची , छळ सोसणाऱ्या स्त्रियांची प्रतिनिधी असते. म्हणूनच ती लीन, विनम्र, शालीन, संयत व आज्ञाधारक असते. अशा वेळी , तिच्या मुलीची सासू मात्र सत्ताधीश, अप्रसन्न, सतत रागावणारी आणि क्रुद्ध असते. कारण ती मुलाची आई असते.

म्हणूनच मी निश्चितपणानं अशा निष्कर्षाप्रत येऊन पोहोचले आहे की स्त्री ही एकाच वेळी, पुरुषप्रधान समाजव्यवस्थेची धारक व वाहक असते. पुरुषांचं प्रतिनिधित्व करताना तिला स्त्रीचाच छळ करावा लागतो. जे तिनं सोसलं, जे तिची मुलगी सोसते,

तेच ती पुरुषप्रधान व्यवस्था हातात येताच, आपल्या सुनेला सोसायला लावते. हे एक दुष्टचक्र आहे. ह्या दुष्टचक्रातच माणसाला फिरावं लागतं. काळ आणि परिस्थिती यांच्यातील बदलाबरोबरच पुरुषप्रधान समाजव्यवस्थेच्या निरनिराळ्या पद्धतींच्या दुष्टचक्रात स्त्रीला फिरावं लागतं.

स्त्री जेव्हा पुरुषप्रधान समाजव्यवस्थेची धारक असते, तेव्हाच फक्त ती दुसऱ्या स्त्रीला छळण्याचं पाप करते. अशा वेळी तिला दुसरं कोणतंच अस्तित्व नसतं. ती फक्त त्याच व्यवस्थेची प्रतिनिधी असते, दुसरी कुणीही नसते. तेव्हा ती स्त्री पुरुषप्रधान समाजामुळे शोषण झालेला,छळ झालेला एक फक्त मांसपिंड नसतो, एक शिकार नसते.

२) काही मूर्ख म्हणतात की मौलवींना जाहिरातीत स्त्रीचा उपयोग केलेला आवडत नाही, तसा तो प्रगतीशील स्त्री आंदोलन -कर्त्यांनाही आवडत नाही. मग या दोघांच्यात फरक काय ?

मौलवींच्या मते स्त्रीचं स्थान घरात आहे, तिनं नेहमी पडद्यात राहिलं पाहिजे. तिनं असं बाहेर येऊन जाहिरात करण्यास मनाई आहे. आमचं म्हणणं अजिबात असं नाही. आमच्या मते स्त्रीनं स्वावलंबी झालं पाहिजे, शक्तिशाली झालं पाहिजे. व्यक्तिमत्त्वाला महत्त्व दिलं पाहिजे. स्त्रीच्या सुंदर शरीराचा उपयोग करून प्रशंसा करण्याच्या पक्षाची मी नाही. तिच्या रूपापेक्षा, तिच्या अंगच्या गुणांमुळे तिला प्रतिष्ठा मिळावी, असं मला वाटतं. जाहिरातीत स्त्रीचा भाग असावा. पण अप्रासंगिक, असंयुक्तिक असं काही त्यात नसावं. पण मौलवींना मात्र स्त्रीनं मिळवतं, स्वावलंबी व प्रगतीशील व्हावं असं वाटत नाही. त्यांना तिनं बंधनात, अंधाराच्या सामाजिक गुहेत राहावं, असं वाटतं. त्यांना स्त्री मुक्त व्हायला नको आहे, उलट तिनं बंधनात राहायला हवं. पुंजीवादी स्त्री स्वातंत्र्याच्या नावामागे लपून स्त्रीला विक्रीची वस्तू बनवितात, त्यासाठी तिला बंधनात ठेवतात.स्त्रीचं कल्याण इच्छिणारे त्याच बाजारातील विकाऊ वस्तू बनविण्यासाठी तिला पुंजीवादींच्या बंधनातून सोडवू पाहतात. मौलवींच्या दृष्टिकोन संपूर्ण भिन्न आहे. ते स्त्रीला प्रकाशात येऊच देत नाहीत. तिला माणूस मानत नाहीत. खोलवर विचार केल्यास, पुंजीवादी आणि मौलवी यांच्या विचारांच्या अंतरंगात साम्य आढळते. पुंजीवादी स्त्रीला जी शृंखला घालतात ती रंगीत, भडक, बाहेरची असते. मौलवींची शृंखला म्हणजे सुरा-कलाम वाचणे, फुंकर घातल्यासारखी हळुवार. साम्य आहे ते दोघेही स्त्रीला शृंखलेत बांधून ठेवू बघतात ह्यामध्ये.

आणि मी ? मला हवं आहे स्त्रीचं कल्याण. मला कोणतंच बंधन नको, शृंखला

नको. जोपर्यंत स्त्री सर्वव्यापक अशा बंधनातून मुक्त होऊन, जगातील रूप-रस-गंध ह्यांचा मनमोकळा आस्वाद घेण्याचा अधिकार मिळवू शकत नाही, तोपर्यंत यच्चयावत 'शृखंलावादीं'बद्दल मला फक्त घृणा वाटेल, फक्त घृणा.

* * *

३१

१) बहुतेक विवाहित स्त्रियांशी मी पंधरा सेकंदाच्या वर बोलू शकत नाही. कारण गप्पा मारायला सुरुवात करताच, त्या, नवऱ्याला खायला काय आवडतं, कपडे कुठले आवडतात, हेच सांगायला सुरुवात करतात. ह्याशिवाय त्यांच्याजवळ दुसरे काही विषयच नसतात. अशा विषयावर बोलूनच त्या समाजात टिकून राहायला बघतात. कारण ह्याशिवाय टिकून राहायला, जगायला दुसरा काही पर्याय आहे, असं त्यांना वाटतच नाही.

म्हणूनच नवऱ्यानं प्रेमानं भारी साडी आणली किंवा एखादा दागिना केला अथवा एखाद्या जमिनीचे कागदपत्र ह्यांच्या हातात दिले की संपलंच सगळं. अशा सर्व ऐहिक मोहांना स्त्रिया बळी पडतात. काही चटकन्, तर काही हळूहळू. खरं तर जगातील 'सुख' नावांचा हा मोह विहिरीप्रमाणे आहे. बेडूक विहिरीलाच विशाल समुद्र समजून आनंदानं उड्या मारतो, त्याप्रमाणेच दोन साड्या आणि नाका-कानात घालायला काही मिळालं की स्त्रिया स्वतःच्या संसारालाच ब्रह्मांड समजतात. 'स्वातंत्र्य' हा माणसाचा सर्वप्रथम अधिकार आहे, हे माणूस विसरतो. स्त्री घरासाठी तिचं स्वातंत्र्य विकते. घर म्हणजे जग नव्हे, घर म्हणजे विश्रांती आणि अत्यंत व्यक्तिगत कामासाठी माणसाचा स्वतःचा असा आडोसा, हे माणसाला माहीत असतं, तरी पुरुष लग्न करताच संसार आणि साखळी (बंधन) ह्यांची स्त्रीला भेट देतो. खरं म्हणजे एकटा पुरुष ही भेट देत नाही, पुरुषप्रधान समाजच अशी भेट देतो.

संसार कुणाचं कर्म असतं, कुणाचं वर्म असतं. परंतु कुणाचाही धर्म नसतो. जे कुणावर तरी हा धर्म लादू पाहतात, ते काहीही असोत, धार्मिक तर नाहीतच आणि सच्ची माणसंही नाहीत.

२) जाहिरातीत स्त्रीचा वापर केला जातो. कारण विकाऊ जाहिरातीत तिच्या आकर्षक देहामुळे आणि साजशृंगारामुळे ती अशी काही उठावदार दिसते की वस्तूपेक्षा तीच प्रमुख आकर्षण ठरते आणि त्या स्त्रीमुळे ती विशिष्ट वस्तू लोकप्रिय होते. ह्यामुळे

व्यापाऱ्यांचा फायदा होत असला तरी, जी स्त्री विक्रीच्या वस्तूच्या जाहिरातीमुळे विकाऊ वस्तूसारखीच वापरली जाते, तिचं काय ? तिचे डोळे, भुवया, केस, नाक, तिच्या ओठांवरचं हसू, तिचे उन्नत स्तन, तिचे तऱ्हेतऱ्हेचे हावभाव ह्याच केवळ बाजारातील वस्तूंपेक्षा किंमती विकाऊ गोष्टी मानल्या जातात. जाहिरातदार आणि व्यापारी, वस्तूंपेक्षा स्त्रीलाच प्राधान्य द्यायचा प्रयत्न करतात. पुरुषांचं शेव्हिंग ब्लेड, सिगारेट, शर्टिंग-सुटिंग, बूट मोजे, शाम्पू, साबण ह्या सर्व जाहिरातीत आवश्यकता नसताना स्त्रीला वापरलं जातं. इथं स्त्रीची काही जरूरी नाही. पण तिचा फक्त वापर करून घेतला जातो. ह्या समाजात तिचं मुख्य काम स्वतःचा वापर करून देणं.

३) त्या दिवशी कबरस्थानात गेले असताना एक पाटी पाहिली. 'महिलांना प्रवेश बंद' असं लिहिलं होतं त्या पाटीवर. आतापर्यंत गाईगुरांना प्रवेश नसल्याचं माहीत होतं. आता स्त्रियांनाही इथं प्रवेश नाही. बहुतेक प्राणी आणि स्त्रिया ह्यांच्याबाबतच सर्वव्यापक बंदी जारी केलेली दिसते.

मृत्यूच फक्त स्त्रीला कबरस्थानात प्रवेश करू देईल. म्हणजे मेल्याशिवाय स्त्रीला मुक्ती नाही हेच खरं ना ?

४) त्यांनी मला दोनदा ठार मारण्याचा प्रयत्न केला. बांगला देशातील प्रसिद्ध विद्वान, इस्लामी राजनीतिज्ञ नेते आणि इस्लामी विचारवंत ह्यांनी मला मारण्याचा विचार केला. एकदा सलमान रश्दींच्या 'सटॅनिक व्हर्सेस'च्या संदर्भात लेखकाच्या स्वातंत्र्याच्या बाजूनं बोलले म्हणून आणि दुसऱ्यांदा स्त्रियांच्या पडदापद्धतीच्या विरुद्ध वक्तव्य केलं म्हणून. त्यांनी देशातील दैनिकांत माझी कत्तल करणंच योग्य आहे असं जाहीर केलं.

एके दिवशी, 'अल्ला हो अकबर' म्हणत ते माझी हत्या करतील. ह्याबद्दल मला मुळीच शंका नाही. नाही, मी मुळीच घाबरत नाही. रस्त्यात अपघात होतात हे माहीत असतानाही आपण रस्त्यातून जात नाही का ? विजेचा शॉक बसला तर माणूस मरतो, म्हणून आपण विजेची उपकरणं वापरण्याचं सोडून देतो का ? नाही. मला ह्याच समाजात राहायचं आहे. समाज वारंवार फणा काढून मला दंशही करतो. अजून ज्यांचा आवाज दाबला गेला नाही, ज्यांच्या लेखणीला अजून तडजोडीची भाषा माहीत नाही, असे कुणी आहेत का नाही हे मला माहीत नाही. पण असतीलच की नाही असे कुणी ? पुष्कळ असतील. पण मी स्त्री आहे, म्हणूनच केवळ ते माझ्या बाजूनं उभं राहायला संकोचतात- माझी बाजू सत्याची असली तरीही ते संकोचतात.

बहुतेक नि:शब्दपणे स्वत:ची कत्तल करून घेऊन मला स्त्री जन्माचं प्रायश्चित्त करावं लागणार !

५) इटलीच्या प्रख्यात पत्रकार ओरियाना फेलाची म्हणतात, ‘माझ्यात असलेल्या गर्भाला मी सांगितलं की जीवन म्हणजे युद्ध, निरंतर युद्ध. त्याला जन्म घ्यावासा वाटतोय की नाही, हे मला पाहायचं होतं. त्यानं सांगितलं, ‘नरकात जा तू. पण मला आणखी आता जन्म नको.

* * *

४०

१) 'श्लीलता' म्हणजे सभ्यता, शिष्टता, 'श्लीलताहानी' म्हणजे सभ्यतेची हानी किंवा नाश. पण 'श्लीलताहानी' हा शब्द उच्चारताच डोळ्यांसमोर येते ती स्त्री, पुरुष नाही. 'श्लीलताहानी' पुरुषाची होत नाही. होते फक्त स्त्रीची. कारण सभ्यता, शिष्टता पुरुषांनी पाळली नाही तरी चालते. पण स्त्रीजवळ शिष्टता, सभ्यता, शुद्धता, सतीत्व किंवा पावित्र्य आणि सौंदर्य नसेल, तर मग बाकी राहिलंच काय?

स्त्रीची हीच एक संपत्ती आहे. ह्या संपत्तीचं रक्षण केलं नाही, तर स्त्री वाचणार कशी?

२) माझ्या घराशेजारच्या दोन घरांतील सहा वर्षांच्या दोन मुलींवर एका आठवड्यात, बलात्कार झाले. दोघेही गुन्हेगार त्या मुलींचे नातेवाईक किंवा शेजारी होते. त्यांची वय त्रेचाळीस वर्षांपेक्षा जास्त होती. म्हणजेच ते चांगले प्रौढ होते. त्या लहान मुलींना गोळ्या-चॉकलेटचं आमिष दाखवून त्यांनी त्यांच्या चड्ड्या काढल्या. ह्या प्रौढ पुरुषांना अशी इच्छा का झाली, ह्याचा मला अंदाजच करता येईना.

३) सतीत्व, ममता, वात्सल्य वगैरे गुणांना 'स्त्रीचा धर्म' असं म्हटलं जातं. 'पुरुष-धर्म' असा काही शब्द शब्दकोशात नाही. कारण 'सतीत्व रक्षण्या'ची भानगड पुरुषांना नाहीच. ममता, वात्सल्य त्यांच्यापाशी नसलं तरी चालतं. बलिष्ठ आणि चंचल असलं की पुरुषाचं चालतं. पण हे गुण स्त्रीत असले तर त्यांना गुण न म्हणता, दुर्गुण म्हटलं जातं. ह्याचा अर्थ स्त्रीही गरीब, मऊ स्वभावाची व पुरुष कठोर, अशीच सर्वांची धारणा दिसते. म्हणून सर्व मवाळ गुण स्त्रीसाठी राखून ठेवले गेलेत ! शारीरिक भेदामुळे गुणात काही फेरफार होत नाही. कुणाचे कोणते गुण व धर्म असावा, हे समाजातील काही पुरुषांनीच निश्चित केलंय. त्यांनी पुरुषांकडे शौर्य-वीर्य हे गुण देऊन, बाकी राहिलेले काही निरर्थक गुण स्त्रीच्या नशिबी बांधलेत. खरं पाहिलं तर स्त्री-पुरुषांसाठी 'पुरुष' वा 'स्त्री' ह्या धर्मांपेक्षा 'मानवता' धर्माची आवश्यकता अधिक आहे.

ज्यांच्याजवळ 'मानव धर्म' नसतो. तेच 'पुरुष-धर्म', 'स्त्री-धर्म' असे भाग पाडतात.

४) ह्या देशातील डॉक्टर संधी मिळताच इराणला जातात. माझे कितीतरी मित्र तिकडून परतल्यावर तिकडच्या गोष्टी सांगतात. सर्वजण जी गोष्ट आवर्जून सांगतात, ती म्हणजे तिकडच्या स्त्रिया पायापर्यंत बुरखा घेतात. पण डॉक्टरांकडे आजार दाखवायला येताच क्षणी, स्वतःच सर्व कपडे काढून टाकून, नग्न होऊन, टेबलावर झोपतात. तपासल्यावर डॉक्टरांना त्यांना काहीही झालेलं नसल्याचं लक्षात येतं. त्यांचं खरं दुखणं मनाचं असतं. चार भिंतीत कोंडलेल्या स्त्रियांना खरं तर बाहेर पडायचं असतं. म्हणून आजाराचं कारण सांगून त्या निसटतात. त्यांचा खरा उद्देश बाहेर पडण्याचा असतो. शिवाय परदेशी माणसांसमोर देशी नियम मोडून, त्या मनाचा आजार वा रोग दूर सारतात.

डॉक्टरांसमोर ज्या स्वतःच्या हातानं कपडे काढतात, त्यांना अकराव्या एशियाडच्या वेळी चेहरा सोडून सर्व अंग बुरख्यांनी झाकलं होतं. काळे बुरखे घालूनच त्यांनी मार्च पास्ट केला. सगळ्यांत गंमत म्हणजे, प्रत्येक देशाच्या खेळाडूंच्या पुढे, त्या त्या देशाच्या नावाची पाटी घेऊन चिनी मुली चालल्या होत्या. त्यांनी मिनी-स्कर्ट घातलेले होते. पण मिनी-स्कर्ट घालणं, इस्लामविरुद्ध असल्यानं, फक्त इराणच्या खेळाडूंच्या पुढे नावाची पाटी घेऊन, एक तरुण होता. इराणच्या मुली लाँग जंप, धावणे, पोहणे हे सर्व काय बुरखा घालूनच करणार की खेळाच्या वेळी इस्लामाला अंगावरून उतरविणार असा प्रश्न अनेकांना पडला होता.

माझे डॉक्टर मित्र इराणी स्त्रियांच्या सुंदर शरीराची प्रशंसा करतात. बोटाला दुखतंय म्हणून सर्व कपडे काढणाऱ्या स्त्रियांचं शरीर हातांनी चाचपडून पाहिल्यावर, त्यांना काहीही आजार नसल्याचं डॉक्टरांच्या लक्षात येतं. पण त्यांना डॉक्टरांनी तसं सांगताच, फार राग येतो. पराधीनता माणसाला रोगी बनविते, विकृत करते, मन आणि शरीर दोन्हीही पांगळं करते. म्हणूनच पराधीन शरीर संधी मिळताच, स्वतंत्र होऊ बघतं. पण अशा वागण्यानं त्या स्त्रियांना स्वातंत्र्य तर मिळत नाहीच, पण परदेशी पुरुषांना मात्र काही क्षण दृष्टिसुख मिळतं.

५) ढाक्यात तऱ्हेतऱ्हेची केस कापण्याची सलून्स आहेत. फूटपाथवर बसून न्हावी केस कापतात, एअर-कंडिशन्ड सलूनमध्ये परदेशी स्त्रिया पुरुषांचे केस कापून, सेट करून देतात. काही सलून्स ह्या दोन्हींच्या मधली असतात. तिथं पुरुषच पुरुषांचे केस कापतात.

हल्ली या मध्यम दराच्या सलूनमध्ये पुरुषांबरोबर स्त्रियाही केस कापण्याचं काम करतात. स्त्रिया काम करतात, मिळवितात, हे खरोखरच चांगलं आहे. पण एकाच

ठिकाणी, एकच काम करूनही, त्यांना मिळणाऱ्या पैशात फरक आहे. पुरुषानं केस कापले, तर वीस रुपये आणि बाईनं कापले तर चाळीस रुपये. फर्मगेटजवळच्या एका सलूनवर मी अशा दराचा बोर्ड पाहिला आहे. असा दरात फरक का?

ह्या सलूनमध्ये केस कापण्याव्यतिरिक्त आणखी एक गोष्ट विकली जाते आणि ती म्हणजे स्त्री-स्पर्श. केस कापण्याचे वीस रुपये आणि स्त्री-स्पर्शाची किंमत वीस रुपये. सगळे मिळून चाळीस रुपये. म्हणजे वीस रुपये त्या केस कापणाऱ्या स्त्रीची खोटी कमाई आहे. कामाच्या मोबदल्यातील हा फरक पाहून, त्या काम करणाऱ्या स्त्रियांबद्दल मला कौतुक वाटेनासं झालं.

स्त्रियांनी कुठलंही काम करायचं ठरविलं की त्यांच्या स्त्रीत्वाचा काहीना काही उपयोग त्यांना करावाच लागतो. कधी त्यांना नजरेचा उपयोग करावा लागतो. कधी स्पर्शाचा, तर कधी गोड आवाजाचा. काही वेळा हावभाव, हास्य ह्यांचाही उपयोग करावा लागतो.

ज्या दिवशी समाज स्त्रीचं शरीर, अंग प्रत्यंग ह्याऐवजी तिची बुद्धी, श्रम ह्यांची किंमत करायला शिकेल, त्याच दिवशी स्त्री खऱ्या अर्थानं 'माणूस' म्हणून मान्यता पावेल.

* * *

४१

१) एखादा पुरुष, एखादं मोठं काम करण्यास असमर्थ ठरला, तर त्याचा अपमान करण्याची, त्याची चांगली जिरविण्यासाठी एक युक्ती म्हणजे त्याला म्हणायचं की आता हातात बांगड्या भरा. ह्या एका वाक्यानं त्याची पूर्ण जिरेल आणि हे म्हणणाऱ्यांनाही त्याची जिरली म्हणून खूप आनंद होईल. पुरुषांचा अभिमान धुळीला मिळवायचा असेल, तर ही 'बांगड्या भरण्याची' युक्ती अतिशय परिणामकारक आहे.

'हातात बांगड्या भरणे' ह्याचा अर्थ तो 'पुरुष' नाही. का पुरुष नाही? तर तो शूर, बलवान नाही. ज्याअर्थी तो पुरुष नाही, त्याअर्थी तो 'स्त्री' आहे. तो निरुपयोगी, दुर्बल आहे. तो स्त्रीप्रमाणे अक्षम, असमर्थ, नालायक, क्षुद्र आहे. म्हणूनच स्त्रीरूप पुरुषाला चीड आणतं, कलंकित करतं. घाणेरड्या शिव्या देण्यापेक्षा किंवा शारीरिक यातना देण्यापेक्षा ही 'बांगड्या भरा' म्हणण्याची युक्ती जास्त अपमानकारक आहे.

पुरुषांना 'हातात बांगड्या भरण्याची' कल्पनाही अतिशय अपमानकारक वाटते. त्यांना जरासुद्धा स्त्रीसारखं होण्याची घृणा वाटते. वीर्यवान शरीरावर स्त्रीचा वेश त्यांच्या नावाला डाग लावतो, त्यांना मान खाली घालायला लावतो. 'स्त्री सारखं होणं' यासारखं लाजिरवाणं दुसरं काहीही नाही.

एकदा एका मुलानं काहीतरी मोठा अपराध केला म्हणून त्याला शिक्षा करायची होती. काही हुशार मुलांनी त्याला मारण्याऐवजी, शिक्षा म्हणून त्याला साडी नेसवली, ओठांवर लिपस्टिक लावली, कपाळावरही लिपस्टिकनंच कुंकू लावलं. त्या मुलाला हा एवढा मोठा अपमान वाटला की त्यानं आत्महत्या केली. ह्या शिक्षेशिवाय त्या मुलाला दुसरी कुठलीही शिक्षा केली असती, तरी त्यानं आत्महत्या केली नसती. स्त्री-रूपाबद्दल पुरुषांना इतकी घृणा, अनादर वाटतो की कल्पनेतही स्वतःला त्या रूपात पाहणे त्यांना असह्य होते.

पण पुरुषांचा पोशाख घातला तर स्त्रीचा मात्र अपमान होत नाही. ती कधी ह्या कारणानं आत्महत्या करीत नाही. पुरुष स्त्रीला नीच, अधम, क्षुद्र समजतात. म्हणूनच

तिचा पोशाखही त्यांना लाजिरवाणा वाटतो. तो पोशाख अंगावर घालणं म्हणजे फारच झालं. मग जगाला तोंड दाखवायला त्यांना नको वाटतं. कारण असं झालं तर ते विदूषक ठरतात, लोकांना हसायला कारण मिळतं. 'स्त्री' होण्यासारखं लाजिरवाणं दुसरं काय आहे? 'स्त्री-जन्म' हा डुक्कर, गिधाड यांच्यापेक्षाही वाईट आहे. म्हणूनच पूर्वी पापी पुरुषांना 'पुढील जन्मी स्त्री होशील' असा शाप देत. पशूच्या जन्माला येण्यापेक्षा, स्त्रीच्या जन्माला येण्याचा शाप अधिक भयंकर आहे.

२) 'मूलधारा' नावाचं एक कला-साहित्य ह्या विषयांना वाहिलेलं साप्ताहिक होतं. पण ते चाललं नाही. कसंबसं चाललेल्या ह्या साप्ताहिकानं आपलं रंगरूप बदललं. ते 'स्त्रीदेहा'कडे वळलं. चित्रपट अभिनेत्रींची इत्थंभूत माहिती., त्यांचे केस, ओठ, नाक, डोळे ह्याबद्दल चर्चा, त्यांच्या घराबद्दल माहिती, टी.व्ही.वरच्या अभिनेत्रींचं रंगरूप, साजशृंगार ह्याबद्दल माहिती, स्त्रियांनी उरोज उन्नत व कमर सडसडीत व्हावी म्हणून काय करावं ह्याबद्दल सल्ला, हेच 'मूलधारा'चं आता प्रमुख काम आहे. आता त्याचा खप प्रचंड आहे. बाजारात 'मूलधार'ला खूप मागणी आहे. देशात जसा स्त्री-देहाचा धंदा मोठा, तसाच त्या देहाची खबरबात देणाऱ्यांचाही धंदा मोठा. आमच्या वाचकांना चमचमीत खाद्य आणि चटकदार स्त्री मिळाली की पुरे! म्हणूनच वाचकांच्या सोयीसाठी 'मूलाधार'नं अध :पतनही चालवून घेतलंय.

३) लोकांच्या मते स्त्री तोंडाला पांढऱ्या रंगाचा स्नो-पावडर लावते आणि डोळ्यांत काजळ घालते. पण माझ्या मते स्त्री स्वतःच्याच हातानं स्वतःच्या तोंडाला चुना फासते आणि डोळ्यांना काळं लावते. चेहऱ्याला चुना लागला तर माणूस लाजतो, शरमिंदा होतो. पण स्त्रीला ह्याची लाज वाटत नाही. स्त्रीला स्वतःची घृणा वाटत नाही. समाजात ती मजेत वावरते.

डोळ्यांत काजळ घालून घालून स्त्री आता आंधळी झालीय. चुना फासून फासून तिची कांती निस्तेज आणि स्पर्शहीन झालीय. म्हणूनच स्त्रीला लागलं तरी ती ओरडत नाही, अपमान झाला तरी तो तिला जाणवत नाही, तिच्यासमोर तिचं सर्वस्व लुटलं गेलं तरी तिला ते दिसत नाही.

४) मधून मधून काव्यात मी आकंठ डुंबते. पण त्या दिवशी, एका कवितेत मी बुडाले, वाहून गेले, समरस झाले. मग मला परत यायला किनाराच सापडेना. त्या कवितेचं नाव 'स्वस्त गोष्ट'

बाजारात जेवढी स्वस्त बाई मिळते,
तेवढी स्वस्त दुसरी कोणतीच गोष्ट मिळत नाही.
तिला एक आळत्याची बाटली मिळाली तर...

तर आनंदानं तिची झोप उडते, पुरे तीन दिवस.
अंगाला लावायला दोन साबण आणि केसाला सुंगधी
तेल मिळालं तर...
ती पूर्णपणे वश होते. मग तिचं मांस
आठवड्यातून दोनदा बाजारात विकायला काही हरकत नाही.
एक चमकी, नाकात घालायची, आणून द्या तिला,
आणि मग ती सत्तर दिवस तुमचे पाय चाटेल पाहा!
पण एक साडी द्या तिला आणि
पुरे साडे तीन महिने पाय चाटून घ्या तिच्याकडून.
घरातलं भेकड कुत्रंसुद्धा वेळ आल्यास भुंकतं,
पण स्वस्तात मिळालेल्या बाईच्या तोंडाला मात्र
असतं कुलूप. एक कुलूप.
सोन्याचं कुलूप.

* * *

४२

मी जेव्हा माझ्याकडे पाहते, माझ्या शरीराकडे पाहते, तेव्हा माझ्या लक्षात येतं की मी माझ्या शरीराच्या काही भागाबद्दल जास्तच जागरूक आहे. पण ही जागरूकता ही जाणीव ह्या वयात अचानक आलेली नाही. शरीराबद्दलची ही जाणीव, ही समज फार पूर्वीपासूनची आहे. एकदा, माझ्या बारा-तेरा वर्षांच्या भावानं, उकडतं म्हणून, अंगणात सर्वांसमोर कपडे काढून फेकले होते. मला त्याच्यापेक्षा जास्त उकडत होतं. मीही वयानं जवळ जवळ त्याच्या बरोबरीचीच. पण मी असे सहजपणे कपडे काढू शकत नव्हते. तेव्हाच मला ही जाणीव झाली.

एकदा एका दूरवरच्या प्रवासात अनेक प्रवाशांना स्त्री आणि पुरुषांना - नैसर्गिक विधीला जायचं होतं. पुरुषांनी बसमधून उतरून रस्त्याच्या कडेला अथवा झाडाच्या आडोशाला जाऊन आपला कार्यभाग उरकला. पण अत्यंत निकड असूनही, स्त्री-प्रवासी बसमधून खाली उतरू शकल्या नाहीत. जर एखादी स्त्री खाली उतरून पुढे झाली असती, तर साऱ्यांनी तिच्याकडे विचित्र नजरेनं पाहिलं असतं. लाज आणि संकोच यांचा चाकू स्त्रीच्या शरीरावर अनेक जागी मारला गेला असल्यामुळे असह्य परिस्थितीतही त्यांना बसमध्येच बसून राहावं लागलं. मी बारा-तेरा वर्षांची झाल्याबरोबर माझ्या ड्रेसचं बटण अगदी फीट शिवून टाकलं गेलं. उष्णतेनं शिजून निघालं, तरी कपडे काढायला आडोसा लागू लागला. आता मी मोकळ्या हवेत उघड्या अंगानं आंघोळ करू शकत नाही.

जो माणूस एवढ्या बंधनांत जीवनाची सुरूवात करतो, त्याला प्रौढ होईपर्यंत अनेक आपत्ती, गल्ली-बोळ, अंधार, पर्वत, अरण्य पार करावी लागतात. स्त्रीच्या हातात एक बेडी असते - स्त्रीत्वाची बेडी (ती स्त्री म्हणून जन्मताच, तिच्या हातात ही बेडी अडकते. मग तिचा मार्ग, मुक्कामाचं ठिकाण हे ठरलेलंच असतं.) ह्या बेडीमुळे ती ठरलेल्या अंगणातच चालते. ती आपलं चालणं संयत करते, कमी करते. ह्या बंधनांना जेव्हा ती सामोरी जाते, तेव्हा तिच्या ज्ञानात आणि अनुभवांत एक नवं चैतन्य जन्म

घेतं.

स्त्रीची धारणक्षमता फार मोठी आहे. मीसुद्धा स्त्रीच आहे. तरीही मला या स्त्रीमधील क्षमतेचा विस्मय वाटतो. स्वतःच्या शरीरात आणखी एक शरीर धारण करण्याची क्षमता, जी स्त्रीत आढळते, तिच्यासमोर जगातील सर्व निर्मिती तुच्छ ठरते. ती आपल्याप्रमाणेच आणखी एक अस्तित्व स्वतःमध्येच निर्माण करू शकते. अशा प्रकारे असंख्य अस्तित्व ती निर्माण करू शकते. ह्या क्षमतेची तुलना दुसऱ्या कशाशीच होऊ शकत नाही.

त्या दिवशी माझ्यासमोरच तर हा प्रसंग घडला. एक तरुण मुलगी एका जत्रेत फिरत होती. तिच्याबरोबर तिच्या घरातील तिघे जण होते. फिरता फिरता एकदम ती माझ्याजवळ क्षणभर थांबली. मी पाहिलं तर जवळच एक होंडा आणि तिच्यावर रेलून दोन मुलं उभी होती. त्यांचं वय असेल वीस-एकवीस. बोरं खात होती ती दोघं. त्यांनी बोराची बी त्या मुलीच्या दिशेनं फेकली. ती तिच्या केसांत अडकली. मुलीनं आजूबाजूला पाहिलं आणि चारी बाजूला पाहण्याआधी बरोबरच्या पुरुषांकडं पाहिलं. तिची नजर लाजेनं आणि भीतीनं खाली वळली. तिनं केसांतून बी काढली आणि अशा नजरेनं आजूबाजूला पाहिलं की जणू काही तिनंच फार मोठा अपराध केलाय. त्या मुलांच्या असभ्यपणामुळे तीच लाजली. सुन्न झाली. अपराध्यासारखा चेहरा झाला तिचा. कारण ती एक स्त्री होती. स्त्रीच्या जन्माला येण्याचं प्रायश्चित्त तिनं स्वतः अशारीतीनं, मान खाली घालून, भोगलंच पाहिजे. तिनंच स्वतः तिथून शक्यतो लवकर दूर निघून जायला पाहिजे. ज्यांनी हे घाणेरडं कृत्य केलं, त्यांचा कुणी धिक्कार करीत नाही, त्यांच्याबद्दल कुणाला घृणा वाटत नाही. सर्वांचं लक्ष जातं ते मुलींकडे. का असं ? सगळीकडे एवढी डोकी असताना, ती बी त्या मुलीच्याच डोक्यात का पडली ? म्हणजे त्या डोक्याचाच काहीतरी दोष असला पाहिजे. सगळे दोष, सगळे अपराध, पुरुषांच्या वाईट कृत्यांचं फळ, सारा भार स्त्री स्वतःच सहन करते. पुरुषाची अस्थिरता, अस्वस्थता, स्वैराचार ह्यांचं ओझंही स्त्रीच उचलते. त्यामुळे वातावरण, परिसर, समाज सुखी राहतो, शांत राहतो. ज्या स्त्रीचा नवरा दुसऱ्या बाईकडे जातो, ती संसारातील सर्व चुका स्वतःच पदरात घेत नाही का ? तेराव्या वर्षी ज्याप्रमाणे ड्रेसचं बटण घट्ट शिवलं जातं, त्याप्रमाणे प्रत्येक स्त्री स्वतःची सारी दुःख, कष्ट मनात घट्ट शिवून टाकते.

पुरुष एकाच स्त्रीकडून अनेकांची अपेक्षा करतो. स्त्रीला माता, भगिनी, प्रेयसी अशा निरनिराळ्या रूपात पाहण्यात पुरुषाला सुख वाटतं. एकीतच तिघी असाव्यात, अशी त्याची फार इच्छा असते. तो घरी येताच तिनं त्याला आईप्रमाणं चांगलं-चुंगलं

खायला द्यावं. स्वतः न खाता, त्याची वाट पाहावी. मोठ्या बहिणीप्रमाणे त्याच्या सर्व वस्तू नीट जागच्या जागी ठेवाव्यात, कपडे धुवून ठेवावेत आणि शय्येवर प्रेमिकेप्रमाणे आपला सुंदर, पवित्र देह त्याच्या स्वाधीन करावा, असं पुरुषाला फार वाटतं. पुरुष आपल्या सोयीप्रमाणे, वेगवेगळ्या कामासाठी, निरनिराळ्या रूपात स्त्रीला पाहू इच्छितो. तिच्याकडून भिन्न भिन्न अभिनय करून घेऊन तो तिची वाहवा करतो, टाळ्या वाजवितो. स्त्री निरनिराळ्या अभिनयात जेवढी जास्त पारंगत, तेवढा शरीर व मन या दोहोंचा आनंद मोठा, म्हणजेच पुरुषाचा लाभ तेवढा जास्त.

उन्हाळ्यात दुपारी तेरा वर्षांची मुलगी कपडे काढू शकत नाही, तेथूनच बंधन सुरू होतं का? नैसर्गिक भेद सोडला तर स्त्री-पुरुषात काहीच फरक नाही. पण नैसर्गिक भेदच ह्या समाजाची मोठी पुंजी. ह्या पुंजीच्याच बळावर समाज व्यापार करून, फायदा मिळवितो.

ज्या मातीला माणूस तुडवितो, खणतो, चुरतो त्याच मातीला 'जननी' म्हटलंय. मातीला स्त्रीप्रमाणे मानलंय. कारण ती 'धारण' करते, चुरली जाते. कापली गेली, विदीर्ण झाली, चिरडली गेली तरी ती विचलीत होत नाही, खळखळ करीत नाही.

पुरुषांना स्त्रीचं जणू खेळणं बनवायचंय. चावी दिली की ती पुरुषाच्या विळख्यात राहून एकदा ढोल वाजवील तर एकदा बासरी. म्हणजेच पुरुषाला ती सुख-शांती देईल आणि त्याबरोबरच सर्व तऱ्हेचा आनंदही.

* * *

४३

१) पूजेसाठी बेल न्यायला ते आमच्या घरी येत. लक्ष्मीपूजेच्या वेळी आम्ही त्यांच्याकडे जाऊन तिळाचे लाडू आणि नारळाची बर्फी खात असू. पहाटेच, आमच्या बागेतून मधुमालतीच्या फुलांनी परडी भरून ते घेऊन जात. दुर्गापूजेच्या वेळी, आम्ही सर्वजणी मिळूनच, संध्याकाळी, पूजा बघायला जात असू आणि विसर्जनाच्या वेळी, देवीची आरती करीत असू. ईदच्या दुपारी ते आमच्याकडे पुलाव व कुर्मा खात. कधीच कुठं कुणाला असंतोष वाटला नाही.

एकदा मी माणिकगंजमध्ये कालिगंगेच्या बाजूला फिरायला गेले होते. शाळेच्या पटांगणात सरस्वतीच्या पूजेसाठी मंडप घातला होता. त्या शाळेत अनेक मुसलमान विद्यार्थी होते. पण कधीही, कुणीही, दगड मारून, सरस्वतीच्या मूर्तीचा भंग केला नाही.

भारतात अयोध्येतील मशिदीमुळे गडबड झाली आणि आपल्या देशातील मुसलमान काफरांनी निरपराध हिंदूंच्या 'खेळाला', जशास तसे उत्तर देण्यासाठी, त्यांची दुकानं, घरं-दारं लुटली. आमच्या घराजवळचं देऊळ जमीनदोस्त केलं. मी त्या देवळाचा एक दगड उचलून आणला आणि आईला दाखविला. तिला तो मशिदीचा आहे का मंदिराचा, हे ओळखता आलं नाही. ती गोंधळली.

धर्माच्या दालनातून माणसा-माणसाबद्दलचं प्रेमच नाहीसं झालं, तर ह्या जगातील सर्व मंदिरं, मशिदी, चर्च, पागोडे नष्ट होतील. वीट-मातीपेक्षा माणूस मोठा आहे, प्रेम मोठं आहे.

२) चार-पाच पुरुषांनी, एका स्त्रीवर, एकामागून एक बलात्कार केला तर, लोक त्याला 'पाशवी अत्याचार' म्हणतात. पण 'पाशवी' ह्या शब्दाला माझा विरोध आहे. पशूप्रमाणे आचरण केल्यास, त्याला 'पाशवी' म्हणतात. पण मला खात्री आहे की चार पशू एकत्र येऊन, कितीही करू म्हटलं तरी, चार पुरुषांइतका नीचपणा करणार नाहीत. म्हणून अशातऱ्हेच्या अत्याचाराला 'पुरुषी अत्याचार' म्हटलं म्हणजे त्यातील

क्रूरतेचा बरोबर अंदाज येईल.

३) तिसऱ्या जगात, वडील व पती ह्यांची वारस म्हणूनच फक्त राजकारणात स्त्रीला अधिकार मिळू शकतो, नाहीतर नाही.

स्त्री माणूस आहे, शक्तिशाली आहे, तेव्हा तिनं कुणाची वारस म्हणून राजकारणात येऊ नये, तर स्वतंत्रपणे राजकारणात यावं. मगच खऱ्या अर्थानं, स्त्री स्वतंत्र होईल. दुसऱ्यांच्या लोकप्रियतेचं शेपूट धरून, स्त्री किती दूर जाऊ शकेल? हीच थांबण्याची वेळ आहे. स्त्रीनं स्वतःच स्वतःची स्लोगन द्यावी, हाताच्या मुठी वळवाव्यात आणि बोट वर करायचंच झालं तर एक वेळ स्वतःसाठीच करावं.

* * *

४४

मी मध्यम वर्गातली स्त्री. त्यामुळे उच्चवर्गीयांचं जीवन मी फारच कमी पाहिलंय. त्या दिवशी, माझं सौभाग्य म्हणा की दुर्भाग्य, एका उच्चभ्रू, श्रीमंत घरचं मला बोलावणं आलं. घर अलिशान होतं. कारण ते गृहस्थ एके काळी, मंत्री होते. आता व्यापार करीत होते. त्यांच्या पत्नी कुठल्या तरी कंपनीच्या संचालक की असंच काहीतरी होत्या. त्यांनी मला प्रथम नेलं ते त्यांच्या घरातील बारमध्ये 'काय घेणार?' असा प्रश्न त्यांनी मला विचारला. मी कोणतं मद्य घेणं पसंत करते, ते त्यांना हवं होतं. मी शुद्ध पाणी घेणार हे ऐकून, त्यांच्याकडची अतिथी म्हणून त्यांचं माझ्याबद्दल फारसं चांगलं मत झालं नसावं.

एकेक करून पाहुणे मंडळी जमली. मी एका मोठ्या हॉलमध्ये बसले होते. 'माणूस' हा माझा मुख्य व आवडता विषय असल्यानं, त्यांच्या बोलण्या-वागण्यात मी रस घेऊ लागले. पण घरातल्या घरंदाज स्त्रीचं वागणं पाहून मात्र मी अवाक झाले. तिचं वय असेल पन्नाशीच्या आसपास. पण तिच्या बांध्यावरून आणि सौंदर्यामुळे ती तीस-पस्तीसचीच वाटत होती. तिनं साडी अगदी चापून-चोपून नेसली होती. आणि स्वतःचा पदर ती जाणूनबुजून घसरू देत होती. विशेषतः पुरुष पाहुण्यांच्या स्वागताला ती जेव्हा दाराकडे जाई, तेव्हा हटकून तिचा पदर छातीवरून घसरलेला असे. मला ह्या वागण्याचा काही अर्थच कळेना. आपले उन्नत उरोज पदरानं झाकलं जाऊ नये म्हणून ही श्रीमंत घरंदाज स्त्री इतकी का जागरूक होती? पाहुणे येत होते, ते घरातल्या इतर पाहुण्यांशी इंग्रजीतून किंचाळून बोलत होते. डोळे, नाक बंद करून खांदे उडवून भावना व्यक्त करीत होते, एक जोडपं दुसऱ्या जोडप्याच्या गालाचं चुंबन घेत होतं, म्हणजे एका जोडप्यातील पुरुष दुसऱ्या जोडप्यातील स्त्रीच्या गालाचं चुंबन घेई. हे सर्व पाहून मला आश्चर्य वाटलं. या जोडप्यांच्या जलशात मी 'एकटी स्त्री' म्हणून सर्वांच्या नजरेत खटकत होते, हे माझ्या चांगलं लक्षात आले. माझ्या हातात पाण्याचा ग्लास होता आणि हे सर्व पाहत मी पाण्याचे घुटके घेत होते. माझ्या दृष्टीनं ती एक

आगळी-वेगळी, विस्मयकारक संध्याकाळ होती.

पाहुणे जेव्हा स्वतः होऊनच माझी ओळख करून घ्यायला येत, तेव्हा त्यांचा सर्वांचा प्रश्न असे, 'आपण मिसेस...?' तिथं जमलेल्या सर्वजणी स्वतःची ओळख 'मी मिसेस आलम', 'मी मिसेस महिउद्दीन', 'मी मिसेस सादक' अशीच करून देत होत्या. तशी माझी ओळख करून न देता, मी सांगितलं की माझं नाव नासरिन. त्या सर्वांना काहीसं आश्चर्य वाटलं आणि ते काहीसे दुखावलेले दिसले.

फारूक, आमानुल्ला, सैफउद्दिन ह्यांच्या पैशावर उड्या मारीत हे द्विपाद जीव अंगभर अलंकार घालायला शिकले होते, अस्खलित इंग्रजी बोलायला शिकले होते, स्वतःच्या शरीराचं पुरुषांना आकर्षण वाटावं म्हणून नाना रंगढंग शिकले होते. देहावरच्या चढ-उतारांचं प्रदर्शन करण्यासाठी साडी आणि पदर अंगावरून पाडण्यातच जणू त्यांचं स्वातंत्र्य व्यक्त होत होतं.

का ही विकृती? स्वतःच्या नावाला 'मिसेस' शब्दाचं काळं त्या का फासत होत्या? ॲकॅडमिक शिक्षणाबरोबर अमाप संपत्तीचं मिश्रण करून त्यांनी एक वेगळीच संस्कृती निर्माण केली होती. ती धड बंगालीही नव्हती व धड इंग्रजीही नव्हती. बंगाली बोलताना त्यांची जीभ अडखळते, हे माझ्या लक्षात आलं. बंगाली शब्द त्या सहजगत्या उच्चारत नव्हत्या. त्या स्वतःची ओळख, स्वतःच्या नावानं करून देत नव्हत्या. त्या नवऱ्याची जोडीदारीण म्हणूनच इथं राहात होत्या आणि नवऱ्याची जोडीदारीण म्हणूनच परदेशात भ्रमण करीत होत्या. त्यांनी स्वतःच्या घरच्या पार्टीसाठी एक वेगळीच संस्कृती निर्माण केलेली दिसत होती. 'हॅलो', 'हाय' म्हणून त्या ह्याच्या त्याच्या अंगावर पडत होत्या. त्यांनी शरीरालाच फार मोठी संपत्ती मानली होती. म्हणूनच शरीराच्या रंग-रेखा त्या अशा रीतीने दाखवीत होत्या की सर्वांनी त्याचीच तारीफ करावी. ह्याच्या त्याच्याबद्दल काही अश्लील शेरेबाजी करून त्या स्वतःच अंतरंगच जणू उघडं करीत होत्या.

शेवटी माझ्या डोळ्यांना थकवा आला, माझ्या कानांना आवाजाचा त्रास होऊ लागला. 'मी जाते', या माझ्या शब्दांनी त्या घरात जमलेली व बडबड करणारी माणसं चांगलीच चपापली. पण माझ्या जाण्याचं कोणालाच काही वाटलं नाही. कारण माझ्या अंगावर दागिने नव्हते, बंगाली बोलताना माझी जीभ अडखळत नव्हती, मी तंग कपडे घातलेले नव्हते, मी कोणाची तरी मिसेस नव्हते, माझ्या बोलण्यात युरोप-अमेरिकेचा गंधही नव्हती. मला तिथून निघून जावंस वाटलं. कारण तिथं जमलेल्या स्त्रिया स्वतः आधुनिक असल्याचं आवर्जून सांगत होत्या, नवऱ्यांच्या इंडस्ट्रीच्या कागदांवर संचालक म्हणून ज्यांचं नाव होतं, ज्या परपुरुषाचं चुंबन घेण्यातच स्त्री-स्वातंत्र्य असल्याचं मानीत, होत्या त्यांच्या देहातून येणाऱ्या पैशाच्या वासानं ते घर इतकं

ठासून भरलं होतं की मला श्वास घेणंही कठीण होतं.

ह्या मूर्ख बायका हातात मद्याचे ग्लास घेऊन, देहाला हेलकावे देत पैसा आणि वैभव यांच्याच गप्पा मारतात. लोक त्यांना सुशिक्षित व आदरणीय मानतात आणि मला त्या अंधारात पडलेल्या अशिक्षित बायकांच्या विकृत सभ्यतेच्या गालावर दोन थपडा ठेवून द्याव्याशा वाटतात. त्या सभ्यतेची शिकार आहेत, पुरुषांनी तयार केलेल्या नियमात अडकलेले निष्पाप प्राणी आहेत, हे मला माहीत आहे.

'मिसेस' शब्दाच्या आडून मला नजमा, शहाना, डालिया, चित्रा, निशा, शिखा, फरदौसी, नूपुर, कुसुम नावाच्या व्यक्ती दिसतात. स्वतःच्या नावानं लोकांनी त्यांना ओळखावं, सोन्या-चांदीच्या बदल्यात स्वतःला न विकता, स्वतःला पुष्ट आणि निरुपयोगी शरीरच न मानता, माणूस म्हणून, पूर्ण व संपूर्ण माणूस म्हणून त्यांना जगावसं वाटतंच नाही का ? पूर्ण व संपूर्ण माणूस एकटा उभा राहू शकतो, एकटी व्यक्ती मेरुदंडाप्रमाणे ताठ उभी राहू शकते, आणि इब्सेनप्रमाणे म्हणू शकते - **The Strongest man in the world is the man who stands most alone.**

एका दरिद्री देशात, पैशासाठी एका लहानशा जगात कसा व्यभिचार चालतो, हे पाहण्याचं दुर्भाग्य माझ्या नशिबी आलं. त्या घरून परत येताना, माझ्या मनात राजनैतिक व आर्थिक विचार घोळत होते. कलकलाट करून हसणाऱ्या त्या पंगू स्त्रियांच्या विचारानं मला दुःखानं हुंदका आला. हा दुर्दैवी देश आणि देशातील दुर्दैवी स्त्रिया यांच्याबद्दल मला अतिशय दुःख वाटलं, संताप आला आणि मी मान खाली घातली.

* * *

४५

१) २८-११-९०

‘काल रात्री बी.बी.सी. वरून काय सांगितलं ?’

‘मला नक्की माहीत नाही. थांब, कमालला विचारते.’

‘का ? बातम्यांच्या वेळेला तू कुठं होतीस ?’

‘अग, काम होतं मला आणि सुहृदची परीक्षाही अगदी तोंडावर आलीय बघ.’

‘तुझ्या घराजवळ दोन मुलांना गोळ्या घातल्या म्हणे !’

‘माहीत नाही. बहुतेक कमालला माहीत असेल.’

‘गोळीबार तर जवळच झाला. ऐकला नाहीस आवाज ?’

‘माझं लक्ष नव्हतं, बघ काल का परवा बराच गोंधळ चालला होता वाटत !’

‘कसला आवाज होता ? बंदूक, पिस्तूल, कॉकटेल का फटाका ?’

‘माझ्या भाऊजींनी सांगितलं.’

‘काय म्हणाले ते ?’

‘नक्की आठवत नाही. पण...’

‘गोळीबार कुणी केला ? पोलिसांनी की आतंकवाद्यांनी ?’

‘तेही माहीत नाही.’

‘मग तुला माहीत तरी काय आहे, बकुल ?’

‘हे बघ, ह्या गोष्टीशी मला काय करायचंय. मला काय माझा संसार नाही ?’

‘संसार असला म्हणून काय झालं ? तुझ्या घराजवळ दोन मुलं मारली गेली. त्यांना कुणी मारलं ? का मारलं ? हे समजून नको का घ्यायला ? गोळीबार कुठं झाला ? का झाला ? देशात कर्फ्यू का ? हे माहीत नको ?

बकुल, माझी मैत्रीण. बकुल बुद्धिमत्ता व विचारशक्ती यांच्याबाबत तिच्या नवऱ्यापेक्षा, कमालपेक्षा मुळीच कमी नाही. पण देशातील राजकीय व आर्थिक घटनांची माहिती करून घेण्याची जबाबदारी एकट्या कमालची. बकुलची अजिबात

नाही. बकुल घर नीटनेटकं ठेवते, मुलाला शाळेत पोचवते. तिच्या मुलाची परीक्षा तोंडावर आलीय. म्हणून ती त्याच्याकडून इंग्रजी 'व्हाईमस्' पाठ करून घेते. बकुलच्या घरावरून मिरवणूक जाते- विद्यार्थ्यांची मिरवणूक. त्या मिरवणुकीवर गोळीबार होतो. तेव्हा बकुल खीर करीत असते, खिरीचा स्वाद वाढविण्यासाठी त्यात वेलदोडा, बेदाणे घालीत असते.

२९-११-९० सकाळची वेळ

'कर्फ्यू लागलाय. कसं चाललंय तुझं कर्फ्यूत ?'

'काही विचारू नकोस. फ्रिज एकदम रिकामा झालाय बघ.'

'तुमच्या तिकडं काही गडबड ?'

'आता आणखी काय होणार ? सकाळी किराणा दुकानाची फळी उघडताच अंडी आणून ठेवली पटकन.'

'मोठ्या रस्त्यावर काही पाहिलंस ? मिरवणूक, पोलिस, विद्यार्थी ऐक्य संघटनेतील मुलं ?'

'अंडी आणायला मी थोडीच गेले होते की सर्व पाहून येईन ? कामवाली मुलगी गेली होती.'

'युनिव्हर्सिटीच्या भागात राहतेस. तेथली परिस्थिती...'

'सगळ्यांची अवस्था माझ्यासारखीच. आमच्या इथं मिसेस आलम सोडली तर कुणाच्याही फ्रिजमध्ये चिकन-मटण, मासे शिल्लक नाहीत बघ.'

'आता गडबड कशी आहे ? रुकिया हॉलमध्ये ऐकलं की काही मुलीही त्यात होत्या म्हणून.'

'मला वाटतं हुमायून ह्याबद्दल इतर टीचर्सबरोबर काहीतरी बोलत होता खरं. मी त्यात नव्हते.'

'मग. एकंदरीत तुझं बर चाललंय तर'

'वाईट वस्तीत राहिल्यावर, केव्हा काय होईल, सांगता येत थोडंच ? देवा, सांभाळ रे बाबा !'

ह्या माझ्या भगिनीचं नाव ममता. ती युनिव्हर्सिटीच्या भागाला वाईट वस्ती म्हणते. ती कर्फ्यू उठण्याची वाट बघतेय. मग ती टोपली भरून भाजी आणील, निवडेल, स्वयंपाक करील- देश रसातळाला गेला, तर ती काय करील, हे मी विचारलं नाही. बहुधा तेव्हासुद्धा ती हुमायूनलाच विचारील की आता मी काय करायचं ?

२९-११-९० संध्याकाळ

'ज्या मिरवणुकीवर पोलिसांनी गोळीबार केला. त्यात तुझा भाऊ होता ना ?'

'होना ! त्यानं जाऊ नये म्हणून किती विरोध केला. ह्या अशा मिरवणुका, सभा ह्यांचा काय उपयोग आहे सांग बरं ! आई-बाबा तर अगदी रडकुंडीला आले बघ !

'का ?'

'मुलगा अगदी वाया गेला ना !'

'छोटी काय करते ? लग्न झालं ना तिचं ?'

'इथंच दिलंय.'

'तू कशी आहेस ?'

'मजेत. सर्व दिवस व्ही.सी.आर वर सिनेमा पाहिले.' 'टीव्हीही चालूच होता ना ?'

'टी.व्ही.वर नुसते खेळबीळ दाखवितात. ते सोड 'कम सप्टेंबर पाहिलास ?' रॉक हडसन किती स्वीट दिसतो ना ? गेला बिचारा !' 'तुझी परीक्षा आहे ना आता ?'

'अग, परीक्षा कसली होतेय. सबंध डिसेंबर शाळा बंद आहेत. अय्या, आज जर अफजल -सुवर्णाचं एखादं नाटक असतं, तर ?'

ही मुलगी माझ्या नात्यातली आहे. अशीच ती वाढलीय - अंगाला काही लावून न घेता, अतिसामान्य गोष्टीतच आनंद मानून, समाधान मिळवून.

३०-११-९०

'का ग, हॉल सोडलास ?'

'दुसरा उपायच कुठं होता ?'

'घरी कधी जाणार ?'

'कर्फ्यू उठला की एक क्षण थांबणार नाही.'

'राहा की ढाक्यात. तुझ्या मामाचंच तर घर आहे ना ? मग काहीच प्रश्न नाही.'

'नको रे बाबा ! इथं फार गडबड आहे ना !'

'तू ऑक्सफर्डची विद्यार्थिनी. तुला गडबडीची भीती का ?'

'असं काय म्हणतेस दीदी ! रूममध्ये 'आयातुल कुरसी' वाचीत वेळ काढते झालं !'

'मिरवणुकीत जात नाहीस ?'

'डोकंबिकं फिरलंय का ?'

'सूर्यसेन - मोहसिन हॉलमधील जे काय घडलं, तेव्हा कुठं होतीस ?'

'रूममध्ये.'

'बाहेर का नाही आलीस ?'

'त्या कुरूक्षेत्रावर ?'

'का ? काय झालं ? तिथं तर क्लासमधली मुलंच होती ना ?'

'तुझे वर्गमित्रच. मग ?'

'काही झालं असतं तर मग ?'

'काही त्यांच्याबाबतीतही झालं असतं.'

'मुलं काय इकडं तिकडं पळू शकतात ?'

'मुलींचे हात-पाय मोडलेत का ?'

ह्या मुलीचं नाव मीना. युनिव्हर्सिटीतली हुशार मुलगी. ह्या मुलीला मिरवणुकीची भीती वाटते. जागरूक माणूस बाहेरच्या चळवळीत, संघर्षात, संकटांत उडी घेतो आणि सुशिक्षित मुली स्वतः अडचणीत येऊ नये म्हणून खोलीत बसून आयातुल कुरसी वाचतात.

२) गेल्या १-१२-९० ला तीन यूथ युनियननी एकत्रितपणे एक आवाहनात्मक पत्रक काढलं होतं. त्यात म्हटलं होतं की शूर विद्यार्थी, युवक, स्त्रिया, पत्रकार, डॉक्टर, वकील, शिक्षक, कलावंत, संस्कृतिसेवक, टी.व्ही.चे आणि इतर कर्मचारी, कारागीर व अन्य उद्योगांतील लोक या सर्वांनी एकत्र येऊन, हा कार्यक्रम यशस्वी करावा.

आता माझा प्रश्न असा आहे की शूर विद्यार्थ्यांमध्ये विद्यार्थीनी नाहीत का ? युवकांना आवाहन केलं, त्यात युवती येत नाहीत का ? स्त्री पत्रकार, डॉक्टर, शिक्षक, वकील, कलावंत किंवा संस्कृतिसेवक असू शकत नाहीत का ? मग स्त्रियांचा वेगळा उल्लेख करण्याचं कारण काय ? स्त्रीला इतर समाजापासून बाहेर टाकण्याचा हेतू काय ?

मला तर वाटतं की असं वेगळं ठेवल्यामुळेच स्त्री मिरवणुकीत भाग घेत नाही, संघटित होत नाही. चळवळींमध्ये लक्ष देत नाही, घाबरून मागे सरकते, स्फोटक वातावरणाच्या वेळी व्ही.सी.आर. वर सिनेमा पाहात वेळ घालविते.

हा समाज कर्मावरून नाही, पेशावरून नाही, तर लिंगावरून गट पाडतो. म्हणूनच स्त्रीला अन्य समाजापासून अलग करण्यात येतं ना ? असंच जर होणार असेल तर स्त्रीनं संन्यास घेणं जास्त चांगलं !

* * *

४६

विवाह दोघांचा होतो. स्त्री आणि पुरुष हे दोघेही विवाहबंधनात बांधले जातात. पण विवाहाची चिन्हं स्त्रीलाच वाहावी लागतात. पुरुषाला नाही. अविवाहित आणि विवाहित पुरुषांमध्ये काहीही फरक दिसत नाही. नाव, पोशाख, भांग, हाताचं बोट ह्या कशातही काहीही फरक नाही. विवाहित आणि विधुर पुरुषांतही काही फरक नसतो. पण अविवाहित आणि विवाहित स्त्रीमध्ये खूपच फरक केला जातो. विवाहित आणि विधवा ह्यांच्यातही असाच भेद केला जातो.

पाश्चात्त्यांमध्ये विवाह निश्चित झाला की स्त्री तिच्या बोटात अंगठी घालते. विवाहानंतरही बोटात अंगठी घातली जाते. ही अंगठी हीच तिच्या विवाहाची खूण असते. स्त्री एकटीच विवाहाची सर्व चिन्हे आपल्या देहावर वागविते. फक्त पाश्चात्त्यामध्येच नाही, तर पौर्वात्यांमध्येही अंगठी ही स्त्रीची कौमार्यावस्था संपल्याची खूण आहे.

विभिन्न जातीतं, विभिन्न प्रदेशात, विवाहित, अविवाहित आणि विधवा ह्यांची राहणी वेगवेगळी असते. जगाच्या पाठीवरील सर्व देशांत, सगळ्या संप्रदायांत पुरुषांसाठी फक्त एकच नाव असतं. पण अविवाहित स्त्री तिच्या नावाआधी 'मिस्' लावते, तर विवाहित स्त्री तिच्या नावाआधी 'मिसेस' लावून आपण विवाहित असल्याचं स्पष्ट करते. पण पुरुष मात्र आरंभापासून अखेरपर्यंत आपल्या नावाआधी 'मिस्टर' लावतो व मिस्टर सौमेन आणि मिस्टर मिलन यांच्यामध्ये कोणाचं लग्न झालंय आणि कोणाचं नाही, हे समजायला काहीच मार्ग नाही. परंतु मिस् लीना आणि मिसेस बीना यांच्यात कोणाचं लग्न झालंय, अशी शंका आपल्याला अजिबात येणार नाही.

स्त्री विवाहित आहे का अविवाहित हे तिच्या नावावरूनच कळतं. 'विवाह' ही स्त्रीच्या दृष्टीनं महत्त्वाची घटना असते, पुरुषाच्या दृष्टीनं नाही. विवाह स्त्रीच्या जीवनात परिवर्तन घडवून आणतो. तिची वेशभूषा बदलते, तिचे भुंडे हात, नाक, पांढरा भांग यातही बदल होतो. पण विवाहामुळे पुरुषाच्या जीवनात मात्र काहीही बदल होत नाही.

स्त्रीला सौभाग्य चिन्हं धारण करावी लागतात. हातात सौभाग्य चिन्ह म्हणून 'शांखा', भांगात 'सिंदूर', नाकात 'चमकी', अंगावर इतर दागिने आणि कतान किंवा बनारसी साडी ह्या सर्वांवरून स्त्रीचा विवाह झालाय हेच स्पष्ट होतं. ह्या साज-शृंगाराचा अर्थ ती स्त्री आता एका पुरुषाशी बांधली गेलीय, ती त्यानं दिलेल्या झकपक पोशाखानं, आणि शांखा-सिंदूरानं आता बांधली गेलीय. पुरुषसुद्धा केसाचा भांग पाडतात. पण त्यांच्या भांगांत ते सिंदूर भरत नाहीत. त्यांनाही दोन हात असतातच, पण ते हातांत शांखा घालीत नाहीत. त्यांच्या पोशाखातही काही बदल होत नाही. कोणत्याच धातूच्या दागिन्यांनी ते सजत नाहीत, अलंकृत होत नाहीत.

विधवा आणि विधुर यांच्यांत तर जमीन-अस्मानाचा फरक केला गेलाय. विधवेला सर्व अलंकार काढून टाकावे लागतात. तिला कफनाप्रमाणे पांढरे कपडे घालावे लागतात. एका जातीत तर विधवेला सामिष भोजन वर्ज्य करावं लागतं. ती मासे, मटण, अंडी असं काहीही खाऊ शकत नाही. परंतु विधुराला मात्र असं काही बंधन नाही. त्याला कुठलेही अलंकार काढावे लागत नाहीत किंवा निरामिष व्हावं लागत नाही.

सामिष जेवण शरीराला आवश्यक आहे. हे खाणं विधवा स्त्रीला खाण्यास बंदी करणं म्हणजे तिला अशक्तपणा व नाना व्याधी याकडे ढकलणं होय. विधवेला मानसिक व शारीरिक रोगांची शिकार बनविणं, ही एक प्रकारे पुरुष व पुरुषप्रधान समाजानं गुपचूपपणे पण हेतुपूर्वक साधलेली संधीच आहे.

स्त्री आणि पुरुष 'माणूस' म्हणून जर समान असतील तर पती-पत्नींमधील एकाचा मृत्यू झाल्यास, स्त्रीला जसं व्रत-वैकल्यांना सामोरं जावं लागतं, तसं पुरुषाला का जायला लागू नये ? पुरुषानं कफनाप्रमाणे पांढरे कपडे का घालायचे नाहीत ? पुरुषांनी नाना व्रतं का करायची नाहीत ? सामिष भोजन वर्ज्य का करायचं नाही ?

माणसा-माणसात एवढा भेद का ? वैषम्य का ? याचा एकदा तरी आपण विचार करतो का ? जोडीदार मिळविणं आणि जोडीदाराचा वियोग होणं, या दोन घटनांत, स्त्री आणि पुरुष ह्यांच्याबाबतच्या वागणुकीत एवढा फरक का ? स्त्रीला खूप काही मिळवावं आणि गमवावं लागतं. पण पुरुष मात्र लगेच हात झाडून मोकळा होतो. अविवाहित, विवाहित किंवा विधुर पुरुषाला वेगळं असं काही करावं वा वागावं लागत नाही. पुरुषाला शरीरात किंवा स्वभावात काहीही फरक करावा लागत नाही. पण स्त्रीला मात्र बदलावं लागतं. अलंकार चढवावे वा उतरावे लागतात. ह्याचं कारण समाजाच्या दृष्टीनं स्त्री पुरुषाच्या जीवनातील एक तुच्छ गोष्ट आहे, पण पुरुष मात्र स्त्रीच्या जीवनात आवश्यक, मूल्यवान आहे. स्त्रीला पुरुषाची जरूर आहे, तिच्या

जीवनातील ती सर्वोत्कृष्ट घटना आहे, पुरुष तिचं आराध्य दैवत आहे. म्हणूनच स्त्रीला सधवेचं वैभव आणि विधवेचा विषाद शरीरावर धारण करावा लागतो आणि हे सर्व स्त्रीनं शरीरावरच धारण करण्याचं कारण शरीर हीच स्त्रीची एकमात्र संपत्ती आहे. स्त्रीची कांती जर गोरीपान आणि मऊ असेल, तिचा बांधा चांगला असेल, तरच पुरुष भोगासाठी त्या स्त्रीची निवड करतो. जी स्त्री अशा रीतीनं पसंत पडणारी नसते, ती समाजाच्या दृष्टीनंही उपेक्षित, निकृष्ट, अपंग, अस्पृश्य ठरते.

पुरुषाच्या भोगासाठी आपली निवड व्हावी म्हणून स्त्रीला उंची वस्त्रं आणि सोन्या-चांदीनं सजावं लागतं. ती पुरुषाच्या मनातून उतरली, तर समाजही तिला आपल्यातून बाहेर काढतो. स्त्रीचं प्रमुख उद्दिष्ट पुरुषाच्या योग्य होणं, त्याला तृप्त व संतुष्ट करणं.

असं का ? स्त्रीनं जर समाजाचा भेसूर चेहरा एकदा पाहिला, जर ती स्वतःला 'माणूस' समजू लागली तर, एक पुरुष तिचा जीवनसाथी आहे म्हणून तिला शरीरावर कोणत्याही धातूचा दागिना घालावा लागणार नाही. तिच्या पोशाखात तिला बदल करावा लागणार नाही, तिच्या नाकाला, हातापायाला बोटांना, भांगाला काही त्रास सहन करावा लागणार नाही. एवढंच नाही तर तिला नावातही बदल करावा लागणार नाही.

स्त्रीनं स्वतःला एक संपूर्ण माणूस समजलं पाहिजे. त्यासाठी सर्वप्रथम तिनं तिच्या नावातून आणि शरीरावरून सधवा वा विधवा असल्याच्या खुणा पुसून टाकल्या पाहिजेत. स्त्री जर बुद्धिमान असेल, विचार करणारी असेल, तर हे अलंकार तिला कलंकित करू शकणार नाहीत, 'मिस्' 'मिसेस' ही चिन्ह तिचं एका जड वस्तूत रूपांतर करणार नाहीत, पांढरंफटक वैधव्य तिला हीनदीन करणार नाही, निरामिष आहार तिला चितेकडे ढकलणार नाही.

स्त्रियांनो, सर्व खोट्या परंपरा मोडून तुम्ही प्रथम माणूस व्हा !

* * *

४७

एकदा एक सभ्य गृहस्थ त्यांच्या पत्नीला घेऊन माझ्याकडे आले. मी येण्याचे कारण विचारताच, त्यांच्या पत्नीकडे बोट दाखवून ते म्हणाले, 'हिला मूल होत नाही.' त्यांची पत्नी लाजेनं आणि अपराधी भावनेनं अर्धमेली झाली.

त्यांचं लग्न होऊन सात वर्षं झाली होती. ते सभ्य गृहस्थ, आपल्या पत्नीकडे बोट दाखवून, निर्धास्तपणे सगळ्यांना ती आई होण्यास असमर्थ असल्याचे सांगत. पण मी दोघांना तपासल्यावर त्या गृहस्थातच दोष आढळला. ती स्त्री अगदी निरोगी होती, सक्षम होती. हे त्यांना कळल्यावर दोघांनाही धक्काच बसला. कारण असं काही असू शकतं ह्याची त्यांना अजिबात कल्पनाच नव्हती. त्यांना त्या धक्क्यातून सावरण्यासाठी, बाहेर काढण्यासाठी मी विचारलं, 'भात करताना पातेल्यात फक्त पाणी घातलं तर चालेल का ?' 'नाही.' ती स्त्री म्हणाली, 'तांदूळ हवेतच ना ?' त्या स्त्रीनं होकार दिला. मग त्यांची शंका दूर करण्यासाठी मी सांगितलं की फक्त पाणीच असेल. तर ते फक्त उकळेल, पण भात होणार नाही. त्या गृहस्थांच्या Semen analysis वरून दिसून आलं की त्यांच्यात Sperm अजिबात नव्हते. पण अनेक वर्षं त्या 'निरपराध' स्त्रीला मात्र नातेवाईक आणि शेजारी ह्यांच्यासमोर लाजेनं मान काली घालावी लागली. जसा 'सती' या शब्दाला, कोणताच पुल्लिंगी प्रतिशब्द नाही, तसा 'वंध्या' या शब्दालाही नाही. स्त्रीला, एकटीलाच वंध्यत्वाचा डाग वाहावा लागतो.

परंतु 'वंध्या' या शब्दाचा पुल्लिंगी प्रतिशब्द आहे 'वंध्य'. पण हा शब्द कोणाला माहीत असेल, असं मला वाटत नाही. कारण पुरुष 'वंध्य' असतो, ह्यावर आमच्या समाजाचा विश्वासच बसणार नाही. म्हणूनच पुरुष 'मूल होत नाही' असा ठपका सहजपणे स्त्रीवर ठेऊन पत्नीला घटस्फोट देऊन दुसरं लग्न करून आघोरी आनंद मिळवितात.

प्रख्यात स्त्री-रोगतज्ज्ञ सर नरिमन जॅफकॉट यांच्या मते पुरुषापेक्षा स्त्रीला मूल होण्याची ओढ जास्त असते. स्वतःचं सौंदर्य आणि बांधेसूदपणा, स्वतःची प्रतिष्ठा

आणि प्रतिभा यापेक्षा स्त्रीला मुलांची ओढ जास्त असते. पण पुरुषाचं मात्र याउलट असते. त्याला मूल होण्याची ओढ अत्यंत कमी असते. म्हणूनच एखाद्या विवाहित स्त्रीला मूल न होण्याचं दुःख अजिबात विसरता येत नाही, तसं पुरुषाचं होत नाही. 'मूल नाही' म्हणून पुरुष जी अस्वस्थता दाखवितो, ती अस्वस्थता म्हणजे एक नाटक असते, शो असतो. 'मूल नाही' म्हणून छाती बडविण्यामागे दुसराच उद्देश असतो.

वंध्यत्वाचा दोष स्त्रीवर ठेवण्याची परंपरा प्राचीन काळापासूनची आहे. प्राचीन काळी वीर्यपान, मंतरलेलं पवित्र कवच, प्रार्थना आणि त्याग हेच ह्या रोगावरचे उपाय होते. स्त्रीला, फक्त, स्त्रीलाच वंध्यत्वाबद्दल दोषी ठरविलं जायचं. तेव्हा स्त्री आणि पुरुष ह्या दोघांच्या शरीराची आतून बारकाईनं तपासणी करण्याइतके शास्त्र पुढे गेलेले नव्हतं. म्हणून वंध्यत्वाचा सर्व दोष स्त्रीवर ठेवला जायचा. पण आता तसं नाही. शारीरिक तपासणी बारकाईनं केल्यावर पुरुषातील दोष कळू शकतो. जर मायक्रोस्कोपिक तपासणीनंतर पुरुषाचे शुक्रजंतू दुर्बल, दोषी किंवा मेलेले आढळले, तर वंध्यत्वाचा दोष स्त्रीलाच का द्यायचा ?

तरीसुद्धा पुरुषप्रधान समाज कोणत्याच पुरुषाला 'अक्षम', 'असमर्थ' म्हणत नाही. असे 'अक्षम' पुरुष चार-चार लग्न करून, पुन्हा पुन्हा स्त्रीलाच वंध्यत्वासाठी दोषी धरतात. ह्या समाजात मात्र मूल नसलेल्या स्त्रीला पुरुष बदलण्याचा अधिकार नाही. तिचं वंध्यत्व दूर करण्यासाठी पुरुष बदलण्याचं स्वातंत्र्य तिला नाही.

पुरुषाच्या वंध्यत्वाचा सगळा भार स्त्रीलाच सहन करावा लागतो. सर्व अपूर्णतेची जबाबदारी स्त्रीलाच घ्यावी लागते. पूर्वीच्या काळापासून, जगात, कुठल्याही दोषासाठी स्त्रीलाच अपराधी समजून विचार न करताच शिक्षा केलेली आहे आणि आताचा हा पुरुषप्रधान समाजही त्याच विचाराचा आहे. वेगळा नाही.

शंभर जोडप्यांमध्ये पस्तीस पुरुष हे मूल होण्याच्या बाबतीत 'निर्जीव' असतात, हे किती जणांना माहीत आहे ? एके काळी स्त्रीला 'शंभर पुत्रांची माता हो !' असा आशीर्वाद दिला जायचा. म्हणजेच स्त्रीला गाईप्रमाणे मानले होते. तिला काही मान नाही, प्रतिष्ठा नाही, गर्भधारणेचं यंत्र याशिवाय ती दुसरं काहीही नाही. आता असं समजलं जात नाही ? आताच्या काळी तरी किती जण जोरदारपणे सांगू शकतात की आता काळ बदलला आहे ?

कुणीच असं सांगू शकत नाही. कारण अजूनही मातृत्वालाच स्त्रीजन्माची सार्थकता मानलं जातं. - मग समाज सुशिक्षित असो वा अशिक्षित. बुद्धिमत्ता, व्यक्तिमत्त्व, मानवता हे सर्व पुरुषांसाठी आहे, स्त्रीसाठी नाहीच. स्त्रीला मातृत्वाच्या शृंखलेत जखडून 'स्नेहमयी', 'करुणामयी' ह्या विशेषणांनी गौरविणं हे एक भयंकर षड्यंत्र आहे.

मूल होण्यास असमर्थ असलेल्या एका पुरुषाच्या बायकोला मी दुसऱ्या लग्नाचा सल्ला दिला. हे ऐकताच ती स्त्री, तिचा नवरा आणि नातेवाईक चांगलेच चपापले. माझ्या ह्या धीटपणाचं (उर्मटपणाचं) त्यांना आश्चर्य वाटलं. पण स्त्रीत दोष असताना, मी एखाद्या पुरुषाला असा सल्ला दिला असता, तर तो पुरुष आणि त्याचे नातेवाईक ह्यांनी आनंदानं उड्या मारल्या असत्या, हे मला माहीत आहे.

काळ बदलला नाही. का नाही बदलला ? का वंध्य पुरुषाला वंध्या स्त्रीप्रमाणे त्रास सहन करावा लागत नाही ? वंध्य पुरुषाला वंध्यत्वाचा डाग आणि निराशा ह्याचं ओझं का वाहावं लागत नाही ? वंध्य पुरुष समाजाच्या त्रासापासून मुक्त का राहतो ? आणि वंध्या स्त्रीला अशी मुक्ती का मिळत नाही ?

जर स्त्रीला अशी मुक्ती मिळणार नसेल, तर मातृत्वाप्रमाणे पितृत्वही पुरुषजन्माची मुख्य सफलता समजायला हवी. पुरुषाच्या वंध्यत्वाचा सगळा दोष त्यानेच स्वीकारला पाहिजे. वाईटच व्हायचं असेल तर ते एकट्या स्त्रीचं न होता, पुरुषाचंही व्हावं.

* * *

४८

'हल्लीचं शिक्षण स्त्रीच्या दृष्टीनं लाभदायक नाही. कारण ह्या शिक्षणामुळे स्त्रीच्या पुत्रसंतती निर्माण करण्याच्या शक्तीचा नाश होतो, विदुषीचे वक्ष सपाट होतात. त्यात दूध नसतं, त्याशिवाय शिक्षणामुळे विधवा होण्याचा संभव जास्त असतो.' १९ व्या शतकातील स्त्री-शिक्षणाच्या विरुद्ध हे राष्ट्रीय मत खूप प्रसिद्ध होतं. 'मुलींना शाळेत पाठविल्यामुळे व्यभिचार वाढण्याची शक्यता आहे, कारण कामपिपासू पुरुषांच्या नजरेला मुली पडल्या तर ते त्यांच्यावर बलात्कार करतील, अल्पवयीन म्हणून त्यांना सोडणार नाहीत, कारण त्यांचा संबंध भक्ष्य- भक्षक असा असतो' हा उपरोक्त सिद्धान्तही कुणी नाकारणार नाही.

ह्या शतकाच्या सुरुवातीला काही बदल झाले. मुलींसाठी काही शाळा, विद्यालयं निघाली. पण भक्ष्य- भक्षक संबंध तसाच राहिला. त्यात काही बदल झाला नाही. हल्ली तर स्त्री-पुरुषांमधील हा भक्ष्य- भक्षक संबंधही मुख्य आणि अविभाज्य आहे.

एका कवीनं म्हटलंय, की विधाताही पुरुष असावा. म्हणून त्यानं स्त्रीला असं घडवलंय की तिचं अंग-प्रत्यंग हे कामदेवतेचं आसन आहे. साशंक कविमनाला अखेर स्वस्थता मिळते ती ह्या विचारामुळे की हे भाग्यच म्हणायचं की विधात्यानं स्त्रीची योनी मांड्याच्या मुळाशी अगदी गुप्त स्थानी ठेवलीय, नाहीतर ते इंद्रिय इतर कुठं असतं, तर सगळ्या जगालाच ग्रहण लागलं असतं. हे वाचताना फार वाईट वाटतं, कर्णकटू वाटतं ऐकताना, पण पुरुषांच्या कामुकतेचा विचार मनात आल्यावर, ह्या ओळींमधील वास्तवता समजते.

असं म्हणतात की गौतम ऋषींनी अहिल्येची अभिलाषा धरणाऱ्या इंद्राला शाप दिला होता की तुझ्या सर्वांगावर स्त्रीत्वाची लक्षणं उमटतील. हा शाप खरंच यथायोग्य आहे. कारण शरीरावरील एक-दोन लक्षणांनी स्त्रीला जीवनभर दुर्दैवाला सामोरं जावं लागतं, तर सर्व शरीरभर स्त्रीत्वाची लक्षणं असल्यावर त्याच्या वाट्याला काय भोग येतील हे सांगायलाच नको. म्हणून शाप द्यायचाच असेल, तर स्त्रीसंबंधीत शापच

अधिक उपयोगी आहे.

स्त्रीची कल्पना तिच्या शरीराशिवाय करणं कुणालाही सुचत नाही. शरीर हाच स्त्रीसंबंधात मुख्य विषय ठरतो. ह्या शरीराचा पुरुषांनी सतत भक्ष्य म्हणून उपयोग केला आहे. जणू काही पुरुषांसाठी 'प्रसाद' म्हणूनच हे शरीर घडवलं गेलं आहे. ह्या शरीराचा बळी पडणार पुरुषाच्या गिलोटीनमध्ये. एक नवजात बालक मुलगी आहे असं कळताच, तिचे आई-वडील तिला मारायला उठले. हे वडील नुसते सुशिक्षित नव्हते, तर उच्चशिक्षित होते. स्त्री-शरीराच्या भक्ष्यावर आपली भूक भागवायची इच्छा सर्व पुरुषांची असते, पण कोवळ्या पिलाला जपायची, सांभाळायची एक साधी, सरळ गोष्ट ह्या खादाडांच्या मनातही येत नाही. त्यापेक्षा एखाद्या झाडाला पाणी घालून वाढवणं बरं ! मोसमात ते उपयोगी पडणारी फळं तरी देतं.

'स्त्री काहीच दान करीत नाही. ती फक्त घेते', अशीच सर्वसाधारण समजूत असते. 'संसारातील नुकसानकारक, हानिकारक प्राणी' अशाच दृष्टीनं तिच्याकडे पाहण्याची समाजाची पद्धत आहे. मुलीपेक्षा घरातील कुत्रासुद्धा जास्त किंमतीचा, कारण तो चोरांना पळवून लावतो, बैल जास्त उपयोगी, कारण ते नांगराला जुंपल्यास शेतीला फायदा होतो. ते मेहनत करतात. गाय दूध देते म्हणून तिचीही किंमत घरातील मुलीपेक्षा जास्तच.

स्त्री काहीच देत नाही. 'मासिक ऋतुस्राव सोडला तर स्त्री काहीही बाहेर टाकीत नाही, असं समाजाचं मत आहे. प्राचीन काळी स्त्रीला एक वर्ज्य वस्तू मानलं गेलं होतं. मध्ययुगातही स्त्रीला तसंच मानलं गेलं आणि आधुनिक युगातही ह्या विचारात काही बदल झालेला दिसत नाही. स्त्रीला ह्या विचारापासून मुक्ती मिळण्यासाठी अजून किती वर्षं, किती युगं जावी लागतील, हे काही सांगता येत नाही.

काय केलं असता स्त्रीची प्रगती होईल, ती शिकेल, आर्थिक स्वातंत्र्य तिला मिळेल, आणि मग त्याच्या तालावर आणि लयीवर स्त्री-मुक्तीचा बाजा वाजेल, हे बुद्धिजीवी मंचावरून मोठ्या आवेशाने कंठशोष करून सांगत असतात. पण हे सारं नाटक आहे. खोटं आहे. मला अशी एक सुशिक्षित, स्वावलंबी स्त्री माहिती आहे की तिला समाजातील लांडग्यांनी फाडून खाल्लं. स्त्रीचं जर भक्षणच होणार असेल, शिक्षण आणि स्वावलंबन तिला 'भक्ष्या'च्या यादीतून गाळू शकत नसतील, तर जे सार्वत्रिक नीतिमत्तेच्या गोष्टी करतात, स्त्री-मुक्तीबद्दल बोलतात, त्यांची वाचाच गेली पाहिजे, ते पार नामशेष झाले पाहिजेत. हो ! शापच देते आहे मी ! आमच्या पूर्वजांनी पुरुषाला 'स्त्री शरीर धारण करशील' असा शाप दिलाच होता. स्त्रीला आता शाप देण्यासाठी नवीन मार्ग सापडावा. स्त्रीनं 'भक्ष्य' नाही, तर 'भक्षक' व्हावं. सर्व स्त्रियांनी,

पुरुषांना 'भक्ष्य' होण्याचा शाप द्यावा. स्त्री, जोपर्यंत, फाडून पुरुषाला खाणार नाही, पुरुषाचं शरीर म्हणजे एक मांसाचा गोळा समजून त्याचा उपभोग घेणार नाही, तोपर्यंत स्त्रीच्या तन-मनातून 'पुरुष म्हणजेच परमेश्वर' हा पारंपरिक संस्कार दूर होणार नाही.

शिक्षण, अर्थनीती, समाजव्यवस्था ह्यांच्यातील बदलाच्या गोष्टी बोलून, पुरुष एकप्रकारे, गुप्तपणे एक सापळाच लावतात. स्त्रीनं स्वातंत्र्याची कल्पना मांडताच ह्या व्यवस्थेतील शंभर कारणं तिच्यापुढं मांडून ते तिला गप्प बसवितात. मग तऱ्हेतऱ्हेच्या व्यवस्थांमधील नियम, निर्बंध समजून घेण्यात अर्धं आयुष्य जातं आणि उरलेलं आयुष्य जातं ह्या व्यवस्थेच्या विरुद्ध बोलण्याची भाषा शिकण्यात. ह्यामध्ये अशा व्यवस्थेचं अजिबात काही बिघडत नाही. मधल्या मध्ये ह्या दरिद्री देशातील आंतरजातीय स्त्री-मुक्ती चळवळीचे शाखाप्रमुख होऊन पुरुषांचा मात्र फायदाच होतो. ही चळवळ यशस्वी झाल्यास आंतरजातीय साहाय्य बंद होईल या भीतीनं, काही-ना-काही करून ही चळवळ सुरूच ठेवावी लागते- अगदी दीर्घकाळपर्यंत. ह्या चळवळीला कधीही अंत नसतो आणि असलाच तर तो एका गर्तेत असतो.

'वेश्यागृह बंद केल्यामुळे समाजातील बलात्कारांची संख्या वाढेल.' ह्या वाक्याआडून समाजातील बुद्धिमान लोक दोन्ही प्रकारची मजा चाखू इच्छितात. पतितांचा उपभोग आणि पवित्रांचा पण उपभोगच. ह्या देशात वेश्यागृहांची संख्याही कमी नाही आणि बलात्कारांचीही संख्या कमी नाही. वापरलेल्या आणि न वापरलेल्या दोन्ही प्रकारच्या शरीरांचा उपभोग घेण्यात काही वेगळीच मजा असते. म्हणूनच राष्ट्राची कोणतीच नीती वेश्यागृहांच्या अथवा सर्रास चालणाऱ्या बलात्कारांच्या विरोधात जात नाही.

स्त्रीनं बलात्कार करायला शिकायला पाहिजे, व्यभिचार करायला शिकायला पाहिजे. स्त्री 'भक्षक' झाल्याशिवाय तिच्यावरचा 'भक्ष्या'चा डाग धुवून जाणार नाही. हा चांगल्या गोष्टींचा जमाना नाही, नीतिवचनांची ही वेळ नाही. आता काट्यानेच काटा काढला पाहिजे.

* * *

४१

१९७१च्या डिसेंबरमधील जनतेचा जय पाहिला-नुसता पाहिला, पण समजला नाही. ह्या डिसेंबरमध्ये जनसागरात उठलेल्या आनंदाच्या लाटा नुसत्या पाहण्यासारख्या नव्हत्या तर आनंदाचा अनुभव घेण्यासारख्या होत्या. मी हा अनुभव घेतला.

डॉ. मिलनच्या मृत्यूचा विषय सगळ्यांच्या तोंडी झाला. ह्या एवढ्या मृत्यूंमध्ये हा एकच मृत्यू प्रकर्षानं उठून दिसला. मयमनसिंहमधील स्वैराचाराच्या विरुद्ध निघालेल्या मिरवणुकीवर पोलिसांनी गोळीबार केला. पोलिसांच्या गोळ्यांना बळी पडलेले फिरोज आणि जहांगीर, माणूस म्हणून, डॉ. मिलनपेक्षा कुठल्याही बाबतीत कमी नव्हते. मनोहर, जेहाद, जाकिर, निमाई आणि आणखी अनेक- सगळ्यांची नावं मला माहीत नाहीत - हे कुणीच कमी नव्हते. सरकारी हत्याकांडात बळी पडलेल्यांची नावं आणि ठिकाणं ही प्रसिद्ध होणं आवश्यक आहे. तशी ती प्रसिद्ध न झाल्यास, काळाचा ट्रक, समूळ इतिहास दाबून टाकतो. अफवा उठविण्यात बंगाली जेवढे प्रवीण, तेवढेच विसरून जाण्यात पटाईत. मृत्यूची नोंद होणं आवश्यक आहे. दुर्घटना स्थळी शहीद-मिनार होणं आवश्यक आहे.

ह्याचप्रमाणे दलालांची माहिती मिळणंही आवश्यक आहे. निरनिराळ्या प्रकारांनी दलालांची नावं प्रसिद्ध होतात. त्यात काही अतिरंजित असतात, काहींमध्ये भावनेच्या आवेगामुळे अतिशयोक्ती असते. एकूण हे सर्व निंद्य असतं. पुष्कळ बायकांची नावंही प्रसिद्ध होतात आणि त्या नावांमागे अगदी सहजपणे देहविक्रय करण्यास भाग पाडणारी, रखेली अशी विशेषणं जोडली जातात. ह्या देशात देहविक्रय करणं वा रखेली होणं हा गुन्हा नाही. म्हणूनच अशा बायकांना वेश्या, रखेली म्हणून दोष देणं अथवा वर्तमानपत्रांमधून त्यांची नावं छापणं म्हणजे फक्त मूर्खपणा आहे.

धिक्कार करण्यास योग्य असणाऱ्या राष्ट्राध्यक्षांनी, आपल्या सहकाऱ्यांची कामपिपासा भागविण्याकरिता सर्व देशात वेश्या पसरून ठेवल्यात. स्वतः राष्ट्राध्यक्षांनीसुद्धा त्यांचा यथेच्छ उपभोग घेतलाय. त्यांचे मंत्री आणि नालायक

अधिकारी ह्यांच्या नानातऱ्हेच्या लैंगिक समस्या होत्या. स्पीकरच्या लैंगिक विकृतीसंबंधी माहिती नाही, असे अगदी कमी असतील.

ह्याबाबतीत मी बायकांचा धिक्कार का करू ? ज्यांनी अशा बायकांचा किरकोळ सोयी- सवलतींसाठी वापर केला, त्यांचाच मी धिक्कार करणार. स्त्रीला सर्वस्वी लुटून, राज्यातील सभ्य माणूस म्हणून मुखवटा घालून जे बढाया मारतात, त्यांनाच मी दोष देणार. असे लोकच अनीतीचे डोंगर उभारून, त्याच्या शिखरावर बसून, देशाला रसातळाला नेतात.

शोषकांना दोषी ठरवून वेगळे काढताना, त्यात शोषितही मिसळले जात नाहीत ना, इकडे लक्ष दिलं पाहिजे. नाहीतर तोंड दाखवायला जागा राहणार नाही. 'लक्ष्य'च जर निश्चित नसेल, तर 'लक्ष्या'पेक्षा त्याच्या पुढच्या मागच्या इतर नगण्य विषयांनाच प्राधान्य मिळतं आणि मुख्य गोष्टीला मागे सारून, नगण्य गोष्टच लक्ष वेधून घेते आणि दृष्टी कुठं लावायची हेच माणूस विसरून जातो. अशा वेळी दिशा चुकण्याची भीती सर्वांत मोठी असते.

ज्या देशात अनेक लग्नं करणं हा गुन्हा नाही, ज्या देशात लंपटता हा दोष मानला जात नाही, ज्या देशात अनेक लग्नांचे फोटो छापून, लंपटतेचं वर्णन करण्यात माणसाला कमीपणा न वाटता, उलट विकृत आनंद वाटतो, अशा देशात ह्या वरील गुन्ह्यांपेक्षा, ह्या दरिद्री देशाला आर्थिकदृष्ट्या दुबळं, पंगू करणं हा जास्त मोठा गुन्हा नाही का ? घटनेचं उल्लंघन करणं आणि अधिकाराचा गैरवापर करणं हा भयंकर गुन्हा नाही का ?

एका स्वतंत्र माणसानं श्रीमंतांच्या क्लबमध्ये परदेशी मैत्रिणीच्या गालाचं चुंबन घेणं, परक्याच्या प्रेमात पडणं हा अन्याय नाही, पण त्याच स्वतंत्र व्यक्तीनं राष्ट्रासाठी एक विशेष धर्म निवडणं आणि तो धर्म म्हणजे 'इस्लाम'च असणं हे मात्र अगदी अन्यायकारक आहे.

माणसाचं गोत्र, धर्म, विश्वास ह्या अगदी व्यक्तिगत गोष्टी आहेत. ज्या राष्ट्रात भिन्न भिन्न धर्मांचे लोक राहतात, त्या सर्व राष्ट्रालाच दाढी वाढवायला लावून टोपी घालणं म्हणजे फक्त स्वार्थ आहे, दुसरं काही नाही. ह्यांनी माणसाला धर्मरूपी समुद्रात लोटून, स्वतःच धर्मविरोधी आचरण केलंय, आर्थिक लाभ आणि लैंगिक विकृती यांच्यासाठी धर्माचं जाळं त्यांनी पसरविलं आणि त्यात ते स्वतःच फसलेत. त्यांचा इस्लामच त्यांचा धिक्कार करो.

माणसानं प्रगती केलीय आणि पुढेही तो करील. अभ्युदयानं माणसाला जो विजय मिळवून दिलाय, त्या विजयालाच व्यापक आणि महत्त्वपूर्ण उद्देशांसाठी वापरलं नाही,

तर माणूस प्रगतीची शक्ती आणि स्फूर्ती दोन्हीही हरवून बसेल. मेरी, झिनत, नाशिद, मूनमून, सिल्हिया, डॉली, रोझी, पपी हे विषय आता बंद व्हावेत. मुख्य विषय आहे इर्शाद, मुख्य विषय आहे त्यांचे अमर्याद अपराध आणि त्यासाठी त्यांना लवकरात लवकर योग्य शिक्षा होणं. बंगाली लोकांची मनं फार हळवी असतात. अर्थात् हे चांगलं लक्षण आहे, पण भलत्याच ठिकाणी हळवेपणा दाखवला तर सर्वनाश होतो. ७१ च्या रझाकारांनी आता देश व्यापलाय. त्यांचीच मुलं आता राजकारणात किलबिल करायला लागलीत. कुविख्यात राष्ट्राध्यक्ष आणि त्यांच्या सहकाऱ्यांना अशा प्रसंगी क्षमा केली गेली, तर देशात आता किलबिल करणाऱ्यांची धाकटी भावडं आणि मित्र देशात अशी परिस्थिती निर्माण करतील की माणसाला आत्महत्या करण्याशिवाय दुसरा पर्यायच शिल्लक राहणार नाही. ह्या जनआंदोलनाच्या प्रवाहात मिसळू पाहणाऱ्या घातक्यांच्या सहकाऱ्यांना वेगळं काढणं अत्यंत जरूरीचं आहे.

ज्या स्त्रियांचा लैंगिक सामुग्री म्हणून उच्चपदस्थांकडून वापर केला गेला, त्यांना पुन्हा त्रास द्यायचं काही कारण नाही. ही चळवळ संधिसाधूंच्या विरुद्ध आहे, छळ झालेल्यांच्या विरुद्ध नाही, वापरण्यात आलेल्या वस्तू विरुद्ध नाही.

या ! आपण सर्व आपलं लक्ष्य पुन्हा एकदा निश्चित करू या. आमच्या निश्चयाचं पुन्हा एकदा परीक्षण करू या. आपण एका महत्त्वाच्या उद्देशासाठी भक्कमपणे उभे राहू या. एका श्रेयासाठी आपण एकत्र होऊ या आणि एका ध्येयाकडे वाटचाल करण्यास सुरुवात करू या.

* * *

५०

१) प्रत्येक धर्मातील रूढी-परंपरा ह्या वेगवेगळ्या असतात. एका विवाह समारंभात पवित्र होमकुंडाच्या वायव्येला ठेवलेल्या पाट्या-वरवंट्यावर माझं लक्ष गेलं. पाट्याच्या पुढे वर वधूला पाठीमागून धरतो, तिच्या ओंजळीखाली आपली ओंजळ धरतो. वधू आपलं पाऊल अर्धवट उचलून पाट्यावर ठेवते. मग वर म्हणतो, 'ह्या पाट्यावर चढ (ओम् इमम् अस्मानम् आरोह) आणि ह्या शिळेप्रमाणे स्थिर राहा (अश्मेव त्वम् स्थिरा भव) पाट्यावर पाय ठेवून वधू म्हणते, 'मी स्त्री, ह्या अग्नीला साक्ष ठेवून, माझ्या पतीसाठी दीर्घायुष्य मागते, ते शतायुषी होवोत.'

ज्या पाट्यावर वधू पाय ठेवते, तो पाटा वरवंट्यासहीत असतो. पाट्यावर चढण्याच्या वेळचा मंत्र आहे, 'अश्मेव त्वम् स्थिरा भव.' मग इथं वरवंट्याचं काम काय ? वरवंटा जर पुरुषाचं प्रतीक असेल, तर ह्याचा अर्थ नवरदेव त्याच्या सुंदर नितंब असलेल्या वधूला स्वतःच्या मनाप्रमाणे वाटणार. त्यातून पूं नामक नरकापासून वाचविण्यासाठी पुत्रजन्म होईल, तेव्हाच त्या नवरदेवाची इच्छापूर्ती होणार. फक्त पतीच नाही, तर सासरची सर्व माणसंच, वधूला भरडणार कारण त्यांच्याही काही इच्छा-आकांक्षा असतातच की ! वधूला संसाररूपी शिलेवर भरडायचं असतं, म्हणूनच नवरदेव मंत्र म्हणतो, 'तू ह्या संसारयात्रेत शिळेप्रमाणे स्थिर राहा.' (अश्मेव त्वम् स्थिरा भव !) कारण अडाण्यालाही हे माहीत असतं की भरडण्याच्या किंवा वाटण्याच्या वेळेला पाटा हलल्यास, डगमगल्यास वाटण वाटलं जात नाही. त्याचप्रमाणे पत्नी. तिनं स्थिर पाहिलं पाहिजे. इकडंतिकडं हलून चालणार नाही.

आणखी एका धर्मातील विवाह सोहळ्याला मी गेले होते. दागिन्यांनी मढवून, खाली मान घालून, वधूला बसविलं होतं. तिचा साज-शृंगार आणि खाली मान घालून गप्प बसणं हाच त्या सोहळ्यातील चर्चेचा विषय होता. 'स्त्रीला पुढील आयुष्यात खालच्या मानेनं, न बोलता जगायचं असतं त्याची ही सुरुवात असावी,' असं मला, ते पाहून वाटलं.

काजी आले आणि त्यांनी 'अमक्याच्या मुलाबरोबर एवढं एवढं स्त्रीधन देऊन, तमकीच्या विवाहाला संमती आहे ना ?' असं काही विचारताच ती नवरीमुलगी मोठ्यानं हुंदके देऊन रडू लागली. मग काजी 'आल्लामदूलिल्ला' असं म्हणतात, मुलीच्या वडिलांनी कन्यादान केलं आणि वरानं कन्येचा स्वीकार केला. हे पाहून माझा असा समज झाला की वधूच्या संमतीला फारसं महत्त्व नाहीच.

अशा विवाहात स्त्रीधनाच्या म्हणजेच 'महर'च्या बाबतीत घासाघीस चालते. वधूकडील मंडळी महरची रक्कम वाढवायला बघतात, तर वरपक्ष ही रक्कम कमी करून बघतो. हा पैसा प्रत्यक्ष द्यायचा नसतो, नुसता तोंडी सांगायचा असतो. वर पक्ष ही रक्कम कमी करू बघतो. कारण तलाक दिल्यास वरपक्षाला ती रक्कम वधूला द्यावी लागते. वधूपक्ष ही रक्कम जास्तीत जास्त वाढवितो कारण एवढा पैसा देणं शक्य नसल्यानं तरी वरपक्ष मुलीला टाकणार नाही.

वरपक्ष हजरत मोहंम्मद (सा:) यांचा दृष्टान्त देतात, 'ज्या विवाहात महर कमी दिली जाते, त्या विवाहामुळे खूप बरकत येते' ते पुढे असेही म्हणतात की, जी वधू दिसायला सुंदर आणि जिची महरची रक्कम नगण्य, ती वधू उत्तम होय. (कुरूप मुलीला महानबी म्हणजेच मोठे प्रेषितही पसंत करीत नाही.)

ही पैशाची घासाघीस खाटिकखान्यातील देवघेवीसारखी वाटते. एका मुलीच्या शरीराचा - मांसाचा - उपभोग घेण्यासाठी एक कामुक पुरुष ते घेऊन जातो आणि तो ते मांस उष्टं करण्याची नुकसानभरपाई म्हणून मुलीकडल्या लोकांना काही पैसे देतो. नुकसान झालंच तर ते त्या उष्टावलेल्या मांसाचं होतं. काही गोष्टी डिस्पोजेबल असतात. त्यांचा एकदा वापर केल्यावर, त्या पुन्हा वापरणं अनारोग्यकारक व अयोग्य असतं. सॅनिटरी नॅपकिन पण एकदा वापरल्यावर फेकून द्यावा लागतो. आमच्या समाजव्यवस्थेत स्त्री ही डिस्पोजेबल सॅनिटरी नॅपकिनप्रमाणेच आहे. एका पुरुषानं तिला वापरताच ती अस्पृश्य ठरते, आपादमस्तक अयोग्य ठरते.

२) एकदा स्त्री-स्वातंत्र्यावर विश्वास ठेवणारे एक पुढारलेले गृहस्थ आपल्या भावी पत्नीला म्हणाले की मी तुला लग्नानंतर पूर्ण स्वातंत्र्य देईन. हे ऐकून त्यांची ती भावी पत्नी आणि तिथं असलेले त्यांचे हितचिंतक आश्चर्यचकित व आनंदित झाले. फक्त माझ्या मनात 'देईन' हा शब्द काट्याप्रमाणे सलत राहिला. कारण त्या गृहस्थांच्या औदार्यातून हे स्पष्ट होत होतं की स्वातंत्र्य देण्याचा हक्क पुरुषालाच आहे. पतीच पत्नीला स्वातंत्र्य देतो. जणू काही स्वातंत्र्य नावाची वस्तू पुरुषांच्या मुठीत असते. त्याची इच्छा असल्यास तो ती वस्तू स्त्रीला देतो, इच्छा नसल्यास देत नाही. आमच्या ह्या उदार गृहस्थांना आपल्या पत्नीला स्वातंत्र्य देण्याची फार इच्छा होती. त्या भावी

पत्नीच्या आनंदालाही पारावार राहिला नव्हता.

पुरुषानं स्वातंत्र्य बहाल केल्यानं स्त्री धन्य होते. पुरुषानं दया दाखविल्यानं पुलकित होते, पुरुषानं दाक्षिण्य दाखविल्यावर कृतार्थ होते, हे अजिबात खरं नाही.

मी सर्वच पुरुषांना 'देईन' हा शब्द वर्ज्य करायला सांगीन. स्त्रीला मूर्ख बनविण्याच्या कूट कौशल्याचा मी निषेध करते.

स्त्री एक संपूर्ण माणूस आहे. जगात तिला जगण्याचा, चालण्या-बोलण्याचा, प्रेम वा तिरस्कार करण्याचा हक्क जन्मापासून मिळालेला आहे. स्वतःहून कुणी कुणाला अधिकार देत नसतं. ज्या संबंधामुळे माणसाचे अधिकार काढून घेतले जातात, ते संबंध नक्कीच कल्याणकारी नसतात.

जे संबंध माणसाच्या स्वातंत्र्यावर गदा आणतात, ते नक्कीच मंगल नसतात.

आता आणखी अकल्याण होऊ नये, आणखी छळ होऊ नये म्हणून स्त्रीनं जागरूक व्हावं. स्त्रीला स्वतःच स्वातंत्र्य भिक्षा म्हणून मिळू नये, स्त्रीनं पुरुषांच्या बाजारात स्वतःचं व्यक्तित्व विकू नये.

माणसाला भूक लागल्यावर, स्वाभाविकपणेच तो दुसऱ्याचं ओरबाडून घेतो. स्त्रीनं क्षुधार्थी व्हावं. पुढे पुढे सरकणाऱ्या पुरुषाच्या पोटात तिनं गुद्दा हाणावाच. स्त्रीनं माणूस व्हावं. संपूर्ण माणूस व्हावं.

* * *

५१

मधून मधून मला अफिम खाऊन मरून जावसं वाटतं. अफिम खाल्ल्यावर आकाशात तरंगत असल्यासारखं वाटेल, ढगात खेळत असल्यासारखं वाटेल आणि असं वाटत असतानाच, शरीरयंत्रातून नटबोल्ट काढून टाकल्याप्रमाणे निरूपयोगी जीव पडून जाईल. मला स्वतःलाही काही कळणार नाही. कुणी येऊन माझी नाडी पाहिली तर त्याला एकदम धक्काच बसेल.

हल्ली मला मरून जावसं फार वाटतं. लहानपणी, एकदा इलेक्ट्रिक सॉकेटमध्ये खिळा खुपसून मृत्यूचा थोडासा अनुभव घेतलाय. समुद्र पाहताच खोल पाण्यात पोहत जाऊन लाटा शरीराला कसे फटके मारतात हे पाहावसं वाटतं. हातात नवीन मर्सिडिज बेंझ येताच डोळे व कान बंद करून ॲक्सिलेटर दाबावासा वाटतो.

मी मेले तरी पृथ्वीवर पहाट होईल, दुपार संपून संध्याकाळ होईल आणि नंतर रात्रही होईल. मी मेले तर माझे निंदक टिर्‍या बडवून हसतील. माझ्या हितचिंतकांना काही दिवस बसं वाटणार नाही. पण फक्त काही दिवसच. ह्या शहरात माझे हितचिंतकही खूप आहेत आणि माझे निंदकही अनेक आहेत. माझी जराशी चूक झाली की ते आरडाओरडा करतात. माझा जोर पाहून माझा धीर खच्ची करायला बघतात. मी त्याचं असं काय वाकडं केलंय ? काहीही नाही. पण मी कुणाच्या हाताचा आधार घेऊन चालत नाही, अपरात्री वाईट स्वप्न पडलं म्हणून कुणाच्या कुशीत शिरत नाही, माझा कोणी प्रियकर नाही, त्यामुळे कालसर्प टोपलीतून सहज माझ्या घरात येतो, योग्य संधी मिळताच तो उगाचच मला रक्तबंबाळ करतो. ह्यात माझा दोष एकच-मी कोणतीही उभारलेली फणा पाहून विचलित होत नाही. हा तर माझ्या मते एक गुणच आहे. माझ्या निरोगी आणि मजबूत शरीराबद्दल मी कृतज्ञ आहे. मी आज खूप स्वार्थी माणसाप्रमाणं बोलतेय. मी कुणाच्या खांद्यावर ओझं टाकीत नाही. ह्याचं मला बरं वाटतं. कारण दोन खांदे असलेल्या पुरुषांना काही कमी काळज्या नसतात, त्यांचा काही कमी अपमान होत नाही, त्यांना काही कमी शरमिंदं

व्हावं लागत नाही आणि ह्याला माझी तयारी नाही. ज्या स्त्रिया पुरुषांच्यावर आपला भार टाकून स्वतःचे हात आखडून घेतात, त्यांना काय त्रास, होत नाही की काय ?

खूप आयुष्य एकटीनं जगायचं आहे हे माहीत असल्यामुळे मी माझ्या चपलांचा तळ जाड करून जाड दोऱ्यानं शिवून घेतलाय. हे पाहून पुरुषांच्या अंगाची कशी लाही लाही होते, ते मला चांगलं माहीत आहे. कुणाची सेवा करण्याचा विचार ज्या स्त्रियांनी उडवून लावलाय, त्यांच्याही जोड्यांकडे नजरेनं इशारा केला जातोच ना ? कुणाची सेवा करायची की नाही हा माझा प्रश्न आहे. मी तसं न केल्यास माझा काही फायदा-तोटा होवो वा न होवो, तुम्ही पुरुष असल्यानं केवढे मोठे देव झालात ते मला दाखवून द्यावं ! संधी मिळताच दोष दाखवून द्या.

माझ्या गरीब आई-बाबांना माझी खूप काळजी वाटते. कारण त्यांच्या कुळातील कुण्या स्त्रीनं बंधन तोडली नाहीत, बंधनं तोडून फसव्या पुरुषाच्या तोंडावर कुणी थुंकली नाही. माझे गरीब बिचारे नातेवाईक, मनातल्या मनात माझ्या मरणाची इच्छा करून अशा निंदेतून स्वतःची सुटका करून घेऊ पाहतात की नाही हे मला माहीत नाही. कदाचित् पाहतही असतील. मी हल्ली जीव देण्याचा विचार करतेय, हे म्हणणं बरोबर नाही. मला मरायचं आहे ते वेगळ्या कारणानं. मी जर माझ्या मनाप्रमाणे जगू शकत नसेन तर मग जगायचंच कशाला ? मी दुसऱ्यांच्या इच्छेप्रमाणे का जगायचं ? माझं आयुष्य दुसऱ्यांच्या मनाप्रमाणे का घालवायचं ? दुसऱ्या कुणाला तरी आवडतं म्हणून, मला आवडत नसताना, 'हॅलो', 'हाय' करीत मी माझ्या दुपारच्या वेळेची माती का करायची ? का ? मी एक स्त्री आहे म्हणून ? मी घृणा करते ह्या सगळ्याची, हे मी एक स्त्री आहे म्हणून सांगू शकत नाही. कारण घृणा करण्यासारखं वाईट काम स्त्रिया करूच शकत नाहीत. त्या खूप पवित्र आणि सहनशील असतात.

ह्या शहरात माझ्या योग्य पुरुष नाही, हे मला चांगलं माहीत आहे. प्रत्येक पुरुष माझ्या मानानं कमी दर्जाचा आहे. माझा विश्वास निःशंकपणे मी कुणावर टाकीन, असा कुणीही पुरुष या शहरात नाही. ह्या शहरात, ज्यावर मी मन मोकळे करून प्रेम करीन असा कुणीही नाही. माझ्या प्रतिभेशी एकरूप होणारा कुणीही नाही. माझी बुद्धी आणि मनाचं फार मोठं सौंदर्य समजावून घेण्याची योग्यता इथल्या कोणत्याही पुरुषात नाही. माझ्या विचारांपर्यंत पोहोचणारा कुणीही नाही. माझ्या स्वातंत्र्याला धक्का लावण्याचा धीर कुणात असल्याचं दिसत नाही. माझ्यावर प्रेम करण्याचं धाडस कोण्याही भ्याड पुरुषात नाही. पुन्हा पुन्हा मी स्वतःबद्दलच बोलतेय. ह्यात काही चूक नाही. कारण मी स्त्री आहे आणि माझं ज्ञान, विचार आणि विश्वास ह्यांच्या आधारावर मी सर्व स्त्रियांना जाणू शकते. जणू प्रत्येक स्त्री खूप रागावलीय, तिला जगण्यासाठी

आवश्यक असणाऱ्या हवा-पाण्याची मुळीच कमतरता नाही. आणि अशी कमतरता असेल, तर जगायचंच कशाला ? खाली मान घालून जगणं स्त्रीला शोभतं का ? मग तिनं निर्लज्जपणे जगायचंच कशाला ?

माझे बाबा मेडिकल कॉलेजमध्ये शिकवायचे. ते सांगायचे की अफिम खाल्ल्यास पिसफूल डेथ होतो. डोळे मिटताच मला बाबांचे हे शब्द ऐकू येतात. माझे वडील आदर्श शिक्षक होते. त्यांनी त्यांच्या विद्यार्थी-विद्यार्थिनींना असं सांगितलं होतं की अफिम खाल्ल्यावर हवेत आपण तरंगू लागतो आणि समोर असतं निळं आकाश.

माझ्या मनात मरणाचे विचार येतात, ह्याचा अर्थ मात्र असा नव्हे की कपटी पुरुषांच्या थोबाडीत ठेऊन देण्याची शक्ती माझ्यात कमी आहे. इतर स्त्रियाही माझ्यापेक्षा कशातही कमी नाहीत. फक्त त्यांनी अत्यंत संतापून उभं राहिलं पाहिजे. मी उभी राहू शकते, तर देशातील इतर स्त्रिया का नाही उभ्या राहू शकणार ?

* * *

५२

तसलिमा नसरिन मेली. हो ! खरचं ती मेली. आता तिचा पुनर्जन्म झालाय ! आता ती भर भरून शुद्ध हवा घेऊ शकते. हिरव्याचा वास घेऊ शकते, उन्हात, पावसात आणि पौर्णिमेच्या चांदण्यात न्हाऊ शकते. मृत्यू किती भयंकर, बीभत्स, किती कुरूप, किती भयाण आहे हे ती बघू शकते. एकदा मरणाला स्पर्श करून ती परत आली आहे. आता तिला समजलय की जीवन किती सुंदर, किती आनंद देणार आहे.

मी जगतेय, मी जिवंत आहे. फूटपाथवर टायर जाळून त्यावर भात शिजविणाऱ्या अर्धनग्न स्त्रीलाही मी जगायला सांगते, तोंडाला स्नो-पावडर लावून, बागेतल्या बाकावर बसलेल्या उत्सुक रमणीला मी जगायला सांगते. एअर-कंडिशन्ड घरात, दागिन्यांनी मढून बसलेल्या दु:खी स्त्रीलाही मी म्हणते,'जग, बाई, जग !' मध्यरात्री दारू पिऊन बेभान येणाऱ्या दारुड्याच्या बायकोलाही जगायला सांगते. स्त्रियांनो जगा, जगा, प्रचंड क्रोधात जगा.

त्यांच्याकडे लक्ष देऊ नका. ती माणसं नाहीत, ते पुरुष आहेत. ते तुमच्या दुपारच्या चहात गुपचूप विष घालतील, कृष्णपक्षाच्या अंधाऱ्या रात्री तुमच्या गळ्याला फास लावून ते तुम्हाला आंब्याच्या झाडाला, घरातील सिलिंग फॅनला अथवा घराच्या आढ्याला टांगतील. 'पाल' बांधून एका मागून एक येऊन ते तुमच्यावर बलात्कार करतील. काचपूरच्या ब्रिजजवळ तुमच्या पोटात सुरा खुपसतील, धावत्या गाडीखाली तुम्हाला ढकलून देतील, धारदार ब्लेडनं तुमचा गळा कापतील, तुमच्या अंगावर रॉकेल ओतून तुम्हाला पेटवून देतील. ती माणसं नाहीत, ते पुरुष आहेत.

स्त्रियांनो, तुम्ही जगलं पाहिजे. शुद्ध हवा घ्या. हे आकाश, आकाशातील नक्षत्रं, ही झाड पानं, ही नदी, वेळूचं बन, अरण्य, ढग, ही हवा, हे पाणी, हे सर्व तुमचं आहे. ही माती, हे गवत, हे गवताचं फूल, पक्षी, समुद्र हेही सर्व तुमचंच आहे. ते मात्र तुमचे कोणी नाहीत, ते 'पुरुष'आहेत. ते तुमचा घास घेतील, तुमचे तुकडे

तुकडे करतील, तुमचा चेंदामेंदा करतील. कारण ती माणसं नाहीत, ते पुरुष आहेत. तुम्हाला जरी त्यांनी घट्ट विळखा घातला असला, तरी ते काही रानडुक्कर नाहीत की कालसर्प नाहीत. ते पुरुष आहेत. तेव्हा, स्त्रियांनो, उठून उभ्या राहा. ताठ मानेने उभ्या राहा. तुम्ही चालायला लागा. ही वाट तुमचीच आहे. हा माळ, ही शेतं, हा बांधावरचा रस्ता सर्व तुमचंच आहे. अनंतात जेवढ्या दूरवर नजर टाकू शकाल, ते सर्व तुमचंच आहे-तुमचंच.

मी मृत्यू पाहिलाय, मी आग पाहिलीय, सापाचा दंश अनुभवलाय, मी अंधकार पाहिलाय, खड्डा पाहिलाय, सापळा पाहिलाय. हे सगळं पाहात पाहात मी समृद्ध जीवनाजवळ येऊन पोहोचले. पाहता पाहता मी ओलांडून जाते रेल्वेचा ब्रिज, काचपूर ब्रिज, आमतला आणि अंधारही. आज मला 'मी स्त्री आहे' ह्या गोष्टीचा अभिमान वाटतो. स्त्री आहे म्हणून माझ्या रक्ताचा प्रत्येक थेंब शुद्ध आहे, माझा रोम अन् रोम पवित्र आहे, माझं शरीर सत् आणि सरळ आहे, असं मला वाटतं.

तुम्ही जर स्त्री असाल, तर असाच मृत्यूवर विजय मिळवून जगा.ते तुम्हाला सतीत्वाची दीक्षा देतील, तुम्हाला चितेवर चढवतील, स्त्रीत्व म्हणजे काय ते समजावून सांगतील, मातृत्वाचं माहात्म्य वर्णन करतील, पण हे शिक्षण चुकीचं आहे, हे सगळं पाप आहे, हा कट आहे, ह्या पसरलेल्या जाळ्यात तुम्ही पाय देताच, ते तुमचं चुंबन घेतील, हातावर घेऊन दणादणा नृत्य करतील, चार भिंतीत ठेवतील, सोन्याची शृंखला घालतील, पाळलेल्या पोपटाला पिंजऱ्यात जसं दाणापाणी दिलं जातं तसं तुम्हाला देतील. तुम्ही जर माणूस असाल, तर शृंखला तोडून टाका. दोन्ही हातांनी शृंखला तोडा, हे तुमचेच हात आहेत. पळून जा, हे तुमचेच पाय आहेत. तुम्हाला दोन डोळे आहेत, त्यांनी जीवन पाहा. तुम्ही खळखळून हसा कारण ओठ,डोळे, जीभ हे सर्व तुमचंच आहे. तुम्ही आपादमस्तक स्वतःच्या आहात, आमूलाग्र आपल्या स्वतःच्या आहात.

ते पहा ! ते तुम्हाला चावायला येतात, चाखायला येतात, ते म्हणजे मृत्यूचं दुसरं नाव. ते म्हणजे बीभत्सतेचं आणखी एक नाव. ते तुमचं पान करायला येतात, चाटायला येतात, ते तुमची पिळवणूक करायला येतात. ते पुरुष. ती माणसं नाहीत.

स्त्रियांनो, जागृत व्हा. तुमच्याकडे धाव घेणारे पुरुष काम आणि क्रोधानं पेटलेले आहेत. त्यांना सत्तेचा मद आहे. हे जग, स्त्रियांनो तुमचं आहे. तुमच्या मनाप्रमाणे जगा. हे जग जर नदी झालं, तर तुम्ही पोहून पार व्हा. हे जग आकाश झालं, तर त्यात मनसोक्त उडा. हे जीवन तुम्हाला मिळालं -खरं तर हे तुमचंच आहे - तर तुमच्या मनाप्रमाणे जगा. तुमचा अधिकार तुम्हीच मिळवा.

मी मृत्यू पाहिलाय, पाप पाहिलंय, नाश पाहिलाय ! आणखी कोणाही स्त्रीला एवढी काटेरी कुंपणं ओलांडावी लागू नयेत, एवढं रक्तबंबाळ व्हावं लागू नये. आपल्या लक्ष्यापर्यंत पोहोचण्यासाठी आणखी एखाद्या स्त्रीला एवढं दुर्गम अरण्य पार करायला लागू नये, जंगली म्हशीनं तिला पायाखाली तुडवू नये, पुरुषांच्या गुहेतून रक्तबंबाळ होऊन आणखी कुणी बाहेर येऊ नये.

अशक्त, रक्तहीन झालेल्या स्त्रियांना, वंध्यत्व वा प्रसूतिवेदना भोगणाऱ्या स्त्रियांना, बळी जाण्यापासून वाचवा. पहाटेच तुम्ही सर्व स्त्रियांनी संघटीत व्हा आणि चिंध्या किंवा शेण गोळा करणाऱ्या किशोरींना वाचवा. तुम्ही सर्वांनी जगायला शिका. चांगल्या रीतीने जगा.

मी सगळ्या दुःखातून वर आले. मी कुठल्याही वाईट, अयोग्य गोष्टींशी तडजोड केली नाही. स्त्रियांनो, तुम्हीही सौंदर्याचा हात धरा, स्वप्नांचा हात धरा.

* * *

५३

'पूर्वाभास' वर्तमानपत्रानं एवढं शत्रुत्व करूनसुद्धा, मी त्यात एवढं लेखन का करते असा प्रश्न अनेकांना पडतो. 'शत्रुत्व' ह्या लोकांनी वापरलेल्या शब्दाला माझा आक्षेप नाही. कारण मी 'पूर्वाभास'ची नियमित लेखक किंवा कॉलमिस्ट असूनही, 'पूर्वाभास'नं मला, लेखकाला कमीत कमी जेवढा मान द्यायला पाहिजे, तेवढाही दिला नाही. ह्या 'शत्रुत्वा'च्या विरुद्ध मी काहीच करू शकत नव्हते. लोकांना सुपारी देऊन 'पूर्वाभास'कारांची हाडं मोडणं अथवा त्यांना दोन लगावणं मला शक्य नाही. कारण हे मला पटणारं, मानवणारं नाही. अहिरिटोलाचे गुंड जमविणं 'बाईमाणसा'चं काम नव्हे.

मी कधीच, कुणाकडून मैत्रीची आशा करीत नाही. वाटसरू असताना वाटेत नाही,गृहिणी असताना घरात नाही, नोकरदार असताना नोकरीत नाही, लेखक आहे म्हणून वर्तमानपत्राकडून नाही. मैत्रीची अपेक्षा करणं म्हणजे फक्त मूर्खपणा आहे, बाकी काही नाही. कारण 'स्त्री' ही एक फक्त उपयोगी वस्तू आहे. जोपर्यंत तिचा उपयोग, तोपर्यंत तिची कदर. लाकडाला वाळवी लागल्यास किंवा लोखंडाला गंज चढल्यास त्याकडे पहिल्यासारखं लक्ष दिलं जात नाही, तसंच स्त्रीचं आहे. तिचा उपयोग असेपर्यंत तिला वापरलं जातं. मग लाकूड, लोखंड, जुनी चप्पल किंवा जुना कपडा ह्यांच्याप्रमाणे तिला टाकून दिलं जातं.

'टाकणं' ही स्त्रीची नियती असते. म्हणूनच कितीही प्रतिभावान स्त्री असली तरी मान-मर्यादा, श्रद्धा, भक्ती ह्या किंमती गोष्टींची ती मागणी करू शकत नाही. म्हणूनच 'पूर्वाभास'च्या अशोभनीय वागणुकीबद्दल मी ब्रही काढला नाही. गप्प राहण्याचं कारण एकच - मी कितीही मोठी कॉलमिस्ट असले, तरी अखेर एक 'स्त्री' आहे. स्त्री आहे हे कळताच सर्व फोडून -तोडून प्रवाह उलटा व्हायला लागतो. स्त्री मूलतः माणूस असून जसं तिला इतिहास, परंपरा, नीतिनियम ह्यांच्यात माणूस म्हणून स्थान नाही, तसंच वकील असून वकिलांत, डॉक्टर असून डॉक्टरांमध्ये, लेखक असून लेखकांत

तिला स्थान नाही. कारण एकच - तिचं स्त्रीत्व. ती स्त्री आहे म्हणून सगळीकडे गदारोळ उठतो. 'पूर्वाभास'सगळ्यांपेक्षा वेगळं नाही. त्याच्यात आणि इतरांमध्ये काही फरक नाही.

स्त्री घरात असो की बाहेर - सुरक्षित नाही. जोपर्यंत कुणाची तरी संपत्ती म्हणून तिचा उपयोग होतो आणि कुणाचा तरी स्वार्थ साधला जातो, तोपर्यंत तिचं गुणवर्णन होतं, सुरक्षिततेच्या नावाखाली तिला झाकलं जातं, आड ठेवलं जातं. पण तिनं बाहेर पडण्याचा विचार केल्यास, तिचे हे स्तुतिपाठकच खवळून उठतात, मुखवटे गळून पडताच, त्यांचं खरं भयंकर रूप उघडं होतं.

पण स्त्री ह्या मुखवट्यांना ओळखत नाही. पुन्हा पुन्हा ती मुखवट्यालाच खरं रूप मानण्याची चूक करते. कुणाच्या तरी छायेत आपण सुरक्षित आहोत, असं समजण्यात ती फार मोठी चूक करते. पुरुष म्हणजे काही वृक्ष नाही की जो फक्त सावली देतो, हे स्त्री विसरते. पुरुषाच्या छायेत शिरताच, पुरुष आपली मुळं पसरून स्त्रीचं रंगरूप, गुण सर्व शोषण करतो.

अनेकजण विचारतात की, 'पूर्वाभास'नं तुम्हाला इतकं फसवलं याची तुम्हाला लाज वाटत नाही का ? त्यांनी मला फसविलं, बुडविलं हे तर खरंच. ह्या जगात स्त्री म्हणजे जिवंत पण गवताची काडी. पाहिजे त्यानं बुडवावं, पाहिजे त्यानं वाचवावं. स्त्रीचं तर स्वतःवर काहीही नियंत्रण नाही. बुडलं काय किंवा वाचलं काय, तिला हे जलचराचं जीवन जगावंच लागतं. हो ! मला शरम वाटते, पण ती स्वतःची नाही, तर जे स्वतःच्या खुषीप्रमाणे स्त्रीलाच डुबवतात वा तरंगवितात, जे प्रगतीशील म्हणवून घेणारे सामाजिक बंधनातून बाहेर पडणाऱ्या स्त्रीला पुन्हा उपभोग्य वस्तू ठरवितात, जे स्वतःच्या दुष्कर्माचीही लाज बाळगीत नाहीत, ह्या सर्वांची मला लाज वाटते.

मला कुणी मान द्यावा की नाही हा मी विचार करण्यासारखा विषय नाही. ह्या समाजाच्या क्षुल्लक सन्मानासाठी डोळ्यांत प्राण आणून वाट पाहात बसल्यास माझं आणि त्याबरोबरच सर्व स्त्रियांचंच नुकसान होईल. जी स्त्री उभी राहते, मार्गक्रमण करते, प्रगती करते, सत्य व समानता ह्याबद्दल स्पष्ट मतं मांडते - तिचं ह्या अशा सन्मामानाची वाट बघण्यामुळे नुकसान होईल आणि तिच्याबरोबर सर्वच स्त्री-जातीचं नुकसान होईल.

मातृत्वाचा मान, वार्धक्यामुळे मिळणारा वयाचा मान, सामाजिक रीतीरिवाजाप्रमाणे पूर्णपणे 'स्त्री' झाल्यावर मिळणारा मान, सौंदर्यामुळे मिळणारा मान असे काही ठराविक मान -सन्मान स्त्रीसाठी राखून ठेवलेले आहेत. हे सोडून इतर मान -सन्मान स्त्रीला देताना, माणसांचा हात कापतो. कारण असं काही करावयाची त्यांना सवय नाही,

समाजाची रीत नाही, लोकांत अशी पद्धतच नाही. त्यांना मी दोष देत नाही. कारण त्यांनी त्यांच्या वडिलांना तसं करताना पाहिलं नाही, त्यांच्या वडिलांनी त्यांच्या वडिलांना पाहिलं नाही. त्यांच्या रक्तात, रोमा-रोमात भिनलाय पूर्वजांकडून आलेला एक आजार. त्या आजारामुळे ते अंध होतात, त्यांना स्त्री ही 'माणूस' दिसत नाही. त्या आजारामुळे आलेल्या विकृतीमुळे ते स्त्रीला माणूस म्हणून ओळखत नाहीत. मग त्यांना दोष तरी का द्यायचा बरं ?

* * *

५४

मी तुला डॉलीच म्हणते. डॉली इब्राहिम नाही, डॉली आनोयार नाही, फक्त डॉली. मी तुझ्याशी कधीच बोलले नाही, आपली तशी ओळख कधी झाली नाही. पण काही माणसांच्या बाबतीत ह्याची आवश्यकताच नसते. मनोमन ओळख पटलेली असते. स्मिता पाटीलची आणि माझी कुठं ओळख झाली होती ? पण स्मिता पाटील गेल्यावर मला इतकं वाईट वाटलं,उदास वाटलं की मला वाटतं माझ्या नात्यातलं कुणी गेलं असतं तरी मला इतकं दुःख झालं असतं की नाही कोण जाणे !

वर्तमानपत्रात तुझ्या कौटुंबिक ताणाबद्दल छापून आलंय. वर्तमानपत्रात तऱ्हेतऱ्हेच्या गोष्टी येतात. थेट किंवा विश्वासू सूत्रांकडून, मला तुझ्या संसारातील सुखशांतीबद्दल अथवा भांडणाबद्दल काहीही माहिती मिळालेली नाही. म्हणून वर्तमानपत्रात छापून आलेलं खरं मानायचं झालं तर असं म्हणता येईल की गेल्या सोमवारी आलेलं रजिस्टर तू घेतलं नाहीस. कारण ते रजिस्टर म्हणजे तुझ्या नवऱ्यानं पाठविलेलं घटस्फोट घेतल्याचं पत्र होतं. तुझा नवरा व्यावसायिक होता की प्रसिद्ध इंजिनिअर होता की ख्यातनाम फोटोग्राफर ह्यात मला काही रस नाही. मला रस आहे तो तुझ्यात. डॉली, तू कलेच्या एका क्षेत्रात उल्लेखनीय कार्य केलंय. तुझ्या प्रतिभेचा अपमान करण्याचं धाडस मी करणार नाही, पण असं वेडं धाडस तूच केलंस. स्वतःच्या प्रतिभेचा स्वतःच अपमान केलास. प्रतिभेपेक्षा संसार आणि त्यापेक्षाही घटस्फोट जेव्हा मोठा ठरतो, तेव्हा हतभागी प्रतिभावंताच्या वाट्याला दुःखाशिवाय दुसरं काहीच येऊ शकत नाही.

डॉली, कीटकनाशक पिताना तुला लाज वाटली नाही ? छी: ! छी: !! मी सर्व स्त्रियांतर्फे तुझा धिक्कार करते, डॉली ! तुझा नवरा घरातून त्याचं सर्व सामानसुमान घेऊन निघून गेला, त्यानं घटस्फोट घेतला म्हणून तुला एवढं दुःख झालं ? एवढं ? म्हणून तुला आत्महत्या करावीशी वाटली ?

तुमचं फारसं पटत नव्हतं. पण म्हणून काय झालं ? माणसाचं अनेक गोष्टींत

पटत नाही. पण त्यातूनच मार्ग काढावा लागतो.माणसाचं आयुष्य नदीप्रमाणे असतं. पात्र बदलताच जुना काठ खचतो, नवीन काठ तयार होतो. असं होतं म्हणून नदी वाहायची थांबते का ? माणूस म्हणजे काही साठलेल्या पाण्याचं डबकं नाही की एखाद्या आघातानं ते नष्ट व्हावं. माणूस कोणाची संपत्ती नाही, धन नाही, कोणत्या तरी एका गोष्टीच्या अभावानं माणसाचं आयुष्य उजाड होण्याचीही शक्यता नाही. माणूस म्हणजे काही कोण्या एकाच्या मालकीची बाग नव्हे की त्यानं त्या बागेकडे दुर्लक्ष केल्यास, ती काट्याकुट्याचं रान व्हावं.

आयुष्यात काही अपयश आलं म्हणून तू स्वतःला इतकं तुच्छ,निकृष्ट, हीन का समजलीस ? तुला काय कमी यश मिळालं होतं, डॉली ? तुला खूप दुःख झालं हे मला माहीत आहे, पण कोण दुःखी नसतं डॉली ? तुझ्यासारखी सुशिक्षित , प्रतिभावंत स्त्री अशा सर्वसामान्य दुःखानं अशी अगतिक झाली, तर दुःख ही गोष्ट फारमोठी, शक्तिशाली ठरते आणि सामान्य माणसालाही भीतीपोटी दुःखाला महत्त्व देणं भाग पडतं. हा अन्याय नाही का डॉली ? एका क्षुल्लक घटस्फोटासाठी आपला एवढा मूल्यवान जीव देणं हा अन्याय आहे, हो ना ? ह्या अशा अत्यंत व्यक्तिगत अनुभूतीसमोर पराभव पत्करणं हा अन्यायच नाही का ?

आत्महत्या करून तू काय मिळवलंस ? आत्महत्या केली नसतीस तर तुझं काय नुकसान झालं असतं ? तुला जगणं असह्य झालं असतं. म्हणून तू आत्महत्या केलीस ? घरांघरांतून संसार थाटून बसलेल्या ह्या माणसांचं जीवन काय केवळ सुखीच आहे ? त्यात असह्य काही नाही ? एकटीनं जगणं इतकं दुःसह आहे का की एकटं कुणी जगूच शकत नाही ? समाजाची भीती वाटते का ? ह्या घाणेरड्या समाजाच्या तोंडावर तू थुंकू शकली नाहीस, तर 'सूर्यदीघल बाडी'तील उत्कृष्ट अभिनयाबद्दल सन्मान मिळविलेल्या तुझ्यासारख्या अभिनेत्रीनं मिळविलं तरी काय ? आत्महत्या करून तुझा फायदा काय झाला ? आता आयुष्य तर परत मिळणार नाही आणि एखादी सुंदर भूमिका करून तू समाधान मिळवू शकणार नाहीस ! माणसाचा जन्म एकदाच मिळतो. फूटपाथवरचा भिकारीसुद्धा जगत असतो,कॅन्सर झालेले रोगीसुद्धा जगण्यासाठी धडपडत असतात. आणि तू मात्र एका सुंदर जीवनाचा स्वतःच्या हातानं शेवट केलास. मी तुझ्यावर फार रागावलेय, डॉली !

तू स्त्री म्हणून जन्माला आली होतीस ना ? मग लांबलचक लाकडी पूल, ओबडधोबड वाटा, दलदल, गहन अरण्य आणि पर्वत हे सर्व पार करून या जन्माचं प्रायश्चित्त घ्यावंच लागतं बरं !स्त्रीची वाटचाल कधीच गुळगुळीत वाटेवरून होत नाही. ह्या अशा ओबड-धोबड रस्त्याची आम्हा बायकांना सवय असताना, त्यावरच आम्ही

वेगानं चालत जगत असताना तुलाच तो मार्ग इतका असह्य का झाला ?

हे जीवन तुझं होतं. फक्त तुझं. त्यावर आई-वडील, भाऊ-बहीण, नवरा ह्या कोणाचा हक्क नव्हता. तू आपल्या स्वतःच्याच आयुष्याच्या इतक्या चिंधड्या केल्यास, त्याला इतकं दुभंगलस की ते शेवटी तुझंही राहिलं नाही. तू इतरांचा, प्रेमाचा, अवहेलनेचा विचार केलास. पण स्वतःचा मात्र विचार केला नाहीस. डॉली, मी खूप रागावले आहे तुझ्यावर !

आत्महत्या हाच सर्व समस्यांवरचा उपाय असता, तर घरांघरातून स्त्रिया आत्महत्या करून मोकळ्या झाल्या असत्या. शिक्षण माणसाला जगण्याची प्रेरणा देतं, कला माणसाला धीरानं जगायला शिकवते. गावांतून, वस्त्यातून शहरांतून रोज असंख्य फातिमा,खालेदा, सरस्वती आत्महत्या करतात. तू त्यांच्यापेक्षा अजिबात वेगळी नाहीस का ? मी तुला त्यांच्यातीलच एक मानायचं का ? नवऱ्यानं सोडल्यास त्या जगू शकत नाही, असाहाय्य होतात, तूही त्यांच्यातीलच एक का ?

तू खूप भावनाप्रधान होतीस. काही माणसं दगड असतात. त्यांच्यापेक्षा भावनाप्रधान माणसं फार बरी. पण तुझ्या भावुकतेनं तुझं डोकं फिरवलं आणि भावनेच्या भरात आत्महत्येसारखं भयंकर कृत्य करण्याचा तू निर्णय घेतलास. तुझ्या भावुकतेनं तुझ्या व्यक्तिमत्त्वाचा पराभव केला, त्याचा अपमान केला, असं का ? आवेगाच्या भरात आततायीपणा का केलास ? तुझा धिक्कार ! तुझ्या असहिष्णू मनाचा धिक्कार !

सर्व स्त्रियांतर्फे मी तुझा धिक्कार करते, डॉली ! तुझ्याप्रमाणेच भित्री, दुर्बल, पुरुषासाठी अगतिक होणारी स्त्री पुन्हा ह्या जगात जन्मू नये, डॉली !

* * *

५५

वैद्यकशास्त्रात 'कॉस्मॅटिक स्टिच' नावाचा एक टाका असतो. ऑपरेशननंतर असे टाके घालतात. ह्या प्रकारच्या शिवणीमध्ये रोग्याच्या कातडीच्या आतून टाके घातले जातात. सुई कातडीच्या वर काढली जात नाही.त्यामुळे हे टाके सुकल्यावर ऑपरेशन करताना कापलेली जागा अजिबात दिसून येत नाही.

आमच्या देशात रोग्यांना दोन प्रकारचे टाके घातले जातात. हे कातडं गुरांचं नसतं बरं, तर माणसांचं असतं. साधारण टाके घालताना चार वेळा सुई कातड्यातून बाहेर काढावी लागते आणि हे शिलाईचे डाग कातड्यावर राहतात. दहा टाके घातले तर कातडीवर दहा-बारा खुणा राहतात आणि त्या जन्मभर तशाच राहतात. दुसऱ्या प्रकारचे टाके म्हणजे 'कॉस्मॅटिक स्टिच' होत. ह्या टाक्यांच्या खुणा अजिबात राहत नाहीत, असं नाही. निरखून पाहिल्यास एक सुतासारखी रेषा दिसते. शिवण कितीही लांब असली -म्हणजेच बारा टाके असोत की अठरा -एकच रेषा दिसते. ह्याचा अर्थ 'कॉस्मॅटिक स्टिच' घालणं हे एक प्रगत शास्त्र आहे. प्रगत देशात ह्याहून प्रगत शिलाईशास्त्राची चर्चा चालू आहे. आपल्या देशात साधारण प्रकारचेच टाके जास्त घातले जातात. 'कॉस्मॅटिक स्टिच'चा खूप कमी उपयोग केला जातो. 'कॉस्मॅटिक स्टिच'चा उपयोग काही ठराविक क्षेत्रातच केला जातो. उदाहरणार्थ स्त्रियांसाठी - विशेषतः अविवाहित मुलींसाठी- ह्याचा उपयोग केला जातो. अविवाहित स्त्रियांवर कोणत्याही प्रकारची शस्त्रक्रिया केली तरी 'कॉस्मॅटिक स्टिच'च घालतात. पण पुरुष विवाहित असो की अविवाहित त्याला हे टाके घालीत नाहीत. स्त्रीनं स्वतः जरी असे टाके घालण्याचा आग्रह केला नाही तरी, सर्जन स्वतःच असे टाके घालून, स्त्रियांविषयी विशेष आत्मीयता दाखवितात.

एकाच वेळी, जवळजवळच्या दोन टेबलांवर एका मुलीचं व एका मुलाचं अॅपेंडिक्सचं ऑपरेशन झालं. त्या दोघांची वयही सारखीच म्हणजे साधारण म्हणजे सोळा - सतरा वर्षं होती. पण मुलाला साधारण टाके व मुलीला 'कॉस्मॅटिक स्टिच'

घातले गेले. ह्याचं कारण विचारताच डॉक्टर म्हणाले, 'मुलीच्या लग्नात अडचण येऊ नये, म्हणून असे खुणा न दिसणारे टाके घातले जातात.' शरीरावर काही डाग असल्यास वा शरीरात काही कमतरता, दोष असल्यास मुलाचं काही बिघडत नाही. पण मुलीच्या बाबतीत अडचण येते. लग्नाच्या वेळी मुलीचं 'शरीर' हाच फार महत्त्वाचा विषय असतो. पण मुलाच्याबाबतीत मात्र तसं नसतं. मुलीचं शरीर निर्दोष, डागविरहित नसेल तर लग्नाच्या बाजारात तिची किंमत कमी होते. मुलांच्या किंवा पुरुषांच्याबाबतीत असा काही प्रश्न नसल्यानं, डॉक्टरही ऑपरेशनच्या वेळी 'कॉस्मॅटिक स्टिच'चा विचार करीत नाहीत.

शरीरालाच स्त्रीची मूळ संपत्ती मानलं जातं. म्हणूनच लहानपणापासून मुलींचे केस व कांती ह्याबद्दल काळजीपूर्वक माहिती दिली जाते. त्यामुळे स्त्रियाही शिक्षण, बुद्धी ह्यांचा विचार न करता, फक्त शरीराचा प्रामुख्यानं विचार करतात. म्हणूनच केस व त्वचा ह्यांच्या सौंदर्यरक्षणासाठी असलेल्या प्रसाधनांनी बाजार भरलेले असतात. तशीच कोपऱ्या-कोपऱ्यावरील ब्युटीपार्लरमध्ये गर्दी झालेली दिसते. एके दिवशी एका न्यू मार्केटमधील पुस्तकाच्या दुकानदाराला त्याच्या विक्रीबद्दल विचारलं, तेव्हा तो म्हणाला, 'मी कुठं स्नो पावडर विकतो ? मग माझी विक्री ती काय होणार ?'

मुलांची वा पुरुषांची कातडी रूक्ष, कोरडी असली, केस राठ असले तरी काही बिघडत नाही. पण मुलीच्या वा स्त्रीच्याबाबतीत ह्या गोष्टी अडचणीच्या ठरतात. स्त्रियांना आपलं शरीर घासून-पुसून साफ ठेवावं लागतं, डोळ्यांत काजळ, गालाला पावडर, ओठांना लिपस्टिक, नखांना नेलपॉलीश लावावं लागतं, कान, नाक, गळा, पाय, हात ह्यांत दागिने घालावे लागतात. स्त्रीचं शरीर- फक्त शरीरच - ही संपत्ती असं सर्वत्र मानलं जातं. शरीरालाच फक्त महत्त्व दिल्यामुळे ते जर काळं, कुरूप, विद्रुप असेल, तर ती स्त्री विदुषी असली, गुणी असली, तरी तिचं लग्न होणं कठीण असतं. पण शरीर चांगलं बांधेसूद, चेहरा सुंदर असेल तर त्या मुलीच्या विचारशक्तीचा, बुद्धीचा विचार कुणीही करीत नाही, वयात येण्यापूर्वीच तिच्या लग्नाची धामधूम सुरू होते. लग्न हेच स्त्रीजन्माचं लक्ष्य मानलं गेल्यामुळे, मुलीला योग्य स्थळ मिळताच, मुलगी व तिचे पालक निश्चिंत होतात.

डॉक्टर फक्त स्त्रियांसाठीच 'कॉस्मॅटिक स्टिच' वापरतात, म्हणून स्त्रियांना कदाचित अभिमान वाटत असावा. पण जागरूक स्त्रीला हे खरं म्हणजे चालणार नाही. ज्यासाठी स्त्रीला हे टाके घातले जातात, त्यातून पुरुषांना का वगळण्यात येतं ? जर हे टाके घालायचेच असतील तर ते स्त्री-पुरुष दोघांनाही घालावेत, सर्वांसाठी एकच पद्धत वापरावी.

पक्षपात सर्वच वेळी चांगला,कल्याणकारी असतो का ? हा पक्षपात विशेषकरून एका विशिष्ट वर्गासाठी असल्यानं मी ह्याचं समर्थन का करावं ? स्त्रीविषयीच्या ह्या सहानुभूतीचं समर्थन मी करणार नाही. स्त्रीच्या बाबतीत केल्या जाणाऱ्या ह्या वर्तनाला मी अनाचारच मानीन. स्त्रीसाठी एवढंच करायचं, पण खरं करायला पाहिजे ते करायचं नाही. अशी मोठी काळजी दाखवायची, पण दाखवायला पाहिजे तेथे काही काळजी नाही. आदर नाही, तिची एवढीच सेवा शुश्रूषा पण पाहिजे तेथे काहीही नाही. स्त्रीच्या बाबतीत दाखविण्यात येणारी ही 'अती' अतिशयोक्तीच स्त्रीच्या पतनाचे दरवाजे खुले करते.

* * *

५६

मी एकदा एका गृहस्थांकडून कर्ज घेतले. मला असं कर्ज घेण्याची अजिबात सवय नाही. मी काही दिवस उपाशी राहून काढले, अठराविश्व दारिद्रय आलं तरी मी मनानं भक्कम राहिले. हा माझा एक प्रकारचा अहंकारच होता म्हणाना ! पण अगदीच नाइलाज झाल्यावर कर्ज काढावंच लागलं. ज्यांच्याकडून पैसे उसने घेतले होते, ते मला बहीण म्हणत. मला वाटतं, आमचे संबंध मर्यादित होते, काही अडचण येण्याचा संभव नव्हता.

मी सात दिवसानंतर पैसे परत करण्याचं कबूल केलं होतं. पण आश्चर्य म्हणजे दुसऱ्या दिवशीच त्या गृहस्थांचा मला फोन आला. पण तो पैशांकरिता नव्हता. मी त्यांना,' तुम्हाला आजच पैसे पाहिजेत का,' म्हणून विचारलं. पण मला त्या दिवशी पैसे परत करणं शक्यचं नव्हतं. मी त्यांना सांगितलं की मी ठरलेल्या तारखेला पैसे परत करीन. त्याच्या दुसऱ्याच दिवशी ते गृहस्थ माझ्या ऑफिसमध्ये आले. त्यांना माझ्या ऑफिसमध्ये आलेलं पाहून मी चकित झाले. मी, त्यांना, ठरलेल्या तारखेच्या आधी पैसे देऊ शकत नसल्याचं सांगितलं. ते हसून म्हणाले,'नाही, नाही, पैशाची काही घाई नाही.' पण तिसऱ्याच दिवशी ते माझ्या घरी आले. मी विचारलं की काय काम होतं ? ते हसून म्हणाले,' मी पैशासाठी आलो नाही. ह्या बाजूनं जात होतो म्हणून म्हटलं भेटून जावं. ! हे भेटून जाणं पुढंही चालू राहिलं. सात दिवसांच्या आधी मी पैसे परत करू शकत नव्हते. त्या गृहस्थांचं रोज येणं-जाणही मला असह्य झालं होतं. मी त्या गृहस्थांना इच्छा असून घराबाहेर काढू शकत नव्हते. कारण ऋणानं माझ तोंड बंद केलं होतं, ऋणानं मला इतकं वाकवलं होतं, की इच्छा असून वर मान करून मी उभी राहू शकत नव्हते. त्या सात दिवसांत, मी त्या गृहस्थांना त्यांचे पैसे परत करीपर्यंत मला घरात आणि घराबाहेरही गुदमरल्यासारखं वाटत होतं, इच्छा नसताना मला तडजोड करावी लागत होती. ते गृहस्थ वरचेवर माझ्या घरी येत. पैशासाठी नाही, उगाचच ते येत, चहा पीत, इकडच्या तिकडच्या गप्पा मारीत व

निघून जात. मी त्यांचे पैसे, लवकर परत करू नयेत, असंच त्यांना वाटत असावं मी त्यांचे पैसे कधीच परत केले नसते, तरी त्यांना चाललं असतं.

कुठलंही ऋण माणसाला कुठल्या कुठं पोहोचवतं, त्याचा मला अनुभव आला. काही पैशांकरिता, फक्त सात दिवस, मला कुणाचं तरी ऋणी व्हावं लागलं. ऋण माणसाला किती भयंकर ठिकाणी नेतं, हे मला सात दिवसांत अगदी चांगल कळून चुकलं. मला कळलंय अनेकजण-विशेषतः स्त्रिया- ऋणाचा परिणाम भोगत असतात. अन्नाचं ऋण, वस्त्राचं ऋण, निवाऱ्याचं ऋण, ह्या ऋणांतून कितीजणी मुक्त आहेत ह्या जगात ? संबंध कितीही घनिष्ठ असोत, ऋण-भावनेत अजिबात बदल होत नाही. ऋण हे ऋणच असतं. जोपर्यंत स्त्रिया आर्थिक आणि सामाजिक दृष्ट्या स्वतंत्र होत नाहीत, तोपर्यंत जगण्याकरिता अगदी क्षुल्लक गोष्टींसाठी दुसऱ्यावर अवलंबून राहावं लागतं. कोणाला वडिलांवर, कोणाला नवऱ्यावर तर कोणाला मुलावर. स्त्रीच्या वेगवेगळ्या वयात स्त्रीला वडील, नवरा, मुलगा ह्यांचं साहाय्य घ्यावं लागतं. त्या त्यांच्या काठ्या असतात.

ऋणात कोण नसतं ? ह्या सर्व ऋणांतून स्त्री मुक्त झाली तर ? अशी मुक्ती स्त्रीसाठी अत्यावश्यक आहे. मग कुणाची स्त्रीच्या मार्गात आडवं येण्याची हिंमत होईल ? मग कोण स्त्रीला सोन्याच्या शृंखलेत बांधू शकेल ?

स्त्री सर्व ऋणांतून मुक्त व्हावी. हे ऋणच स्त्रीला माणूस होऊ देण्यातील एकमात्र अडचण आहे. नाना ऋणांत स्त्रीला जखडून तिला 'माणूस' होण्यापासून दूर ठेवण्याचा समाजाचा हा खूप पूर्वीपासूनचा संघटित कट आहे. स्त्री ऋणमुक्त होऊ देत !

स्त्रीनं स्वतःच स्वतःचं सहाय्यक व्हायला पाहिजे. हे तिला कळलं पाहिजे. जर जाळं तोडायचं असेल, तर ते तिनं तोडावं. जर घराचा अडसर तोडावा लागला, तर तो तिनं तोडावा. लोक तिची छी थू करतील, चारित्र्यहीन म्हणून तिला शिवी देतील. पण म्हणून काय झालं ? लोकांकडे कशाला लक्ष द्यायचं ? ह्या लोकांच्या तोंडावर थुंकायला स्त्रीनं शिकावं, त्यांच्या तोंडाला स्त्रीनं काळं फासलं पाहिजे. स्त्रीला हे शिकणं अशक्य आहे, ह्या म्हणण्याला काही अर्थ नाही. लहान मुलाला उभं राहायला, चालायला शिकवावंच लागतं. स्त्रीसुद्धा एकप्रकारे मूलच आहे. कारण तिची फक्त शारीरिक वाढ सोडून आणखी कोणत्याच प्रकारची वाढ होऊ दिली जात नाही. ह्या बंदिवान स्त्रीनं विचार आणि बुद्धी ह्यांचा पूर्ण विकास करून परिपूर्ण व्हावं. स्त्रीनं स्वतःच स्वतःचं साहाय्यक व्हायला शिकावं.

* * *

५७

मी एका परदेशी गृहस्थांबरोबर, बांगलादेशाबद्दल बोलत होते. ह्या देशातील पंतप्रधान एक स्त्री आहे, म्हणून ते खूपच उत्तेजित झाले होते. ते म्हणाले, 'तुमच्या देशात स्त्री किती स्वतंत्र आहे पहा ! एक स्त्री ह्या देशाची पंतप्रधान होऊ शकते. त्यांचं बोलणं ऐकून मी ओशाळी झाले. देशाची पंतप्रधान स्त्री, विरोधी पक्षाची नेता स्त्री आहे हे खरं, पण म्हणजे स्त्री-स्वातंत्र्य आहे, असेच म्हणता येईल का ? दोन स्त्रिया अत्युच्च पदावर आहेत, ह्याचा अर्थ स्त्री-पुरुष आणि त्यांचे अधिकार ह्यांच्यात काही फरक नाही, असा होतो का ?

तसं काही नाही. ह्या महिलांनी अत्युच्च पदं ही स्वतःच्या गुणांवर मिळविलेली नाहीत, तर त्यांचे वडील वा पती ह्यांच्यामुळे त्यांना ती मिळालेली आहेत, हे मी त्या परदेशी गृहस्थांना समजावून सांगितलं. माननीय पंतप्रधान आणि विरोधी दलाच्या नेत्या असलेल्या भगिनींना ह्या बद्दल काय म्हणायचंय ? तुम्हाला माझं म्हणणं पटत नाही का ? जर तुम्ही वडील वा पती ह्यांच्या नावाचा उपयोग न करता, स्वतःच्या सामर्थ्यावर वर आला असतात, देशाची शासनव्यवस्था तुमच्याच हातात असती, तर मला तुमचा अभिमानच वाटला असता. कारण तुम्ही स्त्रिया असून हे मिळविलंत. पण तुम्ही स्त्री असून उपयोग काय ? तुम्ही कायदा हालविलात, तरी बदलू शकत नाही. तुम्ही देशांच्या अराजकातून वाट काढून पुढे आलात, पण तुम्ही काहीही परिवर्तन करू शकला नाहीत. असभ्यता आणि रोगट व्यवस्था तशीच राहिली. संविधान संशोधनी बिल, इनडेमनिटी बिल, महागाई ह्याबद्दल मी बोलत नाही. मी फक्त स्त्रियांबद्दल बोलते. तिसऱ्या जगातील त्रासलेल्या, क्लांत, थकलेल्या, आजारी, मूर्ख, अंध स्त्रियांबद्दल मी बोलते आहे.

राजकारणात आल्याबरोबर आपण पदर डोक्यावर घ्यायला सुरूवात केलीत. पण पुरुष-नेते काही टोपी घालीत नाहीत. इस्लाममध्ये स्त्रियांना डोक्यावर पदर घ्यायला सांगितलाय, तसंच पुरुषांनाही टोपी घालायला सांगितलंय. पण ह्या देशात स्त्रीला जेवढं

धर्माचं पालन करावं लागतं, तेवढ पुरुषाला लागत नाही. ह्याबद्दल पंतप्रधानांचं आणि विरोधी पक्ष-नेत्यांचं काय म्हणणं आहे ? तुम्हाला डोक्यांवरून पदर घेण्याची अजिबात सवय नाही, हे मला माहीत आहे. जी स्त्री कॉलेजात व युनिव्हर्सिटीत शिकलेय ! जी एका लेफ्टनंट जनरलची पत्नी आहे, ती डोक्यावर पदर घेणं शक्यच नाही. पण तुम्ही आता डोक्यावर पदर घेऊन हिंडता, ह्याचं कारण असं न केल्यास ह्या देशातील सर्वसामान्य जनतेची मनं आपण जिंकू शकणार नाही, हे तुमच्या पुरुष सहकाऱ्यांनी तुमच्या मनात भरवून दिलंय. म्हणूनच पदराखाली डोकं झाकून तुम्ही सामान्यांना खूष करायला बघता !

तुम्ही असं करणं, ही स्वतःच स्वतःची फसवणूक करणं नाही का ? स्त्रीच्या जन्माला येताच, 'मी स्त्री आहे,' ही भावना स्त्रीच्या हाडीमासी भिनवली जाते आणि मग स्त्री म्हणून तिच्या चारी बाजूंनी बंधनांनी तिला वेढलं जातं, हे तुम्ही विसरला नसालच. तुम्ही असल्या बंधनांतूनच वर आलेल्या आहात. तेव्हा ही विसरण्यासारखी गोष्ट होऊच शकत नाही म्हणा ! ह्या बंधनांचा तुम्हाला एकदाही राग येत नाही का ? राग येत असेलच. स्त्री म्हणून तर नक्कीच येत असेल. मग त्या बंधनांविरुद्ध काहीच करता येण्यासारखं नाही का ? आता सत्ता तर तुमच्याच हातात आहे, तुम्हीच काही करू शकता. तुम्ही मूठभर पुरुषांच्या इशाऱ्यांवर सर्व काही करता, हे जर खरं नसेल, तर स्त्रियांच्याबाबतीतील गैरवर्तनाबद्दल तुम्ही आवाज का काढीत नाही ? कलिमुद्दीन अथवा रईसुद्दीन एकटा साक्ष देऊ शकत असताना, त्या कोण्या एकट्याची साक्ष तुम्हाला पुरेशी वाटत नाही, तुम्हाला दोघंजण लागतात, ह्याची तुम्हाला शरम वाटत नाही का ? अर्थात् खालिदा हासिनांनी जे दोघंजणं दिले, त्यातील एक अबुल कलम आहेतच.

बलात्कार, ॲसिड, खून, ह्या देशातील रोजच्याच घडणाऱ्या गोष्टी आहेत. ह्या नित्याच्या अपराधांतून पळवाटा काढून खरे गुन्हेगार पळून जातात. ह्या पळवाटा अशाच उघड्या राहणार का ? माननीय पंतप्रधान आपण वीरांगना आहात, म्हणून खूप अभिमान वाटतो, माझी आपल्यावर श्रद्धा आहे.

तुमच्या पुढे-मागे पों पों करीत जाणाऱ्या गाड्या असतात. आमच्याजवळ अशी पाहाऱ्याची व्यवस्था नाही. एकदा संध्याकाळी काळोखात शहराच्या रस्त्यांवर या, फूटपाथवरून फिरा. मग कळेल की तुम्हाला वेश्या समजून कामातुर पुरुषांचे हात कसे पकडू बघतात ते ! हे मी विरोधी पक्षाच्या नेत्यांनाही सांगत आहे बरं का ! ह्या शहराच्या फूटपाथवर दहा-वीस रुपयांना स्त्रिया विकल्या जातात हे तुम्ही प्रत्यक्ष कधी पाहिलं आहे का ? पाहिल्यास असं वाटत नाही का की ह्याचं आयुष्य

आपल्यामुळेच धुळीला मिळतेय ? स्त्री ही बटाटा, भोपळा ह्यांच्याच जातीची आहे असंच नाही का ? तुम्ही, कितीही उच्चपदावर पोहोचलात, तरी तुम्ही ह्या वर्गातीलच आहात.

वेश्या म्हणून विकल्या गेलेल्या स्त्रियांच्या पुनर्वसनाची जबाबदारी स्त्रीनंच उचलली नाही, तर मग कोण उचलणार ? तुम्ही दोघी दोन पुरुषांच्या, एक वडील व एक पती यांच्या प्रतिनिधी आहात. त्या दोघांच्या मृत्यूचा सूड घेणं ही संपूर्ण वेगळी गोष्ट आहे. ह्यापेक्षा वेगळ्या गोष्टींचा विचार करायचा असेल, तर गावांत, वस्त्यांत, शहरांत बालविवाह, बहुविवाह, वधूहत्या, अपरहण, बलात्कार, अत्याचार वगैरे स्त्रीवर होतात, त्यांना आळा कसा घालायचा याचा विचार करायला हवा. मगच त्या बाबतीत पुरुषांपेक्षा, स्त्रीच जास्त उत्तम काम करू शकते, ह्यावर विश्वास बसेल आणि असंच होणं योग्य, सुसंगत आहे.

राहणीमान उंचावण्यासाठी आणि माणूस मोठा होण्यासाठी संपत्तीची आवश्यकता आहे. मुस्लिम वारसा कायद्यात स्त्रियांना समानता अजिबात दिलेली नाही. पत्नी वारल्यास पतीला तिच्या संपत्तीच्या चार भागांपैकी एक भाग मिळतो, त्यांना मूल-बाळ नसल्यास, पतीला दोन भागातील एक भाग मिळतो, पण पती वारल्यास पत्नीला त्याच्या संपत्तीच्या एक अष्टमांश भाग मिळतो व मूल-बाळ नसल्यास एक चतुर्थांश भाग मिळतो. स्त्री-पुरुषात, संपत्तीच्या वाटणीत असा भेदभाव का ? मुलांच्या बाबतीतही भेदभाव केला जातो. असं का ? मिळणाऱ्या संपत्तीत मुलाच्या निम्मी संपत्ती मुलीला मिळते. आईवडिलांच्या मृत्यू झाल्यास, त्यांचा एकमात्र वारस, मुलगा असल्यास, त्याला सर्व संपत्ती मिळते, पण वारस एकमात्र मुलगी असल्यास, तिला फक्त आई-वडिलांच्या संपत्तीचा अर्धा भाग मिळतो. पंतप्रधान आणि विरोधी पक्षनेत्या, सांगा, स्त्री-पुरुष, मुलगा-मुलगी, यांच्यात संपत्तीच्या वाटपाबाबत असा भेदभाव का ? श्रीमंत-गरीब हा भेद मिटविणं जेवढं आवश्यक आहे, तेवढंच स्त्री-पुरुष यांच्यातील संपत्तीच्या वाटपाबाबत असलेला फरक मिटविणं, आवश्यक नाही का ? जर हा भेदभाव मिटविणं शक्य नसेल तर, स्थावर मालमत्तेचं राष्ट्रीयीकरण करणं सर्वांच्याच हिताचं ठरेल. तुमच्या चहूबाजूंनी पुरुष उपदेशकांचा, धर्माचा, साम्राज्यवादाचा, परदेशी मदतीचा एवढा दबाव आहे की त्यामुळे तुमचं सामर्थ्य दुबळं झालंय. तेव्हा असं काही होऊ शकेल, असं वाटत नाही. तुम्ही फक्त तुमच्या पतीच्या डमी प्रतिनिधी आहात. तुमच्याजवळ स्वतःचे विचार, मतं, कार्यक्रम असं काहीही नाही.

* * *

५८

१) उरुग्वेच्या दलमिरा आगुस्तिनी हिनं वयाच्या दहाव्या वर्षांपासून कविता लिहायला सुरुवात केली. तिच्या 'दूरवरून' ह्या कवितेत ती म्हणते की तू दूर गेल्यास मला गदगदून येतं. तुझ्या चाहुलीनं गाढ झोपेतून मी आनंदानं नाचत उठते. ह्यावरून मी अंदाज केला की दलमिरा एकावर मनापासून प्रेम करते, त्याचं साहचर्य तिला हवं आहे. तिनं पुढं लिहिलं आहे, 'माझं हृदय आणि तू समोरसमोर उभं राहा- समुद्र आणि आकाशाप्रमाणे. मग ह्या दोघांमधून तरंगत जाणाऱ्या ढगाप्रमाणे निघून जाईल काळाचा प्रवाह, जीवन आणि मृत्यू.'

दलमिरा ज्याच्यावर मनापासून प्रेम करीत होती, जिनं त्याला जीवनसाथी बनविलं होतं, तोच तिच्या लेखनात आडवा आला. दलमिराला हे बंधन शेवटपर्यंत राखता आलं नाही, तिनं घटस्फोट मागितला. त्या बदल्यात त्यानं तिची हत्या केली व स्वतःही आत्महत्या केली. १८८६ साली जन्मलेल्या दलमिराला अवघं अठ्ठावीस वर्षांचं आयुष्य लाभलं. वाचकहो, आज मी दलमिराला श्रद्धांजली वाहते आणि तिची हत्या करणाऱ्या नवऱ्याला शाप देते.

२) ज्युलिया द. बारजोसच्या एका कवितेचं नाव आहे, 'ज्युलिया द बारजोसला' स्वतःच्याच समोर उभी राहून ज्युलिया म्हणते, 'कवितेत उमटलेला स्वर माझा आहे, तुझा नाही. तू वेष तर मी गंध. माझ्यात दडलंय एक खोल गव्हार. तू सामाजिक मिथ्यावर उभी राहिलेली निर्जीव बाहुली. पण मी सत्य आहे, वीर्यवान अग्निकण आहे. तू तुझ्या जगाप्रमाणेच स्वार्थी, पण मी तशी नाही. मी माझ्याच सारखी असून, माझं सगळं काही पणाला लावून जुगार खेळते. तू मात्र संसारात निपुण स्त्री आहेस, सौभाग्यवती जुलिया. मी मात्र तशी नाही. मी जीवन, मी शक्ती, मी स्त्री. तू मात्र तुझ्या पतीची, तुझ्या स्वामीची अधिकृत संपत्ती आहेस. मी नाही. मी कोणाचीही संपत्ती नाही, मी सर्वांची आहे, सर्वांकरिता आहे, मी स्वच्छ विचार आणि शुद्ध भावना दिली आहे. तू तुझे केस रंगव, चेहेऱ्यावर प्रसाधनं माख. मी तसं काही करणार

नाही. माझे केस रंगवितो वारा, माझं प्रसाधन करतो सूर्य. तू घरातील वधू, आज्ञाधारक लीन वधू. नाना परंपरांनी आणि रूढींनी बांधलेली, पण मी तशी नाही. मी वाऱ्याच्या वेगानं पळणारा जणू घोडा. पृथ्वीच्या पाठीवर सर्वत्र संसार करून समता शोधणारा.'

१९१४ साली प्युर्तो रिको इथं ज्युलिया जन्मली आणि मोठी झाली. अतिरिक्त मद्यपानामुळे तिला अनेक व्याधींनी ग्रासले. त्यामुळे तिचं बरंच आयुष्य हॉस्पिटलमध्ये गेलं. न्यूयॉर्कच्या एका रस्त्यात ती बेवारस अवस्थेत मरण पावली (१९५३). जिवंत असताना विशेष परिचित नसलेली ज्युलिया आता प्युर्तो रिकोची प्रसिद्ध कवयित्री ठरली आहे.

३) कवयित्री जुयाना फर्नांडिसचा जन्म १९८५ साली झाला. कॅप्टन डी. ल्युकास एबरब्यूरोबरोबर लग्न झाल्यावर ती जुयाना द एबारब्यूरो झाली. उरूग्वेच्या निरनिराळ्या ठिकाणी राहून ती मॉन्टेव्हिडिओची रहिवासी झाली. १९१९ साली तिचा पहिला काव्यसंग्रह प्रकाशित झाला आणि तिच्या प्रतिभेची ख्याती सर्वत्र पसरली. १९२९ साली लॅटिन, अमेरिका आणि स्पेनमध्ये तिचा व्यक्तिगत सन्मान केला गेला. तिथं तिला खूपच प्रसिद्धी मिळाली. म्हणून तिनं 'जुयाना द अमेरिका' असं नाव लावायला सुरुवात केली. 'बंधन' नावाच्या एका कवितेत ती लिहिते, 'मी तुझ्यासाठी तर भरभरून वाहते. मला प्राशन कर. स्फटिकसुद्धा माझ्या शुभ्रतेचा मत्सर करतो. मी तुझ्यासाठी पंख पसरते. माझ्याकडे पहा ! रात्रीची पाकोळी मी ! तुझ्या आगीच्या भोवती अधीरपणानं फिरते. माझ्या केसात मण्यांच्या माळेऐवजी काटे लोंबताहेत ! कानात माणकांच्याऐवजी जळते निखारे आहेत. माझ्याकडे बघ. माझ्या वेदना पाहून तू हासतोस. पण एक दिवस तुलाही रडावं लागेल. मगच तू माझा होशील. त्या आधी हे शक्य नाही. तू आता आहेस, तसा असताना तू माझा होणं शक्य नाही.'

म्रिरिदा नाइत आतिक ही मोरोक्कोची कवयित्री. ती आजिलाल शहरातील एक गणिका होती. ती विलक्षण सुंदर गायची. गायिका म्हणून तिची खूप प्रसिद्धी होती. घरात आलेल्या पाहुण्यांना ती गाऊन दाखवी. पहाडी साधंसुधं जीवन जगणाऱ्या स्त्रियांवर ती गीतं रचीत असे. युद्धानंतर तिचा कोठेही पत्ता लागला नाही. त्या वेळेला तिचं वय तीसच्या जवळपास असेल. १९५९ साली रेले युलोग ह्या नावाच्या फ्रेंच सैनिकानं तिच्या कवितांचा फ्रेंच अनुवाद प्रसिद्ध केला. (ह्याच्याबरोबर म्रिरिदाची घनिष्ठ मैत्री होती.)

४) म्रिरिदाच्या एका कवितेचं नाव आहे 'धुक्याप्रमाणे'. ती कविता अशी आहेः लल्ला हालिमा (एक मुसलमान संन्यासी. हा कुमारी मातांना आश्रय देत असे) परित्यक्तांचे तू रक्षण कर. कृपाळू ईश्वरा, तू कोणावर विश्वास ठेऊ शकशील ? मी

तर, कोणत्याच पुरुषावर विश्वास ठेवणार नाही. त्यांची वचनं धुक्याप्रमाणे व हवेप्रमाणे असतात. गुरांना घेऊन कुरणात जाते जेव्हा संगीत जाणणारी मुलं वचन देतात. खेचराला जेवढी तहान असेल, तेवढंच पाणी ते पितं, खेचर असूनही ते अधिक पीत नाही. सैनिक त्यांच्या मेडलवर जगतात. त्यांना पाहिजे तेवढं ते घेतात, इतरांसारखेच. पण केवळ खेचरच फक्त तहान नसताना पाणी पीत नाही. दहा तरुण, दहा विधुर, दहा प्रौढ - अशा सगळ्यांनी मला लग्नाचं वचन दिलं. पण कुणीच पाळलं नाही. त्यांची तहान मी भागविली. मग ते दुसरीकडे गेले. पुन्हा तहान भागवायला. माझ्या देवा, कुणावर विश्वास ठेवावा ? मी तरी कुणाही पुरुषावर विश्वास ठेऊ शकत नाही. त्यांची सर्व वचनं धुक्याप्रमाणे असतात. फक्त धुक्याप्रमाणे.

कवयित्री एडिथ शोडारगाँ १८९२ साली सेंट पिटसूबर्गमध्ये जन्मली. तिथं तिच्या आई-वडिलांनी स्विडिश भाषकांचं एक मोठं दल स्थापन केलं होतं. रशियातील क्रांतीनंतर, एडिथनं आणि तिच्या आईनं सीमेपलीकडे फिनलंडमध्ये आश्रय घेतला. तिथं अत्यंत दारिद्र्यात त्यांना दिवस काढावे लागले. हेलसिंकीत तिच्या कविता प्रथम प्रकाशित झाल्या. हाताच्या बोटांवर मोजण्याइतके समीक्षक सोडून, सर्वांनीच टीकेची झोड उठविली. त्या वेळेस एडिथ अगदी एकटी पडली. फक्त तरुण बंडखोर लेखिका ह्यॅगर अल्सन हीच तिच्या पाठीशी उभी राहिली. ह्या लेखिकेनेच तरुण फिनिश कवींपर्यंत एडिथच्या कविता पोहोचविल्या. १९२३ साली टी.बी.नं आणि उपासमारीनं एडिथ गेली. तिच्या मृत्यूनंतर, फिनलंडमध्ये आणि स्वीडनमध्ये स्वीडिश काव्यक्षेत्रातील एक क्रांतिकारक असं तिला गौरवण्यात आलं. उत्तरोत्तर तिच्या कवितांना प्रसिद्धी मिळत गेली.

५) एडिथ शोडारगाँच्या एका कवितेचं नाव 'दुःख'. सुखाला संगीत नसतं, भावना नसतात, काहीही नसतं. सुखाला स्पर्श करताच ते भंगतं, नष्ट होतं. गाढ झोपेत, पहाटेच्या गुंजनात तरंगत तरंगत सुख येतं. गडद निळ्या भावनांवर तरंगत तरंगत, ढगाप्रमाणे, सुख उडून जातं. सुख म्हणजे दुपारच्या उन्हात शेकत पडलेला मोकळा माळ. सुखात काही शक्ती नाही. ते झोपूनच जगत राहतं. दुसरं त्याला काही माहीत नाही. काहीही नाही. तुम्ही दुःखाला ओळखलंय का ? ते त्याच्या वज्रमुठीमुळं किती शक्तिशाली आणि विशाल असतं नाही ? तुम्हाला 'दुःख' म्हणजे काय समजलंय का ? ते त्याच्या लालभडक पण पाणी भरल्या डोळ्यांनी धीराचं हसू हसतं. आमच्या सर्व गरजा दुःख भागवतं. मृत्युकुटीची किल्ली देतं, आमचं द्विधा स्थितीत सापडलेलं शरीर दरवाजाकडे लोटतं, लोभी स्त्रियांच्या गळ्यांतील अलंकार पकडतं, पुरुष जेव्हा प्रेम फेकून देऊन निघून जातो, तेव्हा ते दारात उभं राहतं. ते मोती व फुलं देतं,

गाणं आणि सूर देतं, ते मला हजारो चुंबनं देतं. सगळी अदृश्य चुंबनं असतात पण ते एकच खरं चुंबन देतं. ते मला सुंदर मन आणि धगधगणारी आकांक्षा देतं, ते जीवनाची सर्वोच्च मिळकत देतं-प्रेम, एकाकीपणा आणि मृत्यूचा पांढराफटक चेहरा.

६) राणी एलिझाबेथनंही (१५३३-१६०३) कविता लिहिल्या. तिनं त्यात म्हटलंय, 'माझ्याकडून खूप अपेक्षा केल्या जातात. पण मी काहीच करू शकत नाही. राणी एलिझाबेथ तर बंदिनी आहे.'

बंदिनी कोण नाही ? जुयाना, म्रिरिदा, दलमिरा, ज्युलिया, एडिथ ह्यातील कोण नाही ? गणिका, गृहिणी, भिकारणीप्रमाणेच इंग्लंडची राणीही बंदिनी. राणीही ? हो ! राणी असली तरी तीही स्त्रीच नं ?

* * *

५९

साहित्य-निर्मितीमुळं माझं काही भलं होण्याऐवजी वाईटच जास्त झालं म्हणा ना ! सर्व अडचणींवर मात करण्याचं साहस माझ्यात असल्यानं मी वाचले किंवा धीर करून मी असं म्हणेन की जिवंत राहिले.

माझे आई-वडील दोघेही- माझ्यावर नाराज होते. माझ्या पराक्रमी बाबांना कवितेपेक्षा स्टॅटिक्स डिनामिक्समध्ये जास्त रस होता. मी मेडिसिन सर्जरी पाठ केली की टोपली भरून द्राक्षं आणि सफरचंद ते आणीत. माझ्या धर्मांध आईला कवितेपेक्षा नमाज, रोजा ह्यांचं महत्त्व अधिक वाटायचं. दुपारी काहीतरी निरर्थक लिहीत फुकट वेळ घालविण्यापेक्षा कुराणातील आयात वाचायला ती सांगत असे. एकदा एका कागदावर कविता लिहून ती मी माझ्या मोठ्या भावाला दाखविली. तो म्हणाला, 'कागदाचं विमान बनविता येतं का तुला ? 'हे बघ !' असं म्हणून त्या कवितेच्या कागदाच्या घड्या घालून त्यानं एरोप्लेन बनविलं आणि फूं करून उडवून दिलं. माझ्या छोट्या बहिणीला चॉकलेटस् फार आवडत. तिला एकदा खूप चॉकलेटस् देऊन म्हटलं की बघ तर मी कविता कशी केली आहे ती ! धाकटी बहीण तोंडात चॉकलेट्स कोंबून, गाल फुगवून, मोठ्या गंभीर स्वरात म्हणाली, 'रवीन्द्रनाथांप्रमाणे लिहू शकतेस का ?'

तरीही मी लिहीतच राहिले. चोरून लिहीत असे. कविता चूपचाप मासिकाकडे पाठविल्या. त्या छापून आल्यावर घरातील लोक उलटं बोलायला लागले की कविता काही वाईट नाहीत.

लिहिता लिहिता ८६ मध्ये कवितेचं पुस्तक छापण्याचं धाडस केलं. पुस्तक मीच माझ्या जबाबदारीवर छापलं. पण पुस्तकाची बांधणी आणि वितरण नसास प्रकाशननं करायचं ठरलं होतं. त्या वर्षी, फेब्रुवारीपासून हळूहळू छपाई होत, कसंबसं पुस्तक कच्च्या स्वरूपात तयार झालं, तेव्हा त्यात अठ्ठेचाळीसऐवजी चाळीसच पानं होती. त्या वेळेपर्यंत पावसाळा येऊन ठेपला होता. आकाशात काळ्या ढगांनी गर्दी केली होती, पावसाची झड सुरू होती, खूप रात्र झाली होती. त्या पावसाळी काळ्या रात्री,

मी जुन्या ढाक्यातील बाईंडरचं घर शोधत निघाले. मला पाहून बाईंडर चपापला. खवळून म्हणाला, 'जे झालं ते झालं. आता पुन्हा बांधणी करता येणार नाही.' हे ऐकून मला रडूच कोसळलं. मग भीत भीत नसासकडे जाऊन, विक्रीचे काही पैसे मिळतील का ह्याची चौकशी केली. प्रकाशकाच्या मालकांनी एक-दोन महिन्यानंतर यायला सांगितलं. ह्यानंतर एक-दोन वर्षांनी त्यांनी पुस्तकाचे कसर लागलेले सर्व गठ्ठे माझ्या घरी आणून टाकले.

तीन वर्षांनंतर, स्वतःच्या पदरचा पैसा खर्च करून, पुन्हा एकदा पुस्तक छापण्याचा खटाटोप केला. पुस्तक जवळ जवळ छापून झालं होतं. खलिद हसननी कव्हर तयार करून दिलं होतं. एके दिवशी खलिद हसन आणि कवी हिलाल हाफिज या दोघांनी मिळून, अनिंद्य प्रकाशनच्या नजमुल हक यांना माझ्या पुस्तकासाठी विचारलं. त्या वेळी मी तिथं होतेच. नजमुल हकनी प्रथम आढेवेढे घेतले. मग ते कबूल झाले. पण मी मात्र 'मी माझं पुस्तक अनिंद्यला देणार नाही, मीच छापणार' असं म्हणून सगळ्यांना चकित केलं.

माझ्यात नकळत केवढा अहंकार जागा झालाय, ह्याचा मला आतापर्यंत पत्ताच नव्हता. ह्या अहंकाराच्या जोरावरच फक्त तीन महिन्यांत साडे बाराशे पुस्तकं विकली. तोपर्यंत आणखी एका प्रकाशकानं माझ्या पुस्तकाची चौथी आवृत्ती छापून पूर्ण करीत आणली होती. आता तर प्रकाशक कितीतरी वेळ माझ्या घरी धरणं धरून बसतात.

माझ्या कवितेबाबत लोकांची मतं वेगवेगळी आहेत. काहींना त्या खूप आवडल्यात, तर काहींच्या मते कवितांत व्यक्त झालेले अनुभव 'व्यक्तिगत' आहेत. अनुभव व्यक्तिगत असोत वा समष्टिगत, माझे अनुभव स्पष्ट, स्वच्छ आहेत. मी हे अनुभव माझ्या जीवनातून घेतलेले असोत की दुसऱ्यांच्या जीवनातून पण ह्या कवितांबद्दल हजार-दोन हजार पत्रं येतात, त्यातील अनेक स्त्रियांची असतात आणि त्या पत्रांत लिहिलेलं असतं की तुम्ही आमचीच गोष्ट सांगितली आहे. मग हे मोठं यशच नाही का ? जेव्हा माझे 'व्यक्तिगत' अनुभव दुसऱ्या अनेकांना स्वतःची व्यक्तिगत अनुभूती वाटते, तेव्हा ती व्यक्तिगत राहात नाही. दोन हजार पत्रं म्हणजे तशी काही फार नाहीत, पण ती अनेकांचं प्रतिनिधित्व करतात, ही समष्टीगत अनुभूती पाहिली की हताश होण्यास काही कारण दिसत नाही आणि फक्त पत्रांचीच गोष्ट कशाला ? सामान्यांच्या रांगेत उभं राहिल्यावर मला त्यांच्या वेदना कळणार नाहीत का ?

निरनिराळ्या अनुभवांतून मला जावं लागणार आहे हे मला माहीत आहे. ह्या जीवनात मला खूप अडचणी आल्या, तेवढंच प्रेमही मिळालं. गेल्या फेब्रुवारीत, एक अठरा एकोणीस वर्षांचा मुलगा सिलेटहून आला होता. ग्रंथजत्रेत मला पाहून त्याला अत्यंत आनंद झाला. मला म्हणाला की केवळ आपल्याला एकदा भेटण्यासाठी थेट

सिलेटहून ढाक्याला आलोय. माझ्या आई, वडील, बहीण सर्वांना आपलं लिखाण इतकं आवडतं की मी आपल्याला एकदा तरी सिलेटला, आमच्या घरी येण्याचं आमंत्रण द्यायला आलोय. आपण एकदा याच. हा आमचा फोन नंबर. आपलं येण्याचं नक्की झालं, की मला कळवा. म्हणजे मी येऊन आपल्याला रिटर्न तिकिट देऊन जाईन. ह्या नम्र मुलानं आग्रहानं माझ्या पुस्तकांवर माझी सही घेतली. नंतर, ह्या मुलाच्याच वयाचा आणखी एक मुलगा 'बिपरित खेला' (विपरित खेळ) नावाची माझी कविता दाखवून मला म्हणाला,. 'मला दहा रुपयांत विकून घ्यायला आवडेल.' मी चपापून विचारलं, 'म्हणजे ?' मुलगा म्हणाला, 'ह्या कवितेत आपण पाच-दहा रुपयांत मुलं खरीदण्याची इच्छा व्यक्त केली आहे ना !' मी खूप गंभीर होऊन त्याला सांगितलं की ती फक्त कविता आहे, 'फक्त कविताच ?' त्यानं विचारलं, 'हो ! फक्त कविताच ! मी म्हणाले.

तो मुलगा निघून गेला. त्याचं धाडस बघून मी अवाक झाले. म्हणून तर म्हणते की कविता करताना, चहूकडे जे पाहते, ऐकते, त्यानं चकित व्हायला होतं. आश्चर्य वाटण्यासारखी आणखी एक गोष्ट आहे. त्या दिवशी एक सभ्य गृहस्थ जवळ जवळ तासभर माझ्या कवितांची स्तुती करीत होते. अखेर सरतेशेवटी म्हणाले, आपल्या वयाच्या नवव्या वर्षी घडलेली गोष्ट आपण खूपच रंगवून सांगितलीय ! मी विचारलं, 'काय म्हणताय आपण ?' आपल्या 'दूरारोग्य आंगुल' ह्या कवितेबद्दल म्हणतोय मी.' ते गृहस्थ म्हणाले. मी आश्चर्याने विचारले, 'काय आहे त्या कवितेत ?' 'तेच, आपण शशांकचा राजवाडा पाहू इच्छिता आणि तो वृद्ध...' ह्यावर मला हसावं का रडावं काहीच कळेना. मी म्हटलं, 'आपल्याला काय वाटलं, ती माझी स्वतःची गोष्ट आहे ?' ते गृहस्थ वरमून गप्प झाले. मी त्यांना समजावून सांगितलं की आपल्या समाजात लहान मुलींना कसं वाईट वागविलं जातं, त्याचं फक्त मी सरळ वर्णन केलंय.' मी दुसऱ्यांच्या यातना, वेदना स्वतः अनुभवायला बघते, म्हणून प्रथम पुरुषात लिहिते. त्यामुळे लिहिताना मला मोकळं वाटतं. बट धिस इज नॉट माय ऑटोबायग्राफी.

असं काही माझ्या जीवनात घडलं नाही, ह्याचा मला मुळीच अभिमान वाटत नाही. कदाचित् घडलंही असतं. पण एखाद्या प्रश्नाला वा समस्येला माझी किंवा तुमची न मानता, आपली समस्या मानली पाहिजे. आपली सगळ्यांची समस्या...

वाचकांची संख्या वाढते. पण नुसती संख्या वाढून काय उपयोग ? जर वाचक कोणतीही समस्या स्वतःची मानीत नसतील, दुसऱ्यांच्या अनुभूतीत स्वतः प्रवेश करीत नसतील, तर अशा वाचकांचा उपयोग काय ? उलट हे एक प्रकारचं नुकसान आहे, शब्दांचं अजीर्ण आहे.

* * *

६०

१) रोगाचं निदान करण्यासाठी हल्ली आल्ट्रासोनोग्राफी ही पद्धत फार लोकप्रिय ठरली आहे. समजा पोट फुगलंय, पोटात ढवळतंय, दुखतंय म्हणून रोगी डॉक्टरांकडे गेला आणि तऱ्हेतऱ्हेच्या टेस्ट करूनही रोगाचं निदान होऊ शकलं नाही अथवा काही संशय राहिला तर सरळ आल्ट्रासोनोग्राफी करायची. ह्यावरून लगेच कळेल की पोटात ट्यूमर आहे की कॅन्सर. एवढंच नाही तर त्याची जागा, आकार, अवस्था सगळ्या-सगळ्यांची माहिती मिळेल. पूर्वी आपल्या देशात ही सोय नव्हती. काही वर्षांपासून आल्ट्रासोनोग्राफीमुळे मेडिकल सायन्समध्ये फार प्रगती झाली आहे.

गर्भधारणा झाल्यावर आल्ट्रासोनोग्राफी केल्यास गर्भाचा आकार, प्रकार, हालचाल प्रत्यक्ष दिसून येते. शिवाय सोळा आठवड्यानंतर गर्भाचं लिंगही ह्यावरून कळू शकतं, ही एकप्रकारे विज्ञानाची कृपाच म्हणायची. पण ह्या कृपेबद्दल कृतज्ञ होणं तर दूरच, माणसानं ह्या सवलतीचा गैरफायदाच घ्यायला सुरुवात केलीय. गर्भ मुलीचा आहे हे कळल्यावर गर्भपात केला जातो. हे खरं आहे की भारतात असंख्य गर्भपात होतात. आल्ट्रासोनोग्राफीचा अर्थ मुलींना जन्मालाच येऊ द्यायचं नाही असाच घेतला गेलाय. स्त्री-जन्म रोधक निर्णायक उपाय म्हणून आल्ट्रासोनोग्राफी भारतात अतिशय लोकप्रिय ठरली आहे. आमच्याही देशात असं व्हायला फार वेळ लागेल, असं मला वाटत नाही. कारण कुणालाही मुलगी व्हावी असं वाटत नाही. खूप मुलांच्या पाठीवर मुलगी झाली, तर कुणाला काही वाटत नाही. परंतु कुणाचाही, जाणूनबुजून मुलगी व्हावी असा आग्रह नसतो.

माणूस आता सुख-स्वप्नांत रात्रंदिवस तरंगू शकेल. आता कुणाही स्त्रीला. मुलगी झाली म्हणून लाज, त्रास, असंतोष, संकट, दुर्दैव ह्यांच्यामध्ये दिवस काढावे लागणार नाहीत. वा ! वा ! किती आनंदाची गोष्ट ! गर्भवतींनी आता आनंदानं नाचायला हरकत नाही. नको असलेलं मूल न होण्याची सोय झालीय. अरब जेव्हा गुहेत राहात होते, तेव्हा मुलगी झाल्यास तिला जिवंत पुरत. आता ही आहे जिवंत गर्भाची गर्भातच

हत्या करणं. आता आपण चांगल्या घरात राहतो, गुहेत नाही. आपण शिकून सभ्य झालोय तरीही आपण भ्रूणहत्येने झपाटलेले आहोतच.

असे आम्ही झपाटणार, मातणार का नाही ? सतीदाह शमला असला, तरी त्याचे डाग अंतरांत आणि परंपरेत नांहीत का ? गुलामी, छळ, धर्मातील रूढी-नियम ह्या सर्व आगीत स्त्री जळतेच ना ? सतीदाह विझलाय म्हणून धर्म आणि समाजाच्या आगीत स्वतःच्या मुलींना जाळून काय साधता बरं ?

२) भाग्यवंताची पत्नी मरते आणि अभाग्याची गाय' ही म्हण जरी जुनी असली, तरी आताही, एकविसाव्या शतकाच्या सुरुवातीलाही, ती अयोग्य नाही. पत्नी गेल्यास दुसरी मिळू शकते. पण गाय वा दुसरं जनावर मेल्यास दुसरं मिळत नाही. दुसरं घ्यायचं झाल्यास पदरचा पैसा खर्च करावा लागतो. पण ह्याउलट, दुसरी पत्नी आणल्यास, घरात आणखी पैसा येतो. म्हणजेच पत्नीची हेळसांड झाली तरी चालते, पण जनावराची करून चालत नाही. ह्याचा अर्थ स्त्रीपेक्षा जनावराला मूल्यवान मानलं गेलंय. सध्या ह्या देशातील एक स्त्री आणि भारतातील सहा गुरं असा कोपऱ्या-कोपऱ्यावर सौदा होतोय. हे ऐकून अनेकांना धक्का बसला. त्यांनी धिक्कार केला. पण मी मात्र उलट अवाकच झाले. कारण एका स्त्रीच्या बदल्यात सहा गुरं मिळविणाऱ्याचा मत्सर वाटला पाहिजे. कारण हा दुर्लभ योग आहे, सुदैव आहे. एका स्त्रीच्या बदल्यात सहा गुरं मिळणं हा खरोखरच फायदेशीर सौदा आहे, ह्यात काही वाद नाही.

भारतातील सहा पुष्ट गुरं, बांगला देशातील एका स्त्रीपेक्षा अधिक लाभदायक, अधिक उपयोगी आणि म्हणूनच निःसंदेह अधिक मूल्यवान. मला तर वाटतं, गुरांच्या बदल्यात स्त्री घेऊन ते खरं म्हणजे, फसलेतच. स्त्रीची किंमत दोन पैसेसुद्धा नसताना, तिच्या बदल्यात सहा गुरं देणाऱ्यांबद्दल मला आदर वाटतो. ते चोर, लुटारू का असेनात, मी त्यांच्याबद्दल कृतज्ञ आहे.

सभ्य म्हणविणारे, स्त्रीला काहीही किंमत देत नाहीत, उलट ती गर्भात असतानाच तिची हत्या करतात. मग हे चोर, दलाल बरे. ते स्त्रीच्या बदल्यात सहा गुरं तरी देतात. तेही गरीब, गांजलेल्या, हीनदीन झालेल्या स्त्रीच्या बदल्यात. अर्थात् हे लोक शेवटी ह्या स्त्रियांना देहविक्रयच करायला लावतात. हीच तर मजा आहे ! दलाल त्यांना वाईट मार्गाला लावतात आणि सभ्य म्हणविणारा समाज खुषीनं, हा व्यवहार होऊ देतो. ह्या आणि अशा कितीतरी गोष्टी आहेत. सभ्य म्हणविणाऱ्या लोकांच्या ख्यालीखुशालीसाठी सभ्य स्त्रियांचा उपयोग होत नाही, असं थोडचं आहे. ही आहे आणखी एक नवी प्रतारणा, नवीन लबाडी, हे एक नवीनच जग आहे. सभ्य स्त्रिया बिनपैशांनी विकल्या जातात. त्यामुळे हीन समजल्या जाणाऱ्या स्त्रीच्या बदल्यात सहा-

सात गुरं मिळणं चांगलंच. ह्या प्रकारच्या व्यापारात का होईना, तिचं मूल्य वाढत असेल, तर चांगलंच आहे.

३) मला खूप खूप रडावंसं वाटतं. आपण सर्वजणी आपल्यासाठीच रडू या ! हे सर्व जगातील स्त्रियांनो, हे माझं सांगणं ऐका ! एकदा तरी आपण मोठ्यानं रडू या. रडत रडत गडबडा लोळू या. आम्ही तर नुसते टकमक बघत राहणारे दगड झालोत. समाज आमचा उपयोग करून खेळ करतो. पण आम्ही तोंडातून ब्र काढीत नाही. आमच्या जन्माबद्दल, आमच्या ह्या घरातून त्या घरात जाण्याबद्दल, देशांतराबद्दल मला पोटभर रडायचं आहे... नाही, मी रडतेच आहे.

* * *

६१

'मकछुदोल मो'मेनीन नावाचा ग्रंथ आमच्या अशिक्षित, मूर्ख आणि जंगली लोकांत फार प्रिय आहे. आतापर्यंत ह्या पुस्तकाच्या काही लाख प्रती छापल्या गेल्या असतील. मुसलमान म्हणून जन्माला आल्यावर, सुंता करणं आणि हा ग्रंथ घरात असणं, अत्यंत आवश्यक आहे, असं बहुतेक मुसलमानांना वाटतं.

'मकछुदोल मो'मेनीन' किंवा 'स्वर्गाची चावी' या पुस्तकाच्या पहिल्या पानावर पुढील ओळी छापल्या आहेत. स्वर्गसुख, शांती यदि चाह दोजाहाने, मकछुदोल मो'मेनीन किने दाओ बिबिगने। पति भक्ति करि यदि निते चाओ पुंजी। स्वामिके किनिते बल बेहेशतेर कुंजी। (दोन्ही जगात - लौकिक आणि पारलौकिक- स्वर्गसुख, शांती हवी असेल, तर आपल्या स्त्रियांना 'मकछुदोल मो'मेनीन' आणून द्या. पती-भक्ती करून पुण्याची पुंजी मिळवावयाची असेल, तर आपापल्या पतींना हा ग्रंथ विकत घ्यायला सांगा.)

ह्या ग्रंथाच्या साडेचारशे पृष्ठांवरील मजकूर स्वस्थ माणसाला अस्वस्थ करायला, शांत माणसाला अशांत करायला पुरेसा आहे. ग्रंथाच्या ३४३ पानापासून ३५६ पानापर्यंत स्त्रियांसाठी शिकवण आहे. ही शिकवण ३५ कलमांत दिली आहे. हे शिकवणीचे पाठ वाचल्यावर 'बिबिं'च्या मान अपमानाची चांगली कल्पना येते. नमुन्यादाखल काही पाठ खाली देत आहे.

'पतीला कधीही तुमच्यावर नाराज होऊन देऊ नका. त्याच्या इशाऱ्याप्रमाणे वागा. जर तुमच्या पतीनं, तुम्हाला दोन्ही हात बांधून, रात्रभर त्याच्याजवळ उभं राहायला सांगितलं तर तुम्ही तसं उभं राहिलं पाहिजे. असं तुम्ही वागल्यास, खुदा आणि प्रेषित (पैगंबर) तुमच्यावर प्रसन्न होतील.' (७ वा पाठ)

'तुमचे पती तुमच्याजवळ असताना, कधीही त्यांच्या हुकमाशिवाय नफल नजाम, रोजा अथवा पूजाअर्चा करू नये. पतीच्या आधी जेवू नये. ह्यातील कोणतीही गोष्ट करायची झाल्यास, त्याची परवानगी घेऊन, त्याला संतुष्ट करून मगच करावी. कारण नफल पूजाअर्चेपेक्षा पतीची सेवा जास्त पुण्य प्राप्त करून देईल.' (१० वा पाठ)

'पतीच्या परवानगीशिवाय घरातील कोणतीही वस्तू, पैसा अडका कोणालाही देऊ नये. दान-धर्मही करू नये. शेजाऱ्यांच्या घरी जाऊ नये. कारण पतीच्या परवानगीशिवाय असं काही करणं, म्हणजे महापापच' (११ वा पाठ)

'पतीचे दोष दुसऱ्यापाशी कधीही उघडे करू नयेत. पतीच्या सुखात सुख व पतीच्या दुःखात दुःख मानावे.' (१२ वा पाठ).

'सदासर्वकाळ पतीची मर्जी पाहून वागावे. जेव्हा पती खुषीत असेल, तेव्हा आपणही हसत राहावे. पण पती गंभीर असेल, त्या वेळी मात्र हसून चालणार नाही. नाहीतर तो संतापून मारीलसुद्धा किंवा वाईटसाईट ऐकवील अशा वेळी आधीच सावधगिरी बाळगणं उत्तम.' (१८ वा पाठ)

'जर पतीनं तुमची काही चूक दाखवून, तुम्हाला मारलं अथवा शिव्या दिल्या, तर रागावून, गाल फुगवून रूसून बसू नये. उलट त्याच्या हातापाया पडावं, त्याचा अनुनय करावा. आपली चूक कबूल करावी. काहीही करून त्याला संतुष्ट करावे.' (१९ वा पाठ)

'अतिशय चतुराईनं वागून, पतीबरोबर जमवून घेऊन आयुष्य घालवावे. जर कधी प्रेमाच्या भरात पती तुमचे हात-पाय चेपू लागला वा कोणत्याही प्रकारची सेवा करू लागला, तर सर्वशक्तिनिशी, त्याला विरोध करावा. कारण तुमच्या आई-वडिलांनी असं काही केल्यास तुम्हाला बरं वाटेल का ? नाही ना ? मग आई-वडिलांपेक्षाही पतीचा मान मोठा.' (२० वा पाठ)

'तुमच्या पतीला आवडेल असंच तुम्ही वागावं. तो तुम्हाला जसं ठेवील, त्यातच समाधान मानून राहावं. कोणतही काम वा गोष्ट त्याच्या मनाविरुद्ध करू नये.' (२९ वा पाठ)

'खुदानं आपल्या नशिबात जे लिहिलंय, त्यातच समाधान मानणं अत्यंत चांगले. जरी कुणाचा पती वेडा, मंदबुद्धी किंवा मूर्ख असेल, तरी त्या स्त्रीच्या दृष्टीनं तो आकाशातील चंद्रच असावा. त्याच्या पायाशी नतमस्तक होऊन आयुष्य घालविल्यास, मरणानंतर स्वर्गातील सुख-शांती लाभते.' (३४ वा पाठ)

'पती प्रतिष्ठित असो की सामान्य, श्रीमंत असो की गरीब, विद्वान असो की मूर्ख, आंधळा असो की काणा, पंगू असो की आजारी, देखणा असो की कुरूप, सदोदित त्याच्या चरणाजवळ आपलं जीवन पसरावे आणि दोघांनी मिळून, प्रेमानं आयुष्य घालवावे.' (३५ वा पाठ)

'मकछुदोल मो'मेनीन'च्या मार्फत मुसलमान पुरुषांनी आपल्या स्त्रियांना स्वर्गसुख आणि शांतीचा मार्ग दाखविला आहे. बहुसंख्य मुसलमान स्त्रियांच्या समोर त्यांनी स्वरचित शिकवण सादर केली आहे.

सर्व स्त्रियांचा धिक्कार असो ! सर्व बिबिंचा धिक्कार असो ! जर तुमच्यात लाज नावाची गोष्ट थोडीतरी असेल, जर तुम्ही स्वतःला एकदा तरी माणूस समजले असेल, तर एका सुरात या असभ्य, बीभत्स, घाणेरड्या, जंगली, अश्लील ग्रंथाचा धिक्कार करा.

आमच्या घटनेत स्त्री-पुरुषाला समान अधिकार दिले आहेत. एका बाजूला 'समान अधिकारा'चा गोंगाट, तर दुसऱ्या बाजूला धर्माच्या नावाखाली स्त्रीला 'अमानुष' बनविण्याचे कूट-कारस्थान. निषेध करण्याचं हे एवढंच कारण नाही. ह्या ग्रंथात जे उपाय सांगितलेत, ते विज्ञानाधिष्ठित, प्रगतीशील, सभ्य देशाला शरमेनं खाली मान घालायला लावणारे आहेत. घराला आग लागली असता, मोठ्यानं 'अल्ला हो अकबर' म्हटल्यानं, खुदाच्या कृपेनं आग विझते, ह्यावर माझा विश्वास नाही. बॅक्टेरियांनी आक्रमण केल्यानं फोड उठतो आणि तो बरा करण्यासाठी ॲंटिबायोटिक्स अत्यंत आवश्यक असतं. शरीरावर कुठंही फोड झाला तर बोट मातीवर काही क्षण धरून, कुणाच्या तरी कृपेमुळं, तो बरा होणं शक्य नाही. दृष्टी कमी झाल्यास किंवा काही दृष्टिदोष निर्माण झाल्यास, तो बरा करायला कोणताही आयात अथवा कुणाचाही दुवा उपयोगी पडणारा नाही. वंध्या स्त्रीला मूल व्हावं म्हणून 'काळजी करून आणि ४० लवंगा सात दिवस, रात्रीच्या खाऊन, काही मूल होत नाही. समजा, एखाद्या स्त्रीची फिलोपिन ट्यूबच बंद असेल, तर स्त्रीबीज ट्यूबमधून गर्भाशयात येणार नाही आणि त्याचा शुक्रजंतूशी संयोगही होणार नाही. अशा वेळी त्या स्त्रीला मूल होणंही शक्य नाही. मग कुराणातील सर्व आयात कोळून तिला पाजले तरी काही फायदा होणार आहे का ? मुळीच होणार नाही, हे सर्वांना कळतंच. ताप आल्यास, कांजिण्या वा गोवर आल्यास, किंवा कॉलरा झाल्यास अथवा खूप रक्तस्राव झाल्यास हातात आणि बेंबीवर ताविज (ताईत) बांधण्यास सांगितले आहे. ह्यामुळे आजार बरा होतो ह्याची हमी दिलेली पाहून मला आश्चर्याचा धक्काच बसतो. ताप म्हणजे काही रोग नाही. रोगाची लक्षणं, कारणं ह्याचा तपास करून ज्या जतूंमुळे रोग होतो, त्यांचा नाश केल्यास ताप उतरतो. कॉलरा झाल्यास शरीरातून जेवढा द्रवपदार्थ बाहेर टाकला जातो, तेवढ्याच प्रमाणात तो रोग्याच्या शरीरात घालावा लागतो. ह्याचबरोबर कॉलऱ्याच्या जंतूंचा नाश करण्यासाठी योग्य ते औषधही द्यावं लागतं. खूप प्रमाणात होणारा रक्तस्राव हे बहुधा गर्भाशयातील ट्यूमरचं लक्षण असते. अशा वेळी तपासणी करून रोगाचं नक्की कारण शोधावं लागतं आणि मग त्यानुसार उपचार वा शस्त्रक्रिया करावी लागते. असं असूनसुद्धा ह्या देशातील अनेकजण मंत्रतंत्र, ताविज ह्यावरच भरवसा ठेवतात. ह्यामुळे अनेक मरतात अथवा मरणासन्न अवस्थेत डॉक्टरांकडे जातात.

हे अज्ञान, ही धर्मातील अंधश्रद्धा, सर्वांना खाऊन टाकणारी ही अस्वस्थता,

माणसाला ग्रासून आता अशी एक महामारी सुरू झाली आहे की आम्ही लवकरात लवकर 'मकछुदोल मो'मेनीन' किंवा त्याच प्रकारचे संशयास्पद ग्रंथ ह्यांचे प्रकाशन बंद न केल्यास, आमची फक्त हाडं राहतील. विद्यमान वैज्ञानिक चिकित्सा व्यवस्था ह्या महामारीला हटवू शकणार नाही.

* * *

६२

ह्या शहरात ज्या काही थोड्या लोकांशी बोलायला मला आवडतं, त्यातील एक आहेत कवी फरहाद मजहर. ते एका गैरसरकारी संस्थेचे संचालक आहेत. तसेच ते निबंधकार, कवी, गीतकार व गायकही आहेत. पण अशा अनेक कलेच्या क्षेत्रात ते विख्यात असले तरी कवी म्हणूनच ते अधिक ओळखले जातात. त्यांनी स्वत:ची अशी एक बंगाली भाषा तयार केली आहे. म्हणजे असं की पश्चिम बंगालमध्ये व आमच्या देशात जी साधी सरळ बंगाली भाषा बोलली जाते ती फक्त पश्चिम बंगालची आहे, आमची नाही, असं त्यांना वाटतं. बांगला देशाच्या भाषेत अरबी, फार्सी, उर्दू या भाषांतील जे शब्द बोली भाषेत येतात ते लिखाणातही येणं आवश्यक आहे, असं त्यांचं मत आहे. ते इस्लामी संस्कृतीकडेही एका वेगळ्या दृष्टिकोनातून बघतात. कारण हीच संस्कृती आम्हाला पश्चिम बंगालच्या भाषेहून वेगळी अशी भाषा देणार आहे. भाषेच्या संबंधातील फरहाद मजहरांचे हे विचार, ही दृष्टी मला मान्य नाही कारण आमच्या ह्या भागातील बंगाल्यांच्या बोली भाषेत अरबी, फार्सी व उर्दू भाषांतील शब्द बरेच येतात असे मला वाटत नाही. काही इतर भाषांतील शब्द बोलण्यात येतात, पण लेखनांत ते फारसे प्रचलित नाहीत. उदाहरणार्थ, नाश्ता, गोसल, पानी हे शब्द पश्चिम बंगालमध्ये जलखाबार, स्नान, जल असेच वापरले जातात. इथेही हेच शब्द वापरले जातात. आमच्या नाटकात, कादंबऱ्यात 'एयेची, खेयेचो, करलूम, बललूम, दोबो ' हे शब्द जास्त वापरले जात नाहीत. ह्या शिवाय विचारांची, श्रद्धेचीही एक स्वतंत्र परंपरा असते हे लक्षात घ्यायला पाहिजे. गुलमोहरचा, लाल म्हणताच फाल्गुनातील लाल रंगातील एक लाल रंग मनात येतो, फाल्गुन म्हणताच रक्तपात आठवतो. तेव्हा देश, काळ, परिसर, शेजार आणि राजनीतीनं दिलेलं थोडंसं स्वातंत्र्य वजा करून जी राहील, ती पश्चिम बंगालची बंगाली भाषा असं म्हणणं म्हणजे शुद्ध अन्याय आहे. तसंच शुद्ध बंगालीत निरर्थक अरबी, उर्दू शब्द घालून वेगळी भाषा घडविणं, हाही अन्यायच आहे. जे शब्द बोली भाषेत आहेत, पण लिखित भाषेत

ते प्रचलित नाहीत, ते शब्द लिखित भाषेत येण्यात काहीच गैर नाही. परंतु जुन्या ढाक्यातील मूठभर उर्दूभाषक लोकांच्या उर्दूला 'प्रचलित भाषा' समजणं अजिबात योग्य नाही.

त्या दिवशी बोलता बोलता शमसुर रहमानना विचारलं की आपल्या लेखनांत उर्दू शब्द जास्त का ? त्यांनी सांगितलं की ते सर्व नेहमीच्या वापरातील शब्द आहेत म्हणून. मी त्यांना म्हटलं, 'बहुतेक शब्दांचे अर्थ तर मला माहीत नाहीत. आपल्याला ते नेहमीच्या वापरातले वाटतात, ह्याचं कारण आपली पत्नी उर्दूभाषिक आहे, आपल्या घरात उर्दू बोललं जातं.' शमसुर रहमान किंचित हसून म्हणाले, 'माझी पत्नी तर आता बंगाली बोलते.' मी त्यांना विचारल,'आपणही पश्चिम बंगालच्या बंगालीपेक्षा वेगळी भाषा तयार करू इच्छिता ना ? त्यांनी उत्तर दिलं, 'एके काळी मी पश्चिम बंगालच्या बंगालीतच लिहीत असे. त्या भाषेत लेखन करण्यास आपल्या सरकारनं तेव्हा बंदी घातली होती. आता काही बंदी नाही म्हणून उर्दू, अरबी शब्द घालतो. त्यात काय एवढं ? आपण अनेक परकीय भाषांतील शब्द वापरतोच की !' 'चेअर, टेबल, स्कूल, कॉलेज, स्वेटर, दौत, पोशाख, पॉलिश, पेन्शन अशासारख्या शब्दांचा काही प्रश्न नाही. पण आपण नवीन शब्द आणू इच्छिता, ह्याचं कारण ते बंगालीत वापरत नाहीत किंवा अगदी कमी वापरतात म्हणूनच ना ?' मी विचारलं. 'नाही असं नाही पण थोडंफार बरोबर आहे तुमच म्हणणं, पण नवीन शब्दांची भर पडून भाषा समृद्ध झाली तर त्यात वाईट काय ?' ते उत्तरले. त्यांचं हे म्हणणे मला पटत नाही. भाषेला समृद्ध करण्याकरिता इतर भाषांतून शब्द चोरून वा उसने आणण्याइतकी बंगाली काही भिकारी झालेली नाही. आमच जे आहे, त्यातच आम्ही समाधान का मानीत नाही ? शिवाय शब्दसंग्रह वाढविण्यापेक्षा साहित्याची गुणवत्ता वाढविणं सर्वांच्याच दृष्टीनं अधिक चांगलं आहे.

कवी शमसुर रहमानबद्दल मला जसा आदर आहे, तसाच कवी व स्तंभलेखक हुमायून आझाद यांच्याबद्दलही आहे. ह्या श्रद्धेला धक्का न लावताही मी असं म्हणेन की हुमायून आझाद ह्या देशातील अशिक्षित, मूर्ख लोकांपुढे रवीन्द्रनाथांचं चित्र 'एक स्त्रीविद्वेशी' म्हणून उभं करतात. हे सामान्य लोक रवीन्द्रनाथांना फक्त एक 'हिंदू' म्हणूनच ओळखतात. त्यांना रवीन्द्रनाथांची इतर काही माहिती नसते. 'रवीन्द्रनाथांनी मुसलमानांबद्दल लिहिले नाही' असा आरोप ते रवीन्द्र-उत्सवात करतात. ह्या देशात रवीन्द्र-संगीतावर बंदी आणण्याचं षड्यंत्र रचलं जातं. ह्या देशातील प्रचारमाध्यम रवीन्द्र-संगीतातील काही विशेष शब्दांवर आक्षेप घेतात. ह्याच देशातील अशा लोकांसाठी हुमायून आझाद कॉलम्स लिहितात आणि त्यात रवीन्द्रनाथांच्या स्त्री-

विषयक विचारांची निंदा-करतात. त्यांनी आपल्या मूल्यवान लेखनात म्हटलंय की 'स्त्रीच्या रूपाला, ज्ञानाला किंमत नाही. तिचा महिमा गृहकृत्य, दासीत्व ह्यातच आहे. म्हणून तिला घरातच कैद करून ठेवलं पाहिजे.' हेच रवीन्द्रनाथांच्या विचारांचं सार आहे.

रवीन्द्रनाथांच्या काळातील समाज कल्पनाही करू शकणार नाही असं उच्च स्थान रवीन्द्रनाथांनी, आपल्या गीतांतून, कवितांतून, गोष्टीतून कादंबऱ्यातून स्त्रीला दिलं आहे. त्या काळात स्त्री शिक्षण, कला, संस्कृती ह्यांमध्ये अगदी मागे पडलेली होती. पण रवीन्द्रनाथांनी सुस्त समाजाची पर्वा न करता स्त्रीला पुढं आणलं. म्हणून तर 'घरे बाईरे' तील विमलला पतीच्या मित्राबद्दल आपलेपणा दाखविण्यात काही गैर वाटत नाही, 'नष्टनीड'मधील चारुलता अमलच्या प्रेमात पडतांना अजिबात घाबरत नाही, 'स्त्रीर पत्र'मधील मृणाल ज्या कारणानं घराचा त्याग करते, ते पाहून वाटतं की आजपासून दीडशे वर्षानंतरही ह्या देशातील माणूस शरीराची व मनाची एवढी स्वतंत्रता मिळवू शकणार नाही.

रवीन्द्रनाथ त्यांच्या काळाच्या आणि समाजाच्या फार पुढे होते, हे तर त्यांचा शत्रूही मान्य करील. मला अशी शंका वाटते की ह्या देशातील स्वैराचारी सरकारनं असा एक राष्ट्रधर्म तयार केलाय की त्या धर्मानं ग्रासलेला माणूस भारताचा विरोधी होतो. अशारीतीने ते ह्या देशात इस्लामी राज्य आणू पाहताहेत. त्यांच्या ह्या स्वप्नाला स्वातंत्र्याच्या विरोधी शक्ती तर खतपाणी घालतातच पण त्याचबरोबर फरहाद मजहर, शमसुर रहमान, हुमायून आझाद ह्यांच्यासारखे लोकही हातभार लावतात, असं म्हणावं लागतं.

हिंदू रवीन्द्रनाथांची निंदा करणाऱ्यांना आणि मुसलमान काजी नजरुल इस्लामच्या इस्लामी गजलांत धुंद होणाऱ्यांना आता हुमायून आझाद आदर्श वाटतील आणि मग तेही बुद्धिजीवींच्या पक्षाला सामील होऊन आपला पक्ष बळकट करतील. त्यांनी एक स्वतंत्र इस्लामी भाषाही तयार केली आहे आणि ती तयार करण्याची जबाबदारी उचलली आहे कवी फरहाद, मजहर व कवी शमसुर रहमान यांनी. त्यांना आता अडचण कसली ? रझाकार मंडळी ह्या नवीन भाषेत पाकिस्तानचा गंध आहे असं म्हणून थयथय नाचतील, तर आतंकवादी प्रगतिवादींचे गळे घोटतील. राष्ट्रधर्म तयार करण्याचं महान कार्य करणारे, ह्या वेळेला देशातील सुशिक्षित, जागरूक, सन्माननीय लोकांना आपल्यात सामील करून घेऊन स्वतःची सार्थकताच सिद्ध करतील हेच खरं !

* * *

६३

मोठी झाल्यावर, एखादी मुलगी नेहमी रेडिमेड कपडे वापरत असली तरी, केव्हाना केव्हा तिला शिंप्याकडे जावंच लागतं. कधी कापड घेतलं वा कुणी दिलं तर घरात शिवणाचं मशीन नसल्यास, शिंप्याकडे जावंच लागतं. ज्यांना रेडिमेड कपडे आवडत नाहीत, त्यांना तर नेहमीच जावं लागतं. साडी नेसणाऱ्या स्त्रियांना ब्लाऊज शिवून घेण्यासाठी शिंप्याच्या दुकानात जाणं भागच पडतं. प्रत्येकीलाच शिंप्याचा काही-ना-काही अनुभव असतोच. शिंपी माप घेतो, ते कागदावर लिहितो, कापडाचा कोपरा फाडून बिलावर स्टेपल करतो. ह्याशिवायही तो काही गोष्टी करतो.

तो आणखी जे काही करतो, ते फक्त स्त्रियांनाच माहीत असतं. पण त्या गोष्टी त्या कधीच कुणाजवळ बोलत नाहीत. कारण ह्या गोष्टी लाजिरवाण्या असतात. कधीच कुणाजवळ बोलण्यासारख्या नसतात. शिंपी आडोशाला उभा राहून, टेपनं हात, गळा, कमर, नितंब आणि छाती यांची मापं घेतो. असं माप देताना, स्त्रियांना काही अडचणींना सामोरं जावंच लागतं. पुरुष शिंपी छातीचं माप घेताना असभ्यपणा करतात. असं माप घेताना छातीला हात लावायचं काहीच कारण नसतं. पण फारच थोडे शिंपी सभ्यपणे वागतात. शिंप्याकडे गेल्यावर असा स्पर्श झाला नाही, असं फारच थोड्या स्त्रियांच्याबाबतीत घडतं.

पुरुषांमध्ये नाना तऱ्हेच्या विकृती असतात. हीसुद्धा एक प्रकारची विकृतीच आहे. दिवसभरात तीस ड्रेसची किंवा ब्लाऊजची मापं घेतली तर, शिंप्याला तीस स्तनांना स्पर्श करण्याचं भाग्य मिळतं- पुरुष ह्याला भाग्यच समजतात. स्वतःच्या विकृत बोटाला सुखाचं साधन मानतात. पुरुषांना लाज नसते. ते बेकायदेशीर किंवा अश्लील कृत्य सहजपणे करून जातात. लाज असते ती फक्त स्त्रियांना. त्या लाजेने लाल होतात, अपमानानं हिरव्यानिळ्या पडतात, रागानं लालीलाल होतात. स्त्रियांचा फक्त चेहऱ्यावरचा रंग बदलतो. असं काही झाल्यास त्या साधारणतः निमूटपणे तेथून निघून जातात. आणखी काही त्या करू शकत नाहीत. उलट अपराधी लोक मात्र मनातल्या

मनात मिटक्या मारून हसत असतात.

एके दिवशी मी एका दुकानात गेले होते. शेजारच्या शिंप्याच्या दुकानात काहीतरी गडबड गोंधळ झाला, म्हणून जाऊन पाहिलं तर एक पंचवीस-सव्वीस वर्षांची तरुणी शिंप्याच्या नाकावर एका मागून एक गुद्दे मारीत होती. शिंपी गप्प उभा होता. ती तरुणी म्हणाली, 'का मारले, ते मला नाही, त्यालाच विचारा.' तिनं आणलेलं कापड उचललं आणि ती निघून गेली. बेतण्यात किंवा शिवण्यात काही चूक झाली नव्हती. ती तरुणी प्रथमच कपडे शिवायला टाकायला आली होती. तिनं अंगावरून माप दिलं. शिंपी छातीचं माप घ्यायला लागतांच त्याला गुद्दा खावा लागला. ह्या अचानक मिळालेल्या मारानं तो पार गडबडून गेला. मी त्या तरुणीला मनातल्या मनात शाबासकी दिली.

स्त्रियांच्या मते ही फार मोठी समस्या नसली, तरी समस्या आहेच. अशा स्पर्शानं काही नुकसान होत नाही. पण हा नको असलेला स्पर्श किंवा दाब सहन का करायचा ? तुम्ही आरडाओरडा केल्यास लोक गोळा होतील इतकंच. पण आतापर्यंत जे होत आलंय, त्यात काही सुधारणा होणार नाही. त्यापेक्षा संधी साधून तुम्ही मारलंत, तर स्त्रियासुद्धा मारू शकतात, हे पुरुषांना कळेल. जे काम-थोबाडीत मारणं, लाथ मारणं, गुद्दे मारणं वगैरे आतापर्यंत पुरुषांच होतं, ते स्त्रियाही करू शकतात, हे त्यांना समजेल. असं मारायला शिकल्यास नको असलेले स्पर्श, दाब, दगड, थुंकी, धक्का ह्यांच्यापासून सुटका होईल. समाज आपला आपण बदलत नसतो. त्याला बदलावं लागतं आणि त्यासाठी स्वतःच पुढे व्हावं लागेल. प्रत्येक अन्यायाचा निषेध करायला हवा. हा तर अगदी क्षुल्लक अन्याय आहे. पण देशात असे कितीतरी अन्याय होतात, छळ होतात की ते दुर्लक्ष करण्यासारखे नसतात. प्रथम अशा अन्यायांना अटकाव केला पाहिजे. मोठे अन्याय दूर झाल्यावर क्षुल्लक अन्यायांची गोष्टच कशाला ?

कुठल्याही अन्यायाला, शिष्टाचार म्हणून, टाळणं, अपराध्याऐवजी स्वतःच शरमिंदं होणं, किंवा सगळ्या छळाबद्दल मनातल्या मनात समाजव्यवस्थेला दोष देऊन मान खाली घालून निघून जाणं, आता स्त्रियांनी सोडून दिल पाहिजे. स्त्रियांनी आता वळून पाहायला शिकलं पाहिजे. अंगावर दगड वा कानावर वाईटसाईट बोलणं पडलं- आणि ते नेहमीच पडतंच- तर जिला ऐकावं लागलं ती स्त्री कोणत्याही वयाची असेना का तिनं थांबून, वळून उद्धटपणे, धीट होऊन, त्या पुरुषाकडे- मग तो कोणत्याही वयाचा असेना का-पाहिलं पाहिजे. स्त्रियांनी आता ओरबाडायला शिकलं पाहिजे.

वळून पाहण्याची सवय स्त्रियांना नाही. त्या चालतांना सर्व त्रास, आपत्ती घरांपर्यंत वाहून नेतात, सगळ्याबद्दल स्वतःला वा नियतीला दोष देऊन रडतात. स्त्रिया सगळा

राग, संताप, रडून घालवितात. संतापाला एकत्र बांधून विस्फोट करीत नाहीत. पण आता विस्फोटाची जरूरी आहे. धक्का बसल्याशिवाय कुणी जागृत होत नाही. आता सर्वांच्या मंद झालेल्या बुद्धीवर दगड मारून लक्ष्यभेद करायला हवा आणि ही जबाबदारी स्त्रियांशिवाय अन्य कुणाचीही नाही.

* * *

६४

माझं गाव मयमनसिंह. मयमनसिंह माझ्या शैशवाचं नाव. माझ्या स्वच्छंद किशोरावस्थेचं नाव. ह्या मेट्रोपॉलिन सिटीत ट्रॅफिक, गर्दी पार करून, दमून भागून जेव्हा मी घरी येते, तेव्हा मी अगदी एकटी असते, माझ्याशी बोलायला कुणी नसतं, जवळ येऊन बसणारं कुणी नसतं, तेव्हा माझ्या हृदयातूनच हळुवार प्रेमळ स्वरात कुणीतरी हाक मारून मला म्हणतं, 'झोप आता'. हे हाक मारणारं कोण आहे, मला माहीत आहे. मी त्याला अगदी चांगल ओळखते. त्याला ओळखते, त्याचे रस्ते ओळखते, त्यातील घरंदारं ओळखते, त्याच कुरण ओळखते, वृक्ष ओळखते, त्याच्यावरचं आकाशही ओळखते. ते आहे माझं गाव-मयमनसिंह. एक छोटसं शहर. मला ते इतकं का बरं आवडतं ? सहा महिने किंवा वर्षही झालं असेल, मी माझ्या गावाचं तोंड पाहिलेलं नाही. पण तरीसुद्धा रोज रात्री ते मला हाक मारून म्हणतं, 'पोरी झोप बरं !' तेच शहर माझी झोपमोडही करतं. काळजीनं खडबडून जागी होते मी !

मयमनसिंह हे माझ्या गूढ प्रेमाचं नाव. त्याच्याच मातीत मी जन्मले, एवढी मोठी झाले. त्याच्याच हवापाण्यामुळे माझ्या मनाची वाढ झाली. मयमनसिंहनं मला सर्वांगानं-आतून बाहेरून घडविलय. मला आणखी एका व्यक्तीनं घडविलंय आणि ते म्हणजे माझे बाबा. मी माझ्या बाबांना भेटून किती युगं लोटलीत कोण जाणे ! ऐकलं की बाबांचा आता पूर्वीसारखा दरारा नाही राहिला, पहिल्यासारखे टॉक टॉक असा बुटाचा आवाज करीत, चालत चालत ते सर्व शहरभर फिरत नाहीत, बाजारातील सर्वांत मोठा रुई आणून अंगणात टाकून, मोठ्या अभिमानानं म्हणत नाहीत की ह्याचा मधला सर्व भाग तळा आणि सगळ्यात मोठी तुकडी द्या माझ्या मोठ्या लेकीला.त्यांची मोठी लेक हल्ली रुई माशाचा स्वाद आणि चव विसरुन गेलीय, हे बाबांना माहीत आहे का !

लहानपणीच, मी हळूहळू मोठी होणार आहे, हे मला कळलं होतं. मला

आजूबाजूकडून असंच शिकवलं गेलं होतं. मग एक दिवस आई मला मोठ्या घरी घेऊन गेली आणि तिने माझे कान टोचून घेतले. ते पाहून, रागानं लाल होऊन बाबांनी सारं घर डोक्यावर घेतलं. काही दिवस आईवर ते खूपच रागावले होते.बाबांचं सरळ, साध म्हणणं असं की माझी मुलगी शिकणार आहे. तिला अशा साजशृंगाराची आवश्यकता नाही. हळूहळू, कानात काही न घातल्यानं, माझ्या कानाची भोकं बुजून गेली. मलाही मोठ व्हावसं वाटत होतं. शाळेतल्या मुली हातभर काचेच्या बांगड्या घालीत. हात हलविताच त्यांचा झन-झन आवाज होई. बांगड्यांचे रंग तरी किती- लाल, हिरवे, निळे. शाळेच्या ग्राऊंडवर बांगड्या विकायला एक बांगडीवाला बसायचा. शाळा सुटताच, त्याच्याकडे, बांगड्या घ्यायला, खूप मुली गर्दी करायच्या. एकदा मलाही बांगड्या घ्याव्याशा वाटल्या. हात हालविताच होणारा बांगड्यांचा झन झन आवाज ऐकावासा वाटला. दोन्ही हातात बांगड्या भरून मी घरी गेले.

बाबा ऑफिसमधून आले की मला जवळ बोलावीत आणि वर्गात काय काय शिकविलं ते विचारीत. त्या दिवशी मी टण् टण् आवाज करीतच बाबांजवळ गेले. बाबा खात होते. खाणं टाकून ते अंगणात गेले. त्यांनी अंगणातून एक मोठा दगड आणला. मला विचारलं, 'हातांत हे काय घातलंय ?' मी म्हटल, 'सगळ्याच घालतात'. बाबा संतापले. त्यांनी मला हात टेबलावर ठेवायला सांगितले आणि दोन डझन बांगड्यांचे तुकडे तुकडे केले. मग मला त्यांनी बजावलं की परत असं काही घातलंस, तर याद राख.

आता मला काहीच न घालण्याची सवय झालीय. आता बांगड्या घातल्या, तर बाबा काही इथं येऊन रागावणार नाहीत, तरीही मी काही घालत नाही. असं काही घातलं तर अस्वस्थ वाटतं. वाटतं निरुपयोगी एखादी गोष्ट अंगावर लादलीय, खूप ओझं वाटतं, म्हणून मग काढूनच टाकते.

बाबा लिपस्टिक लावू द्यायचे नाहीत. मी जेव्हा किशोर वयातून हळूहळू बाहेर पडत होते, तेव्हा मोठ्या मावशीप्रमाणे नटावसं वाटायचं. लिपस्टिक लावल्यास बाबा हातांनी किंवा समोर जे कापड दिसेल, त्यानं पुसून टाकीत. वर विचारीत, 'हा रंग का लावलास ? पुन्हा तोंडाला रंग लावलास, तर फोडून काढीन, सांगून ठेवतो.'

माझे हे भयंकर कडक बाबा दिसताच मी घरात जिथं असेन तिथून येऊन टेबलावर बसायची आणि समोर दिसेल ते पुस्तक- मग ते भूगोलाचं असो वा गणिताचं- मोठ्यानं वाचायला सुरुवात करायची. जे बाबा डोळ्यांत काजळ घालू देत नसत, लिपस्टिक लावू देत नसत, कानांत डूल घालू देत नसत, हातात बांगड्या घालू देत नसत, त्या बाबांचा, लहानपणी मला किती राग यायचा !

मुली सणाच्या वा उत्सवाच्या दिवशी नटून-सजून जायच्या. मी मात्र साधा पांढरा ड्रेस घालून खिडकीत उभी असायची. किती वाईट वाटायचं मला !

माझे बाबा किती अमूल्य गोष्ट माझ्या मनावर ठसविताहेत, हे मला त्या वेळी खरोखरच कळलं नाही. मी मोठी झाल्यावर, मला सोनं, मोती, हिरे मुबलक मिळाले, पण मी त्यांच्याकडे लक्ष दिलं नाही. माझ्या दृष्टीनं एक सूताचा धागा आणि एक तोळा हिरे ह्यांचं मूल्य सारखंच. मला आजही, दागिन्यांची आवड नाही. बाबांनी मला या क्षुद्र मोहापासून दूर ठेवलंय. बाबांनीच मला घडवलंय, हे बाबांना माहीत आहे का ?

बाबा म्हणत,'अभ्यास कर.' पृथ्वीवर ज्ञानापेक्षा मूल्यवान दुसरं काही नाही ! मी खेळायला शिकले नाही. नाचायला शिकले नाही. फिरायला शिकले नाही, स्वयंपाक करायला शिकले नाही, मी फक्त अभ्यास केला, वाचन करायला शिकले. बाबांनी अशी वाचनाची सवय लावल्यानं, आता मला वाचलं नाही तर चैन पडत नाही, झोप येत नाही. बाबांनी माझं काही वाईट केलं का ?

मी जे मयमनसिंहवर इतकं प्रेम करते, 'माझं गाव,' म्हणून अपरात्री झोपेतून दचकून उठते, एक अनोखं प्रेम मला हाक मारून म्हणतं,'माझ्या गुणाच्या पोरी, झोप बरं !' हे सर्व माझ्या बाबांमुळे नाही का ? ह्या गावात माझे बाबा राहतात म्हणून मला ह्या गावाबद्दल एवढं प्रेम वाटतं. माझी जडणघडण ह्या गावाला माहीत आहे. ह्या गावाला माझ्या बाबांचं व्यक्तिमत्त्व चांगलं माहीत आहे. एक प्रेमळ पिता इथं राहतो, हे फक्त ह्याच गावाला ठाऊक आहे. म्हणून ह्या गावाला हृदयात धरून ठेऊन, मी इतक्या दूर परक्या ठिकाणी झोपते.

माझ्या बाबांना, माझं असं झोपणं आणि झोपेतून उठणं माहीत असेल का ?

* * *

६५

'देश'च्या शारदीय अंकात समरेश बसू यांची 'प्रजापति' नावाची कादंबरी प्रकाशित झाली आहे. ह्या कादंबरीवरून ह्या अंकावर खटला भरण्यात आला. हा खटला एक तरुण वकील अमल मित्र यांनी २ फेब्रुवारी १९६८ मध्ये भरला. 'प्रजापति' ही कादंबरी अश्लील असल्यानं तिच्यावर बंदी घालावी, असं अमल मित्र यांचं म्हणणं होतं. सरकारकडूनही त्यांच्या म्हणण्याला पाठिंबा मिळाला होता. समरेश बसूंच्या पक्षाचे पहिले व प्रमुख साक्षीदार होते बुद्धदेव बसू.

त्याच वर्षीच्या १६ नोव्हेंबरला बँकशाल कोर्टात कलकत्त्याच्या चीफ प्रेसिडेन्सि मॅजिस्ट्रेट कुमारज्योती सेनगुप्तांपुढे साक्ष देण्यासाठी बुद्धदेव बसू आले. त्यावेळी कोर्टरुम भरगच्च भरली होती. तिथं हजर होते 'देश'चे तेव्हाचे संपादक अशोककुमार सरकार, मुद्रक व प्रकाशक सीतांशुकुमार दासगुप्त, आरोपी समरेश बसू. ह्याशिवाय सागरमय घोष, संतोषकुमार घोष, कवी नरेश गुह ह्यांच्यासारखे अनेकजण तिथं आलेले होते. बुद्धदेव बसूंनी 'प्रजापति' वरील आरोपातील काही गोष्टींच्या संदर्भात बोलताना सांगितलं की त्यांना त्यामध्ये अश्लील असं काही आढळलं नाही. १७८, १७९, १८०, २०० ह्या पानांवरील अश्लीलतेबाबतचे मुद्दे खोडून काढतांना ते म्हणाले की स्त्री-पुरुष मीलनाला अश्लीलता म्हणता येणार नाही आणि जर ही अश्लीलता मानली तर भारतातल्या प्राचीन साहित्य आणि शिल्पात स्त्री-पुरुष संबंधाचं भरपूर चित्रण केलं गेलं आहे. त्याचं काय ? त्याच्यावर कधी कुणी आरोप करून बंदी घातलेली नाही. महाभारत किंवा कालिदासाचं काव्य, कोनार्क, खजुराहो, पुरी येथील मंदिरं ह्यांच्यामध्ये माझ्या म्हणण्याला भरपूर पुरावे मिळतील. पण वर उल्लेखलेल्या सर्वच गोष्टींची महान कलेत गणना केली गेली आहे. बंगाली साहित्य, भारतचंद्रांच 'विद्यासुंदर' किंवा वैष्णवांची पदं ह्यांच्यामध्ये स्त्री-पुरुष संबंधांचं अगदी मोकळेपणानं वर्णन केलं गेलं आहे. पण आपण हे लक्षात ठेवलं पाहिजे की, जयदेवाचं 'गीतगोविंद' किंवा वैष्णव पदावली हे आपण धार्मिक वाङ्मय मानलं आहे. समरेश बसूंच्या 'प्रजापति'ला

अश्लील मानण्यामागच्या कारणांचा विचार केल्यास मग महाभारत, बायबल ह्या ग्रंथांवरही अश्लीलतेचा आरोप ठेवावा लागेल.

फिर्याद करणाऱ्या वकिलांनी आपली बाजू मांडतांना माहिती पुरविली की प्राचीन काळच्या सर्व प्रसिद्ध गोष्टी, महाकाव्य, धर्मग्रंथ ह्यांच्यासाठी, एक वेगळा कायदा आहे. त्या कायद्यान्वये त्या सर्व प्राचीन गोष्टींचं रक्षण केले जाते. पुरी, कोनार्क, खजुराहो, अजंठा, वेरुळ येथील स्थापत्य, शिल्प आणि चित्रकला हे सर्व धार्मिक आणि ऐतिहासिक कारणानं वर उल्लेखलेल्या वेगळ्या कायद्याखाली सुरक्षित ठेवलं जातं. ह्या कायद्यांतच मेडिकलच्या पुस्तकांचाही समावेश केला जातो.

असं संरक्षण नसतं तर महाभारत, बायबल, रामायण यांच्याबरोबरच हादिस कुराणावरही बंदी घालावी लागली असती. सर्वच देशात एका विशेष कायद्यानुसार प्राचीन प्रसिद्ध गोष्टी, धर्मग्रंथ ह्यांचं रक्षण केलं जातं. ह्या गोष्टींव्यतिरिक्त असलेली शिल्प आणि साहित्य व इतर कलात्मक गोष्टी ह्यांच्यावरच फक्त अश्लीलतेचा आरोप ठेवता येईल. असं जर संरक्षण दिलं गेलं नसतं, तर पुढील गोष्टींवरही अश्लीलतेचा आरोप ठेवावा लागला असता.

'रोजाच्या रात्री तुमच्यासाठी स्त्री-समागम वर्ज्य नाही.' (सूरा बकरा आयात१८७)
तळटीप: रमजानच्या रात्री पहिल्या प्रथम झोपायला गेल्यावर, पुन्हा उठून खाणं आणि स्त्रीगमन नियमाविरुद्ध आहे. कधी कधी सहाबीतील कोणी व्यक्ती म्हणजे मुहम्मद साहेबांचे घनिष्ठ मित्र व त्यांचे वंशज हा नियम मोडत. मग त्यांना प्रायश्चित्त घ्यावे लागे. अशा वेळी आयाताचा भंग होतो.

'तू तुझी पत्नी रजस्वला असताना तिच्याबरोबर मशिदीत जाऊ नये. (वरीलप्रमाणे) लोक तुला रज:स्त्रवाबद्दल विचारतील तर त्यांना सांगा की ती शुद्ध नाही. रज:स्त्रावकाळात स्त्री-संग वर्ज्य करा. ती शुद्ध, पवित्र झाल्याशिवाय तिच्याबरोबर समागम करू नका. ती उत्तम रीतीनं शुद्ध झाल्यावर, अल्लानं तुम्हाला दिलेल्या आदेशाप्रमाणेच तिच्याजवळ जा.' (सूरा बकरा आयात २२२)

'तुमची स्त्री तुमचंच शेत आहे. तेव्हा तुमच्या मनाप्रमाणे तुम्ही त्यात गमन करू शकता.' (सूरा बकरा आयात२२३)

'ह्याउपर जर त्यानं तिला तलाक दिला, तर जोपर्यंत ती दुसऱ्या पतीबरोबर लग्न करीत नाही तोपर्यंत ती त्याच्यासाठी कायदेशीर ठरत नाही.' (सूरा बकरा आयात २३०)

'स्त्री, संतान, सोन्याचांदीच्या राशी, जातिवंत घोडे, गायी वगैरे प्राणी आणि शेतीवाडी ह्या गोष्टींपासून मिळणारा आनंद माणसाचं जीवन सुंदर, सुखदायक करतो.

ह्या सगळ्या ऐहिक जीवनातील भोग्यवस्तू आहेत.' (सुरा आल इमरान आयात १४).

'जेव्हा त्याला यौवन प्राप्त झालं, तेव्हा मी त्याला शक्ती व ज्ञान यांचं दान केलं. सत्कर्म करणाऱ्याला मी असंच बक्षीस देतो. तो, ज्या स्त्रीच्या घरात होता, तिनं त्याच्यापाशी दुष्कर्माची, वाईट कर्माची इच्छा प्रगट केली. तिनं दरवाजा बंद केला आणि ती त्याला म्हणाली, 'ये' ' (सूरा सूसुफ आयात २२/२३).

'नगरातील कितीतरी स्त्रियांनी सांगितलं की राजाच्या पत्नीनं आपल्या तरुण सेवकाजवळ वाईट इच्छा प्रगट केली. त्याच्या प्रेमानं ती उन्मत्त झालीय.' (सूरा यूसुफ आयात ३०)

'स्त्री सैतानांच्या रूपात जवळ येते व पुन्हा त्या रूपात परत जाते. जेव्हा एखाद्या स्त्रीला पाहून तुम्ही मोहीत होता आणि मनानं तिला अपवित्र करता, तेव्हा तुम्ही जणू स्वत:च्याच पत्नीकडे आकृष्ट झालो आहोत असं मानून तिच्याशी समागम करता. यामुळे तुमच्या मनातील इच्छेचं विरेचन होतं.' (बोखारी हादिस)

'खूप गरमीच्या दिवशी, पोटभर जेवले असताना,अंग घामानं भिजलेलं असतांना आणि आंघोळीच्या नंतर लगेच संभोग करू नये, कारण ह्यातून जन्मलेली मुलं मूर्ख व बिनडोक होऊ शकतात.' (बोखारी हादिस)

'पती पत्नीला चार कारणांनी मारू शकतो. त्यातील एक म्हणजे समागमाकरिता त्यानं बोलाविलं असता, स्त्रीनं लक्ष न दिल्यास.' (तिरमिजि हादिस)

महानबी (सा:) यांनी सांगितलंय की सोमवारच्या संबंधातून जन्मलेलं मूल हे खुदाचं भक्त आणि कुराण पाठ करणारं असतं. मंगळवारच्या संबंधातून जन्मलेलं मूल हे धर्मनिष्ठ आणि अल्लाला आवडणारं असतं. बुधवारी दोन प्रहराच्या पूर्वी झालेल्या संबंधातील मूल विद्वान असतं. त्याच्यावर जादूचा, तंत्रामंत्राचाही परिणाम होत नाही. शुक्रवारी दोन प्रहराच्या पूर्वी झालेल्या संबंधातील मूल अत्यंत उत्तम आणि चरित्रवान असतं. (तिरमिजि)

धर्मग्रंथावर कधी अश्लीलतेचा ठपका ठेवता येत नाही, ते अश्लीलतेनं दूषित होत नाहीत. त्यांच्या रक्षणासाठी विशेष कायदा आहे म्हणजेच त्यांना एक रक्षक कवच आहे. म्हणूनच महाभारत, रामायण, गीता, बायबल, कुराण, हादिस असे सर्व धर्मग्रंथ आणि धर्माशी संबंधित ग्रंथ रक्षककवचामुळे वाचतात आणि आम्ही त्यांना डोक्यावर घेतो.

* * *

६६

माझा कोणताही गट नाही. मी एकटीच आहे. माझी कोणतीही संघटना नाही, संस्था नाही, समिती नाही, परिषद नाही. मी जे लिहिते ते स्वतःच्या जबाबदारीवर लिहिते. मी एकटीच लेखन करते. माझं लोकांपासून संरक्षण करू शकेल, असं मनुष्यबळ माझ्यापाशी नाही. मी स्तुतिपाठक पोसलेले नाहीत.

ह्या ब्रह्मांडात एखाद्या बिंदूप्रमाणे मी एकटी आहे. माझ्यासारखं एकाकीपणे लेखन करणारं कुणीही नसेल. मी एका 'स्त्रीवादी' पुरुषाला ओळखते. ते आपल्या संस्थेतर्फे स्त्रीच्या कल्याणासाठी प्रचारपत्रक प्रसिद्ध करतात. कल्याण करणारं जे काही, जे कुणी असेल, त्याला माझा पाठिंबा असतो. पण हीच संस्था स्त्रीला कल्याणकारी असणाऱ्या दुसऱ्या शक्तींना विरोध करते, तेव्हा मात्र तिच्या कल्याणाच्या इच्छेबद्दल संशय वाटायला लागतो. ते गृहस्थ आणि त्यांची संस्था खर तर स्त्रियांसाठी नाहीच, असं मला मनापासून वाटतं. ते ह्यातून स्वतःचंच कल्याण करायला बघतात.स्वतःची प्रसिद्धी आणि मिळकत ह्याशिवाय जे काही आहे, ते म्हणजे लोकांना दाखविण्यासाठी आहे, एक 'शो' आहे. बाकी त्यात अर्थ नाही.

मला अडथळा करणाऱ्या, माझा नाश करू शकणाऱ्या शक्तींची ह्या देशात कमतरता नाही. आमच्या जाती जमातीतील मंडळींनी सरकारकडे माझ्याविषयी पूर्वीचे दाखले देऊन, मला शिक्षा देण्याची मागणी केलीय. त्यांच्या असं करण्याचं मला आश्चर्य वाटतं नाही. कारण धर्माशी संबंधित पण पाया नसलेल्या, अतार्किक गोष्टींना मी विरोध करते, आणि धर्माला ते स्वतःची 'खाजगी मालमत्ता' समजत असल्याने मी जिवंत असेपर्यंत ते आज 'सजा', उद्या 'फाशी' अशी मागणी करणारच, हे मला ठाऊक आहे. ह्याबद्दल मला मुळीच आश्चर्य वाटत नाही. पण प्रगतीशील म्हणविणाऱ्या शक्ती उघड किंवा आडून माझ्यावर हल्ला करतात, त्यांचा भयंकर भेसूर व हिंस्त्र चेहरा मला दिसून येतो, तेव्हा मात्र माझ्या आश्चर्याला पारावार राहात नाही.

मी एक सामान्य लेखिका आहे. समाजातील पीडित, गांजलेल्या, पिळवणूक झालेल्या दलित स्त्रियांसाठी मी लिहिते. गोड बोलून काही साधत नाही, म्हणून मी

कडकपणे बोलते. निंदकांनी याला 'पुरुष-द्वेष' असं नाव दिलंय. ह्या देशात माझी प्रशंसा करणारा एकजण असेल, तर निंदा करणारे शंभर आहेत.ह्या पूर्णपणे मूर्ख, मूढ आणि बुद्धिहीन देशाकडून मी प्रशंसेची फारशी आशा करीत नाही. माझ्या असंख्य निंदकांबरोबर हात मिळवणी केली आहे ती नामधारी स्त्रीवादी साम्राज्यवादी संस्थांनी आणि यु. एस. ए.च्या मदतीवर पुष्ट झालेल्या अगणित गुंडांनी.

करू देत असं त्यांना, आणि ते असं का नाही करणार ? कारण मी अगदी एकटी आहे. एकाकी असणाऱ्या एकाचा चेंदामेंदा करायला फारसा वेळ आणि शक्ती लागत नाही. एकाकी असणाऱ्या माणसाला शिव्या देतांना भीती वाटत नाही, कारण तो कोणत्याही गटाचा नसतो, कोणत्याही संघटनेचा सभासद नसतो, त्यामुळे हल्ला केल्यास प्रतिहल्ल्याची अजिबात शक्यता नसते. एकट्या माणसाची जाहीर निंदा केली आणि ह्या निंदेनं एकदा जोर पकडला की उलट बाजूचा वारा तिला परत फिरवू शकत नाही. एकाकी एकट्या माणसाचा गळा दाबायला फारशा धैर्याची आवश्यकता नसते.

माणसांच्या नियमावरून लक्षात येतं की जो अनेकांमध्ये सामील होतो, त्याला 'विशाला'चा भाग व्हावंच लागतं. जो स्वतःला खूप दुबळा समजतो तो 'सबळा'ला शरण जातो, त्याच्या छत्रछायेचा आश्रय घेतो.

मी एकटी आहे, असं सांगताना मला अभिमान वाटतो. मी कोणत्याच दलाची वा संघाची भाडोत्री लेखिका नाही. मी गुंड वा भाट पोसले नाहीत. 'पाळलेले संख्याधिक्य' मला आकर्षित करीत नाही. मी एकटीच आहे. मी एकाकी असलेली शक्ती म्हणून उभी राहिली आहे. सर्व निंदेच्या तोंडावर थुंकून, सर्व अशुभ शक्तींच्या विरोधात मी उभी आहे. जणू काही कोणावरही भार न टाकणारी एक भयंकर प्रचंड शक्तीच उभी आहे.- विटंबना झालेली, विपन्नावस्थेतील, दुर्दैवी, निराश्रित स्त्री अशीच उभी राहू शकते.

स्त्रीचे सर्वांत मोठे शत्रू म्हणजे द्विधा मनःस्थिती आणि भय.तिच्या पायात द्विधा मनःस्थितीची बेडी घातली गेली आहे आणि डोक्यात भयानं आसन मांडलंय. तिची निंदा कोण करतं हे न समजल्यामुळं तिचं मन द्विधा आहे. ह्या मनःस्थितीमुळे ती स्वतःच्याच चिंधड्या करून घेते. ती घाबरून काळीनिळी पडते. हे तिचं रूप लोक मुग्ध होऊन पाहतात. अनेकांनी तिच्या नीलवर्णातील सौंदर्य वर्णिलं आहे. हे नारी, भयाच्या पकडीतून स्वतःला सोडवून घेऊन,तू ऋजू पण ताठ अशी का उभी राहत नाहीस ? दुसऱ्याच्या आधारानं उभ्या राहण्याऱ्या वेलीप्रमाणं नाही तर वृक्षाप्रमाणं तू का उभी राहत नाहीस ? वृक्षाची मूळं कशी बळकट असतात ना ? एका ताठ उभ्या स्त्रीमुळेच अनेक स्त्रिया उभ्या राहू शकतील. एकीतूनच विपुल, विस्तृत निर्माण होईल.

* * *

६७

'प्लेबॉय'चा जेफ कॉलिन्स आनंदानं नाचतोय. कारण त्याचं मिशन यशस्वी झालंय. मॉस्कोतल्या मुलींना त्यानं नग्न केलंय. अतिशय तलम कपड्यांत ह्या मुलींचे त्यानं रेड स्क्वेअरमध्ये फोटो काढले. 'युरोपातील इतर मुलींप्रमाणेच त्या बिनधास्त आहेत. आपल्या शरीराची त्यांना लाज वाटत नाही. सर्वांसमोर कपडे काढायला त्यांना संकोच वाटत नाही,' असं जेफ कॉलिन्सचं मॉस्कोतल्या तरुणींविषयी मत आहे.

खादाड वाचकांच्या खाद्यपदार्थांच्या यादीत, नवीन मेनू म्हणून, रशियन सुंदरी खळबळ उडवून देतील असं जेफ कॉलिन्सला वाटलं. इतके दिवस समाजसत्तेखाली राहिल्यामुळे रशियातील स्त्रिया आपल्या शरीरांचा व्यापार करायला शिकलेल्या नाहीत, त्यामुळे आपल्या हाकेसरशी, मॉडेल व्हायला, पुष्कळजणी तयार होतील, असं काही कॉलिन्सला वाटलं नव्हतं. गोर्बाचेव्ह व येल्त्सिन यांच्या 'ध्वंसयज्ञा'चा फायदा उठवून, संधी मिळताच, तो मॉस्कोला गेला. युक्ती-प्रयुक्तीनं काही रशियन सुंदरींना आपल्याकडे वळविता आलं तर पाहावं, अशी त्याची सुप्त इच्छा होती.

पण त्याला फारसं काहीच करावं लागलं नाही. 'प्लेबॉय'चं मॉडेल होण्यासाठी तरुणींनी रांगच लावली. फक्त रेड स्क्वेअरमध्येच नाही, तर सेंट बासिलच्यासमोर, स्पा टाऊनमध्ये, पुशकिन फाऊंटनवर, रोसिया हॉटेलमधील स्विमिंगपूलवर, कॉरिडोअरमध्ये रेस्टॉरन्टमध्ये अर्धनग्न रशियन सुंदरींचे फोटो घेतले गेले. लेनिनच्या चित्रासमोर नितंब दाखवित उभ्या असलेल्या नग्न सुंदरींचे फोटो काढले. जणू काही आज लेनिनपेक्षा महान आहे रशियन स्त्रियांचे नितंब. जेक कॉलिन्स 'ग्लॅसनॉस्त', 'येल्त्सिन' यांचा जयजयकार करीत परतला. स्त्रीला विकाऊ वस्तू न मानणारा, स्त्रीला घराच्या बंदिवासातून मुक्त करू इच्छिणारा, स्त्रीला 'माणूस'समजणारा, लेनिन होता. भांडवलशाहीच्या बेडीतून स्त्रीला सोडवून त्यानं तिला आर्थिक स्वातंत्र्याचा मार्ग दाखविला. स्त्रीचा धर्म आणि समाज यांच्या कचाट्यातून सुटका करणारा लेनिन महान माणूस होता. त्यानं स्त्रीला स्वयंपाकघर व बाळंतिणीची खोली यांच्या बाहेर आणलं

आणि तिला कारखाने, मिरवणुका, शाळा वगैरे ठिकाणी पाठविलं. त्याच लेनिनच्या समोर आजच्या रशियन मुलींनी मांड्या दाखवीत फोटोला पोज दिली. ह्या पश्चिमी मोहाचा धिक्कार असो ! स्त्रीदेहाच्या ह्या बीभत्स धंद्याचा धिक्कार असो !

सोव्हिएट युनियनच्या गाव-वस्त्यांतून हल्ली डिस्को चालतो, 'मिस सुंदरी' स्पर्धा चालतात. रशियन स्त्रिया, हल्ली बुद्धीपेक्षा, शिक्षणापेक्षा शारीरिक सौंदर्याच्या प्रदर्शनाला अधिक महत्त्व देतात. सध्या त्या व्यस्त आहेत छाती, कमर आणि नितंब यांची मापं घेण्यात. रस्त्यांवर बीभत्स मासिकांचा ढीग. घरा-घरातून ब्ल्यू फिल्मस्‌चा तमाशा.

बर्लिनमधील भिंत पाडताच, पूर्व जर्मनीतील तरुण प्रथम ब्रॉथलमध्ये घुसले. स्वातंत्र्याचा आस्वाद त्यांना तिथं घुसल्यावरच मिळाला. स्वैराचारालाच ते स्वातंत्र्य समजतात, ही दुःखाची बाब आहे. रशियात, आता पश्चिमी कायदे, कानून यांचा उपयोग करून स्त्रीला विकाऊ वस्तू बनवलं जातंय. आता, तिथली स्त्री 'माणूस' नाही, एक भोग्यवस्तू झालीय. स्वातंत्र्याचं दुसरं नाव आहे स्त्री संभोग.

ग्लॅसनॉस्तचं हेच भयंकर फळ असेल, तर त्या ग्लॅसनॉस्तच्या आणि स्वातंत्र्याचा धिक्कार असो ! कम्युनिझम धुळीला मिळवून आणि अमेरिकेच्या साम्राज्यवादाबरोबर हातमिळवणी करून ते पश्चिमेची घाणच फक्त आपल्या घरी नेताहेत. ह्याहून त्यांची वेगळी अशी कमाई काहीही नाही.

समाजवाद, तोंडघशी पडल्यावर, स्त्रीच्या खरेदी-विक्रीच्या धंद्यानं डोकं वर काढलंय. स्त्रीला विकाऊ वस्तूच्या बेडीत अडकवून मूर्ख स्त्री-पुरुष, दोघेही उत्साहानं, बेधुंद नाचताहेत. आता तेथील स्त्रीही, इतर भांडवलशाही देशांतील स्त्रियांप्रमाणेच चविष्ट खाद्यपदार्थ बनलीय. लेनिनचे आदर्श जाळून, खादाड, विकृत सभ्यतेकडे वळलेत.

हाय रे अधोगती ! काय ही मानवाची लालसा ! लेनिन क्षमा करा ! आपल्या ह्या बुद्धिवंत वारसांना क्षमा करा ! ज्या स्त्रीला तुम्ही संसाराच्या बंदिवासातून मुक्त केलंत, तीच आज स्वतःच्या पायात बेडी अडकवू पाहते आहे, स्वतःच्या शरीराला 'प्रलोभनाची एक वस्तू' बनवू पाहते आहे. लेनिन, शरमेनं आणि घृणेनं तुम्ही तुमचे डोळे मिटून घ्या. कारण ही विकृती, ही गलिच्छ सभ्यता तुम्हाला पाहवणार नाही.

* * *

६८

मागच्या १ रबी, अ-उल् अव्वल (अरबी वर्षाचा तिसरा महिना) १४०२ हिः ला म्हणजेच १२ सप्टेंबर १९९१ ला चट्टग्रामच्या इस्लामी ऐक्यजोट आणि हियबे इस्लामी यांनी 'इस्लामच्या दृष्टीतून महिला नेतृत्व' ह्या विषयावर एक प्रचारपत्रक प्रसिद्ध केलं. हे प्रचारपत्रक इस्लाम ऐक्यजोटचे निमंत्रक मुफति मुहम्मद इजराफल इस्लाम यांनी लिहिलं होतं. घटनेतील 'धर्मनिरपेक्ष' संबंधात त्यांनी असं लिहिलं होतं की आमच्या वाईट कारभारामुळे धर्मनिरपेक्ष एकात्म सरकार ह्या देशावर लादलं गेलं आणि हळूहळू जगाच्या पाठीवरील नंबर दोनच्या मुस्लीम राष्ट्रातील सामान्य जनतेच्या जाणिवेत विद्रोह निर्माण झाला. ह्याचा परिणाम मुजिबूर यांच्या पराभवानंतर पर्यायानं देशाच्या इतिहासाच्या पडद्यावरून झियाऊर रहमान दिसेनासे झाले. धर्मनिरपेक्षतेच्या प्रतिष्ठापनेमुळे या देशात कधीच धार्मिक आंदोलन झालं नाही. मुसलमानांकरिता मस्जिद, मदरसे मोकळे होते, नमाज पढण्यास काही अडथळा नव्हता. ते रोजे करीत होते, मोठ्या धामधुमीत ईद-उल-फित्र करीत होते, जुन्या ढाक्यापासून मुहरमचे ताजिये निघत होते. ईद-उल आदहॉच्या सणात गोहत्या करताना कोणतीही अडचण कधीही आली नाही. एवढं स्वातंत्र्य मिळूनही, जनसामान्यांच्या मनामध्ये विद्रोहाची भावना निर्माण झाली आणि त्याचं पर्यवसान मुजिबरांच्या पराभवात झालं असंच म्हटलं जातं. हा दांभिकपणा आमच्या नवीन पिढीला संभ्रमात पाडू शकतो. पण ज्यांना मुजिब सरकारच्या वेळच्या जनतेच्या उद्रेकाचं प्रत्यक्ष ज्ञान आहे, त्यांना जनतेच्या रागाचं कारण आणखी काहीही असो, धर्मनिरपेक्षता हे नव्हतं, हे मान्यच करावं लागेल.

प्रचारपत्रात पुढे असंही म्हटलं आहे की झिया-उल्-रहमान यांनी राजकीय दृष्टीनं देशाला धर्मनिरपेक्षतेतून मुक्त करून घटनेत 'बिस्मिल् -लह हि'र् रहमानिर-रहीमचा (अत्यंत दयाळू आणि कनवाळू अशा त्या परमेश्वराच्या नावाने मी सुरुवात करतो.- कुराणातील पहिल्या वाक्याचा हा अंश आहे.) समावेश केला. तेव्हा नव्वद टक्के

मुसलमानांनी ह्या मातीत आणि वातावरणात धर्मनिरपेक्षतेच्या नावाखाली धर्मद्रोहाचा जो पाश आवळला गेला होता, त्याच्यापासून वरकरणी मुक्तता झाल्यानं, सुटकेचा निःश्वास टाकला. ह्या देशात धर्मनिरपेक्षतेच्या नावाखाली धर्मद्रोह झाला नाही. सांप्रदायिक दंगा झाला. तो धर्मनिरपेक्षतेच्या काळात झाला नाही, तर इस्लामला राष्ट्रधर्म केल्यावर झाला.

१९७० पासून आतापर्यंत, सरकार बदलण्याची जी कारणं या प्रचारपत्रकात दिली आहेत ती खोटी, चुकीची आणि चिथवण्याच्या उद्देशानं प्रेरित होऊन दिलेली आहेत. जनरल इर्शादांच्या व्यक्तिगत दुष्टपणापासून ८८ मधील देशाच्या स्थितीला कारणीभूत झालेल्या मूलभूत फसवेगिरीपर्यंत सर्व काही, सर्व वर्गांतील लोकांनी पचवलं, याला कारण एकच इर्शादांना विरोध करणाऱ्या आंदोलनाचं नेतृत्व करणाऱ्या दोन महिला होत्या. ह्यावरूनच वर उल्लेख केलेला उद्देश स्पष्ट होतो.

असंच जर होतं, तर इर्शादाचा पराभव होऊन त्यांचं सरकार पडलं आणि निवडणूक झाली, तेव्हा ह्याच लोकांनी एका महिलेला व तिच्या पक्षाला का निवडून दिलं ? ही महिला आणि इर्शाद सोडून, पुरुषप्रधान राजकारणी गट तर या देशात होतेच आणि मोठ्या समारंभानं ते निवडणुकीत उतरले होते. पण जनतेचं मोठं संकट म्हणजे महिलेचं नेतृत्व. स्त्रीचं नेतृत्व हे कधीही प्रश्नाचं उत्तर ठरत नाही, असं कुराण हादिसमधील उदाहरण देऊन मुफति त्यांचा हेतू आणखी स्पष्ट करतात. एका महिलेकडे नेतृत्व गेल्यास खूप वाईट होईल, गहजब होईल, अशी त्यांना भीती वाटते. कारण अल्लाच्या प्रेषितानं असं सांगितलंय की जर या लोकांनी त्यांचा नेता म्हणून एका महिलेची निवड केली, तर त्यांचं कधीच भलं होणार नाही. (बोखारी शरीफ हादिस ४४२५) मुफति इजराफल इस्लाम पुढं म्हणतात, मुस्लिम जमातीचे जे कार्यकारी अधिकारी असतात, त्यांना इमाम,खलिफा, सुलतान वा आमिरूल मुमेमीन म्हणतात. राष्ट्राची किंवा सरकारची प्रमुख म्हणून महिलेची निवड झाल्यास, त्या क्षणापासून हे इमाम आणि खलिफा मुस्लिम शरियत मध्ये राहात नाहीत. विकारग्रस्त डोक्यांना 'इस्लाम' नावाची डोकेदुखी लागल्यानं, या देशातील शेकडा नव्वद मुसलमान अजूनपर्यंत अल्ला प्रेषित परलोक यांच्यावर विश्वास ठेवणारे आहेत, म्हणूनच ते इस्लामी शरियत व खुदाचे नियम व शिकवण यांनाच अनुसरतात.राष्ट्र वा सरकार यांची प्रमुख स्त्री होण्याशिवाय दुसरा तरणोपाय नसल्यानंच, आजपर्यंत कोणी सुज्ञ, आलम म्हणजेच विद्वान म्हणून पुढे आला नाही. कोणाही विद्वानाची, पंडिताची पर्वा न करता, देशातील बहुसंख्य जनतेनं एका महिलेलाच निवडून दिलं. देशाच्या प्रमुख पदी आता एक स्त्री आहे, हे मुफतिंच खरोखरच दुर्भाग्य !

अल्लानंच एकापेक्षा दुसऱ्याला (स्त्रीपेक्षा पुरुषाला)प्राधान्य दिलं असल्यानं, पुरुषच स्त्रियांचे रक्षक, काळजी घेणारे ठरतात. पुरुषच (स्त्रीसाठी)कमावतात व खर्च करतात (सुरा निसा आयात ३०) असा युक्तिवाद मुफति इजराफल इस्लाम करतात.

'जर तुमच्यातील खोडसाळ लोक, श्रीमंत शासक आणि धनवान व्यक्ती कंजूषपणे वागू लागल्या आणि तुमचा सर्व कारभार स्त्रियांच्या हातात गेला तर पृथ्वीच्या पाठीवर राहण्यापेक्षा तिच्या पोटात राहाणं, तुमच्या दृष्टीनं उत्तम (म्हणजेच ह्या जगात न राहाणं हेच चांगलं)' (तिरमिजी शरीफ २रा खंड, पृष्ठ ५२)

'पुरुष जेव्हा स्त्रियांचं वर्चस्व स्वीकार करतात, तेव्हा सर्वनाश होतो.' (मुसतादरक अल हकीम २९१ पृ. ८वा खंड)

वर उल्लेखलेली विधानं 'कारणं' म्हणून दाखवून मुफति म्हणतात, 'इस्लामाची ही मौलिक विधानं विचारात घेतल्यास राष्ट्रपती होणं व नमाजाचं इमाम म्हणजेच नेता होणं, दोन्हीही स्त्रियांसाठी वर्ज्यच आहे. शरियतच्या परिभाषेत नमाजाचं नेतृत्व करणं आणि देशाचं नेतृत्व करणं ह्या दोन्ही गोष्टींना 'इमामत' म्हणतात. इमामत पुरुषासाठीच आहे. स्त्रियांसाठी कायदेशीर नाही. नमाजची 'इमामत' करण्यासाठी एखादी स्त्री समोर उभी राहिली, तर तिला तेथून हटविणं हे जसं प्रत्येक मुसलमानाचं कर्तव्य आहे, तसंच 'राष्ट्र' नावाच्या प्रचंड मशिदीची प्रमुख कोणी स्त्री झाल्यास, तिला त्या पदावरून दूर करणं, हेही मुसलमानाचं कर्तव्य आहे. खुदाशी द्रोह न करता, व्ही. एन्. पीं.नी देशाचं नेतृत्व केलं, तरी आम्ही आक्षेप घेणार नाही, पण राष्ट्राच्या सर्वोच्च पदावर एखाद्या महिलेची नेमणूक आम्हाला अजिबात चालू शकणार नाही. ह्या बाबतीत बांगलादेशच्या उलामाये केराम, पीर मोर्शद माशायेख आणि इस्लामी बुद्धिजीवींसह सर्व स्तरांवरील मुस्लिम जनतेनं, महिला राष्ट्रप्रमुख होण्याविरुद्ध आवाज उठविला पाहिजे आणि खऱ्या इस्लामी आंदोलनाच्याद्वारे स्त्रीचं नेतृत्व संपुष्टात आणून, अल्लाच्या जमिनीवर अल्लाचाच हुकूम प्रस्थापित केला पाहिजे. ह्यासाठी सर्वांनीच जीव तोडून प्रयत्न केले पाहिजेत. प्राणाची पर्वा न करता, ह्या आंदोलनात सामील झालं पाहिजे.ह्याचा अर्थ देशात एक त्याज्य, अयोग्य नेतृत्व विराजमान आहे. आज संपूर्ण देशाचं नेतृत्व एक स्त्री करतेय. ह्या मानानं नमाजाचं संचालन करणं अगदी क्षुल्लक बाब आहे. देशाचा कारभार स्त्री करते, ह्याचाच अर्थ देशातील मशिदींतील नमाजाचं नेतृत्व ती नक्कीच करू शकते. मागील मिलादुन्नबीला पंतप्रधानांसह देशातील सर्व स्त्री पुरुषांनी एका रांगेत उभं राहून आणि बसून मिलाद वाचलं. हे दृश्य ह्या आधी कल्पनेबाहेरचंच होतं. पण आता कल्पनातीत गोष्टीच घडत आहेत, घडणार आहेत. ह्याबरोबरच हराम - हलालचा म्हणजेच (योग्य -अयोग्य, मान्य- निषिद्ध) यांचा अर्थही

बदलला आहे.

एक स्त्री ह्या देशाची पंतप्रधान आहे. पुरुषांनी स्त्रीचं वर्चस्व मान्य केल्यानं, अमंगलच्या ऐवजी मंगलच झालं. म्हणजेच पूर्वीचे सर्व विचार आणि समजुती खोट्या, कालबाह्य आणि अवाजवी आहेत. ह्या देशातील लोक धर्माला शासन व्यवस्थेत नाही, तर स्वतःच्या मनात स्थान देऊ इच्छितात. ते शरियतला पोथीतच बांधून ठेऊ इच्छितात. जर शरियत राष्ट्रनीतीत बैठक मारून बसलं तर केवढी भयंकर आपत्ती ओढवेल, हे न समजण्याइतके लोक काही मूर्ख नाहीत. म्हणून तर ऐंशी टक्के लोक धर्मभीरू असूनसुद्धा, ऐंशी टक्के मतं कोणत्याही धर्ममूलक राजकीय पक्षाला मिळाली नाहीत. ती मिळाली शरियतविरोधी महिला नेतृत्वाला. शरियतच्या नावावर जनतेला मूर्ख बनवायचे दिवस आता हळूहळू संपत आले आहेत. लोक आता स्वतःच्या भल्यासाठी, शरियतच्या मदतीऐवजी, स्वतःच नीती-नियम तयार करू शकतात. ते धर्माची अवहेलना करीत नाहीत, पण शरियतलाही मानत नाहीत. मग जो धर्म चौदाशे वर्षांपूर्वीची तुच्छता, क्षुद्रता आणि सर्व अरबी घटना- दुर्घटनांच्या वर एका अशा स्तरावर पोहोचलाय की आता त्याच्यातील सत्य आणि महत्त्वाच्या गोष्टी सोडून, असत्य आणि अधर्म ह्यांना टाकून देण्याचं सामर्थ्य आता लोकांनी मिळविलं आहे, हे आपण मान्य का करू नये ? हाच जागृत झालेला माणूस एक दिवस विद्यमान सर्व 'शरियतचे कायदे' नाकारून राष्ट्रात, समाजात आणि जीवनात कल्याण घडवून आणील.

* * *

६१

गरीब-श्रीमंत, स्त्री-पुरुष ह्यांच्यात भेद नसावा अशी इच्छा करणारी एक व्यक्ती जगात होऊन गेली. प्रातःकाळी स्मरावं असा योग्यतेची ही व्यक्ती होती. तिच्या मते स्त्री-श्रमिक चळवळीचं मुख्य लक्ष्य स्त्रियांच्या औपचारिक समानतेचं नसावं, तर ही चळवळ आर्थिक व सामाजिक सामर्थ्यासाठीही असावी. ह्या चळवळीचं मुख्य कार्य होतं स्त्रियांमध्ये सामाजिक उत्पादनशील श्रमाबद्दल आकर्षण निर्माण करणं, घराच्या बंदिवासातून त्यांची सुटका करणं, स्वयंपाक व बालसंगोपन ह्यांच्यातच सतत गुंतवून ठेवणाऱ्या वातावरणातून त्यांची मुक्तता करणं, म्हणजेच पर्यायानं त्रासदायक आणि हीन अशा आत्मसमर्पणातून त्यांची मुक्तता करणं (प्रावदा ८ मार्च १९९०)

पृथ्वीच्या पाठीवर होऊन गेलेल्या ह्या व्यक्तीचं म्हणणं असं होतं की जगाच्या पाठीवरील सर्व भांडवलशाही, बूर्ज्वा लोकशाही यांनी शिक्षण, संस्कृती, सभ्यता स्वातंत्र्य ह्या अतिशय महत्त्वाच्या गोष्टींबरोबरच विवाहाचा अधिकार, घटस्फोट, औरस व अनौरस मुलांत भेद व पक्षपात, पुरुषांसाठी विशेष सोयी, स्त्रियांसाठी मात्र हीन आणि लांच्छनास्पद सर्व गोष्टी असं कायद्याबर हुकूम करून स्त्रियांवर असमान, अभूतपूर्व पैशाचिक, जघन्य, गलिच्छ, पाशविक असे सर्व नियम लादले.

ती व्यक्ती पुढे म्हणते, 'असत्याचा नाश होवो. जोपर्यंत स्त्रियांचा छळ होत राहील, तोपर्यंत अत्याचारी राहणारच. जोपर्यंत मालमत्ता, शेअर यांच्यावर व्यक्तिगत मालकी राहील आणि खादाड वाढत्या पिकांच्या जोरावर भुकेलेल्यांना वेठबिगारीत बांधून ठेवतील, तोपर्यंत सर्वांच्या स्वातंत्र्याच्या आणि समानतेच्या गोष्टी करणारे नरकात जावोत. मला पीडित स्त्री जातीला स्वातंत्र्य आणि समान अधिकार मिळायला हवेत. मला अत्याचारी, भांडवलदार आणि काळाबाजार करणारे यांच्याविरुद्ध लढाई हवीय. (प्रावदा ५ नोव्हेंबर १९६९)

ह्या थोर व्यक्तीचं असं म्हणणं आहे की बूर्ज्वा लोकतंत्र म्हणजे फक्त पोकळ गर्जना, दिखाऊ, वरवरच्या वल्गना, मोठमोठी आश्वासनं आणि स्वातंत्र्य व

समानतेच्या गप्पा. पण वेळ येताच हे लोकतंत्र स्त्रियांमध्ये असलेला स्वातंत्र्य व समानता ह्यांचा अभाव, मजूर, शोषित ह्यांचे पारतंत्र्य आणि त्यांच्यातील भेद ह्या गोष्टींकडे कानाडोळा करते. ह्या भयंकर असत्याचा नाश होतो ! अत्याचारी व अत्याचार झालेले, शोषक व शोषित ह्यांच्यात कधीही समानता येऊ शकत नाही. कधीही नाही. जोपर्यंत पुरुषांनी तयार केलेल्या कायद्यान्वये त्यांना मिळणाऱ्या सोयी-सवलतींतून स्त्रियांची सुटका होणार नाही, भांडवलाच्या पंजातून श्रमिकांची मुक्तता होणार नाही, भांडवलदार, जमीनदार, व्यापारी ह्यांच्या बंधनातून मेहनत करणाऱ्या शेतकऱ्यांना स्वातंत्र्य मिळणार नाही, तोपर्यंत स्वाभाविक 'स्वातंत्र्य' मिळणार नाही. कधीच मिळणार नाही. (वर उल्लेख केल्याप्रमाणे)

आज, जगातील काही असभ्य आणि उद्धट लोक वंदनीय असलेल्यांना पायाखाली तुडवून नाचताहेत, विपुलता आणि चमकदमक ह्यांच्या मोहानं अंध होऊन ह्या उन्मत झालेल्या लोकांनी, ह्या महान व्यक्तीचा पुतळा फोडून -तोडून टाकला. गळ्याला फास लावून त्यांनी सर्व आदरणीय स्मृती खाली फेकल्या. त्यांनी 'समानते'लाच खाली फेकलं, 'स्वातंत्र्या'ला खाली उतरविलं. लेनिन, आपले अंदाज चुकले. आपण म्हटलं होतं की स्त्रियांच्या सामाजिक जीवनातील प्रत्येक जागरण आणि कार्य ह्यात आपण मदत केली पाहिजे. त्यामुळे त्या त्यांच्या कूपमंडूक, आत्मकेंद्रित कौटुंबिक व घरगुती संकुचित मानसिक अवस्थेतून बाहेर येतील. व्हलादिमिर इलिच लेनिन, आपण असंही म्हटलं होतं की दयाळू मावशीप्रमाणं म्याऊं म्याऊं करून चालणार नाही. जोरानं बोललं पाहिजे, लढवय्याप्रमाणं.स्पष्ट बोललं पाहिजे. आपण लढू शकता हे दाखवून द्या. (डॉ. क्लारा सेत्कीनच्या 'आमार स्मृतिते लेनिन'मधून)

लेनिन महाशय, मी तर लढाई करायला शिकले जी भांडवलशाही स्त्रीला 'कौटुंबिक गुलामी'त ढकलते, वेश्यावृत्तीकडे ढकलते, मी त्या भांडवलशाहीविरुद्ध बोलले. कौटुंबिक दास्यातून मुक्त होण्यासाठी लढले. हा एकच आदर्श समोर ठेवून मी आपल्या विचाराशी समरस झाले. 'स्त्रियांना दाबून ठेवलं जातं, घरात त्या घुसमटून जातात,मूढ बनतात, त्यांना किंमत दिली जात नाही, स्वयंपाक व बालसंगोपन ह्या कामातच त्यांना घट्ट बांधून ठेवलं जातं. त्यांचे कष्ट अमानवी, अनुत्पादक, तुच्छ, संताप आणणाऱ्या, मनाला मरगळ आणणाऱ्या, हाडं ढिली करणाऱ्या कामांत खर्च होतात. ह्या सर्व बेड्यांतून स्त्री मुक्त व्हावी हे माझं स्वप्न आहे. पण माझी ही सर्व स्वप्नं, सर्व इच्छा ह्यांच्या मानेला दावी बांधून, उन्मत राजकारणी आणि त्यांचे असंख्य लोभी अनुयायी, हिसके देऊन फरपट काढतात.

एके काळी, पृथ्वीवरच्या काही राष्ट्रात समाजवादी शासन-व्यवस्था होती.

समाजवाद विपर्यस्त आणि विकलांग झाल्यावर, सभ्यता आणि मानवता ह्यांची किती हानी होते ह्याची कल्पना तिसऱ्या जगावर साम्राज्यशाहीच्या आक्रमणानं निर्माण झालेल्या भयावरून, घबराटीवरून मुळीच करून चालणार नाही. पण 'स्त्रीची खूपच हानी झाली,' केवळ एवढंच मला खात्रीनं ठाऊक आहे. स्त्रीच्या राजकीय, आर्थिक आणि सामाजिक स्वातंत्र्याला हितावह असलेल्या, नीती आणि आदर्शांचा निर्घृण मृत्यु झाला हे नक्की.

आता, लेनिन धुळीत पडलाय, त्याला शिखरावरून खाली ढकलून दिलंय. स्त्रीला विकाऊ वस्तू बनविण्याविरुद्ध, वेश्यावृत्तीविरुद्ध, स्त्रीच्या क्षुद्र, तुच्छ कौटुंबिक गुलामीविरुद्ध, इतिहासात जो स्वर सर्वांत वरचा होता, तो लेनिनचा होता, जो हात सर्वात जास्त ह्या कार्याला लागला होता, तो लेनिनचा हात होता. त्याच इतिहासाला, आज नालायक लोकांनी पायाखाली तुडविलंय- ह्यात नुकसान किती आणि कुणाचं झालंय,मला माहीत नाही. पण स्त्रीचं नुकसान सर्वांत जास्त झालंय, हे निश्चित.

आम्ही स्त्रिया, आज, पराभूत लेनिनसमोर, पराभूत आदर्शांसमोर, पराभूत समानतेसमोर दुःखित मनानं नतमस्तक होतो.

* * *

७०

संस्कृतीच्या आरंभापासून माणसावर धर्म आणि समाज ह्यांनी नियंत्रण ठेवलंय आणि युगानुयुगं,समाज व धर्म ह्यांचं नेतृत्व केलंय ते पुरुषांनीच. समाज आणि राष्ट्र तर सोडाच, पण धर्मानंही स्त्रीचा सर्वांत जास्त अपमान केलाय. जेव्हा एखाद्या धर्माच्या नावावर, स्त्रीवर होणारे अत्याचार असह्य होतात, तेव्हा धर्मातील नियमांचा निषेध करून, जीवन सुसह्य करण्यासाठी एखाद्या नवीन धर्माचा उदय होतो.बौद्ध धर्माच्या आरंभाला, छळातून सुटका करून घेण्याच्या हेतूनं, लाखो स्त्रियांनी, भिक्षुणी होऊन, संघात प्रवेश केला. जर्मन समाजशास्त्रज्ञ आगुस्ट बेबेल यांनी, त्यांच्या 'विमेन इन द पास्ट, प्रेझेंट अँड फ्युचर'या ग्रंथात म्हटलंय की ख्रिस्ती धर्माचा उदय होताच, आपल्या दुर्दशेपासून सुटका होण्याचा मार्ग म्हणून, इतर दुर्भागी लोकांप्रमाणेच, स्त्रियाही ह्या धर्माकडे आग्रहानं, उत्साहानं आकर्षित झाल्या. पण ख्रिस्ती धर्म स्त्रियांची दुर्दशा दूर करू शकला नाही. ह्याच धर्मानं स्त्रीला पुरुषाच्या आज्ञेत राहण्यास भाग पाडलं. फ्लॉरेन्स नाईटिंगेल म्हणते,'येशूनं स्त्रीला काहीही अधिकार दिले नाहीत. समाजानं आणि धर्मानं, दास्यत्व सोडून, दुसरं कोणतंच काम स्त्रीला दिलेलं नाही.'

सामाजिक आणि धार्मिक चालीरीतीतील अत्याचारांमुळे अनेक स्त्रियांनी धर्मांतर केलं. हिंदू धर्मातून त्या ब्राह्म धर्मात गेल्या. इस्लाममध्ये शिशुहत्या निषिद्ध, स्त्रीचा मेहराना म्हणजेच स्त्रीधन व पालनपोषण ह्या गोष्टी आवश्यक मानल्या गेलेल्या असल्यामुळे अनेक स्त्रिया या धर्माकडे आकृष्ट झाल्या. पण कोणत्याच धर्मानं स्त्रीला 'माणूस' म्हणून मानलं नाही.

विज्ञानामुळे मिळणाऱ्या सर्व सोयींचा लाभ उठवून आणि गर्भधारणा व त्याची वाढ ह्याबद्दल संपूर्ण ज्ञान मिळवूनही, आम्ही माणसाच्या अस्थींपासून माणसाची उत्पती होते, ही भ्रामक कल्पना नाहीशी करू शकलो नाही. धर्मानं स्त्रीला विनिमयाची वस्तू, मूल्यवान सामग्री, किंमती दासी असंच मानलं. धर्मग्रंथात असं म्हटलंय की दुनियेतील सर्वच गोष्टी उपभोगाची सामग्री आहे आणि त्यातील सर्वोत्तम सामग्री म्हणजे 'नेक'

चारित्र्याची स्त्री.

मेडिकल ज्युरिसप्रुडन्स सांगते की जर एखाद्या पुरुषानं, संमती घेऊन पंधरा वर्षांपेक्षा कमी वयाच्या स्त्रीच्या(ती त्याची पत्नीही असू शकते) किंवा संमती न घेता पंधरा वर्षांपेक्षा जास्त वयाच्या कोणत्याही स्त्रीच्या अथवा स्वतःच्या पत्नीच्या योनीमुखाला स्वतःच्या इंद्रियाचा नुसता स्पर्श केला, तरी तो बलात्कार ठरू शकतो आणि बलात्कार हा कायद्यानं एक अपराध आहे. परंतु तिरमिजी हादिस शरीफमध्ये असं स्पष्ट लिहिलंय की 'जर एखाद्या पुरुषानं समागमासाठी एखाद्या स्त्रीला बोलावलं, तर त्या स्त्रीनं मग ती चुलीवर स्वयंपाक का करीत असेना- ताबडतोब त्याच्यापाशी गेलं पाहिजे'. इथं स्त्रीच्या संमतीचा अजिबात विचार नाही. मुस्लिम हादिस शरिफमध्ये असं म्हटलंय की जर एखाद्या पुरुषानं स्वतःच्या पत्नीला शय्येवर यायला सांगितलं आणि त्याच्या पत्नीनं ते मानलं नाही म्हणून जर पती रागावला आणि त्या रागातच त्यानं रात्र घालवली, तर सकाळ होईपर्यंत फरिश्ते त्या स्त्रीला शाप देतात. जी स्त्री लाजिरवाणं वागेल, तिला शय्येवरून दूर करावं आणि अशा स्त्रीला मारझोड करावी(तिरमिजी). ह्या एकाच वाक्यावरून स्त्रीला किती घृणास्पद, किती खालच्या दर्जाचं मानलंय, ते लक्षात येतं.

धर्मानं स्त्रीला दास्यत्वाच्या बेडीत अडकविलं, पुरुषाच्या भोगाचं साधन एवढंच तिला मानलं, 'माणूस' म्हणून तिचा स्वीकार केला नाही. म्हणूनच 'जर पतीनं पत्नीला पिवळ्या पर्वतापासून काळ्या पर्वतापर्यंत आणि काळ्या पर्वतापासून पांढऱ्या पर्वतापर्यंत पळायला सांगितलं, तर त्याचा हुकूम मानणं तिचं कर्तव्य आहे' असं म्हटलं गेलंय.(अहंमद)

आमच्या देशात नमाज, रोजे, धार्मिक उत्सव फार मोठ्या थाटामाटात साजरे केले जातात. परंतु धर्मग्रंथ आणि निरनिराळी धार्मिक पुस्तकं ह्यांच्या संबंधात टिकाटिपणी होऊ शकत नाही. होणं चांगलं.योग्य चर्चा झाल्यास देशातील धर्माच्या नावावर चाललेल्या धंद्याचा जोर कमी होईल, तसंच धर्मातील वाईट रूढी, चालीरीती पाळणाऱ्यांची संख्याही, लक्षात येण्याइतकी कमी होईल.

'स्त्री तर माणूसच नाही. ती एक शेत आहे. तुम्ही तुमच्या मनाप्रमाणे ह्या शेतात शेती करा, (सुरा बाकाराच्या २२३ आ यामधून) अशी मान्यता मिळाल्यावर हजरत मुहम्मद (साः) म्हणतात, 'पती -पत्नी जर एकाच उंटावर हौदात बसून जात असतील आणि त्याच स्थितीत पतीनं समागमाची इच्छा प्रकट केली, तर स्त्रीनं ह्या गोष्टीला कोणत्याही प्रकारे विरोध केलेला चालणार नाही. पतीच्या परवानगीशिवाय नफल रोजा ठेवणं स्त्रीच्या दृष्टीनं अयोग्य आहे. तसंच पतीच्या परवानगीशिवाय पतीच्या घरून

कुठं जाणं वा कुणाला एखादी वस्तू देणं निषिद्ध आहे. जर कुणी ह्या नियमाचं पालन केलं नाही, तर फरिश्ते तिच्यावर शापांचा वर्षाव करतील.

स्त्री म्हणजे केवळ एका मांसाचा गोळा. ह्या मांसाच्या गोळ्याशी पुरुष खेळ करतात आणि त्यांच्या खेळात आनंद निर्माण व्हावा म्हणून, ह्या मांसाच्या गोळ्याला निरनिराळे आकार धारण करावे लागतात. हा मांसाचा गोळा कसा दगडासारखा आहे, हे हजरत आली (राः) यांच्या उद्गारावरून कळू शकतं. 'जर एखाद्या स्त्रीनं स्वतःच्या एका स्तनापासून कबाब व दुसऱ्यापासून कालवण करून, पतीपुढं ठेवलं आणि तरीही तिचा पती तिच्यावर संतुष्ट झाला नाही, तर ती स्त्री कितीही पुण्यवान असली तरी जहन्नुममध्ये जाईल.'

विसाव्या शतकाच्या अखेरीला, रूप कन्वरला चितेत टाकून आमच्या पुरुषांनी सती-दहनाची मजा लुटली. 'पतीच्या चरणतळी स्त्रीचा स्वर्ग', अशा तऱ्हेचे जप करायला लावून, समाज, धर्म आणि राष्ट्र अत्याचार झालेल्या, छळ झालेल्या स्त्रियांच्या मनात धर्माची पवित्र वाणी कशी जागी ठेवतो पहा. ('मला जर कुणाला पाया पडण्याबाबत हुकूम द्यायचा झाला तर मी प्रत्येक स्त्रीला तिच्या पतीच्याच पाया पडण्याचा हुकूम देईन.') कारण अल्लानच स्त्रियांवर पतीचा हक्क नक्की केलाय. (आबु दाउद)

जगात १७ व्या दशकापासून स्त्री-आंदोलनचा आरंभ झाला. युरोपात ह्या आंदोलनानं काही कार्य केलं असलं, तरी एशिया, आफ्रिका, लॅटिन अमेरिका इथं सामाजिक, आर्थिक व राजकीय कारणास्तव, ज्या वेगानं स्त्रियांच्या छळाचं प्रमाण वाढतंय, त्यावरून असं म्हणता येईल की संपूर्ण समाजव्यवस्था आणि राष्ट्राची चौकट बदलल्याशिवाय जशी स्त्री-मुक्ती होणार नाही, तशीच स्त्री धर्माच्या बेडीतून मोकळी झाल्याशिवाय स्त्री-मुक्ती होणं असंभव.

* * *

७१

१२०-१२५ वर्षांपूर्वीची गोष्ट. ह्या उपखंडातील पुरुष ७०-८० लग्न करीत. ह्या गोष्टीसाठी शास्त्रानं त्यांना इंधन पुरविलं, तर समाजानं वाहवा केली. फक्त एकच व्यक्ती ह्या बहुविवाहाच्या विरोधात, संतापून, उभी राहिली. आजच्या काळात कुणी स्त्री असा विरोध करू लागली, तर सर्व जण ती 'पुरुष-द्वेष्टी' आहे, असा तिच्यावर आरोप करतात. पण १२०-१२२ वर्षांपूर्वी, शास्त्र आणि धर्म यांच्या नावाखाली, सर्वत्र जो अनाचार माजला होता, त्याच्याविरुद्ध ज्या व्यक्तीनं जोरदार बंड पुकारलं, ती व्यक्ती एक 'पुरुष' होती. म्हणून त्या व्यक्तीला 'शास्त्रद्रोही', 'धर्मद्वेषी', 'नास्तिक', 'नराधम' अशा शिव्या दिल्या गेल्या, तरी कुणी तिला 'पुरुष-द्वेष्टी' म्हटलं नाही. त्यांच्या मते स्त्रिया तुलनेनं दुर्बल असतात. समाजानं केलेले नियम सदोष असल्यानं, त्यांना पुरुषांच्या वर्चस्वाखाली राहावं लागतं. दुर्बलता आणि अधीनता, ह्यामुळे पुरुषांसमोर मान खाली खालून अपमानानं त्यांना जीवन जगावं लागतं. समाजानं महत्त्व दिलेले आणि प्रबल पुरुष, त्यांच्या इच्छेप्रमाणे, स्त्रियांवर अत्याचार आणि अन्याय करतात. स्त्रिया अत्यंत अगतिक होऊन, सगळं सहन करीत, आयुष्य कंठतात. जगाच्या पाठीवर, साधारणपणे, सर्वत्रच स्त्रियांची अवस्था अशीच असते. परंतु, ह्या दुर्दैवी देशात, पुरुषांच्या नृशंसता, स्वार्थपरता, अविवेक ह्यांनी कळस गाठल्यामुळे, स्त्रियांची जी अवस्था झाली, तशी इतरत्र कुठंही, कधीही झालेली दिसत नाही. इथले पुरुष, अत्यंत गलिच्छ प्रथेचा अवलंब करून दुर्दैवी स्त्रियांना अत्यंत यातना देत.

विधवा-विवाहाचा निषेध आणि बहुविवाहाला संमती ह्या प्रथांना ईश्वरचंद्र विद्यासागर यांनी अत्यंत हीन, जघन्य, नृशंस असं म्हटलंय. हिंदू धर्मात, मात्र अनेक ठिकाणी 'बालविवाह' आणि 'बहुविवाह' ह्याचं समर्थन केलेलं दिसतं. उदाहरणार्थ, कश्यपांनी म्हटलंय, की जी मुलगी रजस्वला होऊनही, अविवाहित असल्यानं, पित्याच्याच घरी राहाते, तिच्या पित्याला भ्रूणहत्येचं पाप लागतं. त्या मुलीला 'चांडाळीण' म्हटलं जातं. जो अज्ञानी ब्राह्मण त्या मुलीशी लग्न करतो, तो 'अश्राद्धेय'

(म्हणजे ज्याला श्राद्धाला बोलावून भोजन दिलं, तर श्राद्ध निष्फळ होतं.) तो ब्राह्मण अपांक्तेय ठरतो. (म्हणजे त्यांच्या पंगतीला बसून भोजन करू नये.) त्याला 'चांडाळणीचा पती' असं म्हटलं जातं. (उद्वाहतत्त्व)

यमसंहितेत असंही सांगितलेय, की मुलीला अविवाहित असताना रजस्वला झालेलं पाहिलं तर, आई, वडील आणि मोठा भाऊ तिघंही नरकात जातात. जो ब्राह्मण, अज्ञानानं आंधळा झाल्यानं, अशा मुलीशी लग्न करतो, तो असंभाष्य, (म्हणजे त्याच्याबरोबर संभाषण केल्यास पाप लागतं.) अपांक्तेय आणि चांडाळणीचा पती होय.

जीमूतवाहनप्रणीत वडिलोपार्जित संपत्तीच्या वाटणीसंबंधात असं म्हटलंय, 'मुलगी मोठी होण्यापूर्वीच म्हणजे तिचे स्तन आकार धारण करण्यापूर्वीच तिचं दान करावं.' जर विवाहापूर्वीच मुलगी ऋतुमती झाली, तर आई आणि मुलीचा पती नरकात जातात आणि वडील, आजोबा, पणजोबा विष्ठेत जन्म घेतात. म्हणून ऋतुदर्शनापूर्वीच मुलीचा विवाह करावा.

जरी शास्त्राप्रमाणे, अविवाहित असताना मुलीचं ऋतुदर्शन आणि ऋतुमती कन्येचा विवाह अत्यंत पातक लागणारा असला, तरी ऋतुदर्शनापूर्वी म्हणजेच बालविवाह कायद्यानं बेकायदेशीर ठरतो, हेही तितकंच खरं ! म्हणजेच माणसावर धर्माचं नियंत्रण नाही, तर धर्मावर माणसाचं नियंत्रण आहे. बहुविवाहाच्या विरोधातही अनेक अडचणी दाखविल्या गेल्या. उदाहरणार्थ, अनेकांच्या मते 'बहुविवाह' शास्त्राला व धर्माला धरून आहेत. ही प्रथा नाहीशी झाली तर, शास्त्राचा अपमान आणि धर्माचा लोप होईल. कुलीन ब्राह्मणांची जात जाईल आणि ज्यांच्या जातीचा भंग झालाय, ज्यांची जात गेलीय, त्यांचा नाश होईल. एका पुरुषानं अनेक विवाह केले नाहीत, तर त्याच्या उच्च कुळाच्या मोठेपणाचा नाश होईल. असे अनेक विवाह न केल्यास, कायस्थांच्या वैषयिक प्रेमभावनांना आघात पोहोचेल इत्यादी.

जो पुरुष तीन विवाह करून, चवथा करीत नाही, तो त्यांच्या सात कुळांना पातक लावतो, त्याला भ्रूणहत्येसाठी असलेलं प्रायश्चित घेणं आवश्यक आहे.' (उद्वाहतत्त्व) किंवा धर्मकार्य करणाऱ्यानं एक पत्नी करणं हेच त्याचं कर्तव्य आहे, पण एखादी स्त्री, त्यानं तिचा स्वीकार करावा म्हणून त्याच्याकडे विनवणी करू लागली किंवा त्याच्या मनात कुणाबद्दल कामवासना जागी झाली, तर तो अनेक पत्नी करू शकतो. शास्त्रानं दिलेल्या ह्या स्वातंत्र्याचा फायदा घेऊन, अनेक प्रसिद्ध कुलीन पुरुषांनी, निर्धास्तपणे, अनेक विवाह करण्याच्या प्रथेचा प्रयत्नपूर्वक प्रचार केला. परंतु ईश्वरचंद्र विद्यासागरांनी सर्व नीतिनियमांना एक वेगळंच वळण दिलं. ह्या देशातील अनेक जण,

ज्या शास्त्राच्या नियमांचं उल्लंघन करण्याच्याविरुद्ध होते, त्यांचे सर्व व्यवहार, ज्या शास्त्राच्या विधिनिषेधांवर अवलंबून होते, त्या शास्त्रात असलेला विरोधाभास, ईश्वरचंद्र विद्यासागरांनी अत्यंत कौशल्यानं दाखवून दिला. - ज्या परिवारात स्त्रियांचा आदर केला जातो, त्या परिवारावर देव प्रसन्न होतो. पण ज्या परिवारात स्त्रियांना आदरानं वागवलं जात नाही, त्या परिवारानं केलेले यज्ञयाग निष्फळ ठरतात. ज्या परिवारात स्त्रिया दुःखी नसतात, त्या परिवाराचं सुख सतत वाढत जातं, स्त्रियांचा अपमान झाल्यास, त्या सर्व परिवाराला शाप देतात, सगळा परिवार मंत्रतंत्राच्या करणीनं नाश पावतो. (मनुसंहिता) जर पहिल्या विवाहाची पत्नी श्रुतिस्मृतीनं सांगितलेली अग्निसाध्य धर्मकार्य करू शकणारी आणि पुत्रपौत्रादींना जन्म देणारी असेल, तर दुसरा विवाह करू नये. पण जर वर उल्लेखलेल्या गोष्टीपैकी, एखाद्या गोष्टीचा अभाव असेल, तर अग्नी आधनापूर्वी (रात्री, अपरात्री) दुसरा विवाह करावा. (आपस्तंब धर्मसूत्र)

ह्याशिवाय शास्त्रातील पोकळपणा ईश्वरचंद्र विद्यासागरांनी शोधून काढला आणि 'बहुविवाह' प्रथा थांबविण्यासाठी बनारस, वर्धमान, नवद्वीप वगैरे ठिकाणचे राजे, जमीनदार आणि सामान्य लोक यांना जागृत आणि कार्यरत केलं. धर्माचा व्यापार करणाऱ्यांनीच धर्माविरुद्ध आचरण करून, शास्त्राचा अपमान आणि धर्माचा नाश करण्याचा प्रयत्न केला. तेच हिताच्याविरुद्ध पक्षाच्या अग्रणी असतात. त्या काळी 'बहुविवाहा'चा निषेध करणाऱ्या बिलातील मजकूर पुढीलप्रमाणे होता 'Whereas the institution of marriage among Hindus has become subject to great abuses, which are alike repugnant to the principles of Hindu Law and the feeling of the people generally and whereas the practice of unlimited polygamy has led to the perpetration of revolting crimes; and whereas it is expedient to make legislative provision for the prevention of those abuses and Crimes, alike at variance with some policy, justice and morality, it is enacted as follows-

No marriage contracted by any male person at the Hindu religion, who has a wife alive...

इस्लाममध्ये पुरुषांनी चारपर्यंत लग्न करण्याची प्रथा आहे. प्रेषित हजरत मुहम्मद (साः) यांनी चौदा विवाह केले होते. इस्लाम धर्ममताचा अवलंब करणाऱ्यांना प्रेषितांचा आदर्श स्फूर्तिदायक ठरतो.

परंतु ज्या अंधकार युगात, रानटीकाळात, युद्धाच्या आणि वैराच्या वातावरणात, व्यभिचाराच्या युगात हजरत मुहम्मदानं अनेक विवाह करावे लागले, त्याचा निर्देश करून ह्या युगातील सुज्ञ बुद्धिजीवी 'बहुविवाहा'ला अनायासे विरोध करू शकतील.

दीडशे वर्षांपूर्वी मानवतेच्या बाजूनं माणूस कायदा करू शकला. मग तो आज का करीत नाही ? जेव्हा ईश्वरचंद्र विद्यासागर, शास्त्रानं विरोध केलेल्या विधवा-विवाहाच्या गोष्टी बोलत होते, 'बहुविवाह'ला विरोध करणाऱ्यांच्या बाजूनं अनेकांनी युक्तिवाद केला होता, तेव्हा विरोधी पक्षाची शक्ती प्रचंड होती (विरोधी पक्षात श्री तारानाथ तर्कवाचस्पती, क्षेत्रपाल स्मृतिरत्न, गंगाधर राय, कविराज कविरत्न ही नावं उल्लेख करण्याजोगी) तरीही ईश्वरचंद्रांच्या पक्षाची शक्तीही काही अगदीच कमी पडली नाही.

आता २१ व्या शतकाच्या उंबरठ्यावर उभं राहून, आम्ही वंदनीय ईश्वरचंद्र विद्यासागरांच्या मृत्यूच्या शताब्दी वर्षांत हे बिल का सादर करीत नाही-No marriage contracted by any male person of the 'Muslim' religion, who has wife alive.. आम्ही विद्यासागरांप्रमाणे आमच्या पक्षाची सर्व शक्ती एकत्रित का करीत नाही ? आपण फक्त स्मरण करतो, दीक्षा का घेत नाही ? ही आमची भयंकर मोठी चलाखी नाही ?

काळाला शोभणारी आणि विज्ञानाला उपयोगी अशी धर्माची व्याख्या करण्याचा जागरूक धार्मिक पंडित सतत प्रयत्न करतात. जर 'बहुविवाह'सारख्या घृणास्पद, निरर्थक व अधार्मिक प्रथेचा नाश झाला नाही, तर पंडितांचे श्रम अगदी वाया जातील. जर विद्यासागरांच्या कृपेनं शिक्षण मिळालेल्या आम्ही स्त्रिया (ईश्वरचंद्रांनी स्त्री शिक्षणाची सुरुवात आणि प्रसार केला.) ह्या अतिहीन, अतिभयंकर आणि अतिनृशंस प्रथेला (ज्या प्रथेला ईश्वरचंद्रांनी हिंदू समाजातून नष्ट केलं) पुन्हा कवटाळू लागलो, तर आम्हीच आम्हाला कशी क्षमा करणार ?

'बहुविवाह'च्या प्रथेची नाश पावलेली मुळं समाजाच्या रोमारोमात पसरलीत, मुस्लिम स्त्रिया पुरुषाच्या नृशंसता, स्वार्थपरता, विलासी वृत्ती, अविवेक यांची शिकार आहेत. घरा-घरातील 'बहुविवाह'चा अनाचार आणि हेकटपणा स्त्रीला 'भोग्यवस्तू' मानतो आणि 'माणूस' म्हणून तिला अजिबात किंमत देत नाही. स्त्रीची 'संमती' घेऊन दोन, तीन वा चार लग्न करणं, हा 'उदार' कायदा म्हणजे कायद्याच्या नावावर बाष्फळ वटवट आहे. ज्या कुटुंबात पुरुषच सर्वेसर्वा असतो, तिथं स्त्रीला 'संमती' न देण्याची हिंमतच नसते.

तेव्हा आता चला. आपल्या कामासाठी उठा, आवाज उठवा आणि संघटित व्हा. एकत्रित होऊन मांडलेल्या प्रस्तावाला राष्ट्रानं कायदेशीर केलं नाही, तर आपण राष्ट्रालाही मोकळं सोडता कामा नये

* * *

७२

नारायणगंजच्या 'अनइस्लामिक' प्रतिबंध कार्यकारी कमिटीनं खरोखरच एक चांगलं काम केलंय. त्यांना पतित स्त्रियांचं निर्मूलन करायचंय. 'निर्मूलन'चा अर्थ समूळ नाश, विनाश असा असेल, तर मीही त्यांच्यात सामील होईन, मीही स्लोगन देईन. मीही ह्या कमिटीची सभासद होईन. पण निर्मूलन म्हणजे जर स्थानांतर असेल, पतित स्त्रियांना एका ठिकाणाहून तशाच दुसऱ्या ठिकाणी हलविण्यात येणार असेल, तर मात्र मी ह्या गोष्टीला जोरानं विरोध करीन.

'पतिता'चा अर्थ भ्रष्ट, कुलटा, चारित्र्यहीन स्त्री. 'पतित' शब्दाचा अर्थ भ्रष्ट, स्खलित, अधोगत, पापी, चारित्र्यहीन. देशात 'पतित' पुरुषांची संख्या 'पतितां'पेक्षा कमी नाहीच, उलट खूपच जास्त आहे. पण 'पतिता' म्हणून स्त्रियांना वेगळं काढण्याची आणि त्यांना एका अलग ठिकाणी ठेवण्याची जशी व्यवस्था आहे, तशी 'पतित' पुरुषांसाठी नाही. ते कुठंही राहू शकतात. गोठ्यातल्या गुरांना आपण गुरं म्हणतो आणि रानात हिंडणाऱ्यांनाही गुरंच म्हणतो. जरी 'पतित' समाजात राहात असले, त्यांच्या नावाची रजिस्टरमध्ये नोंद झाली नसली तरी, ते 'पतित'च असतात. फक्त आपण त्यांना 'पतित' म्हणत नाही इतकंच ! ह्याचंही कारण आपल्याकडे तशी पद्धत नाही.

तशा आपल्याकडे अनेक पद्धती नाहीत. पूर्वी तर मुलींना शिक्षण देण्याचीही पद्धत नव्हती, पण आता ती पडली. नवीन चालीरीती प्रचलित व्हायला वेळ लागत नाही. देशात लाखो 'पतित' असून 'पतित' हा शब्द, त्या शब्दाला लायक म्हणजे पतित पुरुषांसाठी वापरला जात नाही. (जसा 'पतिता' स्त्रियांसाठी सर्रास वापरला जातो.) हे काय दुःखदायक नाही ?

'पतित' कुठं नसतात ? ऑफिस, कोर्ट, वर्तमानपत्रं, जहाज, लाँच, फॅक्टरी, कारखाने - कुठं नाहीत ? सर्वत्र संचार करणाऱ्या 'पतित' पुरुषांना 'पतित' म्हणण्यास आजपासूनच सुरुवात व्हावी. 'पतित' पुरुषांना ओळखून वेगळं काढणं, आताच्या

काळाला, अत्यंत आवश्यक आहे. कारण 'पतित' लोकांचं निर्मूलन न झाल्यास, 'पतितां'चा जन्म होत राहाणारच. कारण 'पतित' लोकांच्या स्वार्थासाठीच 'पतिता' लागतात. 'पतित' समाजात वावरतात, मिसळतात. त्यांच्याचसाठी ते वस्त्यांमधून 'पतिता' ठेवतात. पण सर्व खापर फोडलं जातं ते 'पतितां'वर 'पतित' पुरुषांवर नाही. 'अनूइस्लामिक प्रतिबंध कार्यकारी कमिटी' 'पतितां'चं निमूर्लन करू इच्छिते. 'पतिता' ते करून देणार नाहीत. सरकारनं जर 'पतितां'च पुनर्वसन केलं नाही, तर हेच 'पतित' त्या 'पतितां'च स्थानांतर करण्याशिवाय काहीच करणार नाहीत. त्यांचं निर्मूलन होणार नाही. म्हणून सरकारनंच ह्यात लक्ष घालायला पाहिजे. सरकारच जर 'पतित' नसेल, तरच हे होईल. 'पतितां'च्या सामाजिक पुनर्वसनाकडं लक्ष दिलं पाहिजे. प्रतिबंध कमिटीनं केवळ 'अनूइस्लामिक' नावावरच संतुष्ट होता कामा नये. 'अमानुष प्रतिबंध कार्यकारी कमिटी' ह्या नावानंही चळवळीत उतरता येईल.

समाजातील 'पतित'च 'पतितां'च्या उद्धारकार्यात कायमचा अडथळा असतात. सरकारनं, बालकं व 'पतिता' ह्यांच्या उद्धाराचं महत्त्व जाणूनच हा कार्यक्रम राबवायचं ठरविलंय. कुणालाच वेश्याव्यवसाय बंद व्हायला नकोय. नारायणगंजला गाड्या जाळल्या, पोलिस जखमी झाले, कमिटीच्या सदस्यांना कैद केलं गेलं. अखेर होणार काय ? वेश्या-प्रथा बंद व्हावी म्हणून सुरू झालेली ही चळवळ किती पुढे जाणार आहे ? एक दिवस बातमी येईल- 'आंदोलन थंडावलं'. जाणून आहे मी हे ! कमिटीनं त्यांच्या मागण्यांबाबत प्रशासनाशी तडजोड केलीय. प्रशासनालाच जर 'वेश्या-वृत्ती' टिकवून ठेवायची असेल, तर वेश्यांचीच काय पण कोणत्याही कमिटीची वेश्या निर्मूलन करण्याची ताकद नाही.

काहीजण असा युक्तिवाद करतात की वेश्या नसतील, तर समाजात अनाचार पसरेल. अपहरणांचं प्रमाण वाढेल. बलात्कारांची संख्या वाढेल. हे म्हणजे लहान मुलाला झोपविण्यासाठी बागुलबुवाची भीती दाखविण्यासारखे आहे. वेश्या आहेत म्हणून काय देशात अजिबात भीती नाही ? बलात्कार, अनाचार, अपहरण काही होत नाही ?

बागुलबुवाच्या देशात आम्ही त्याच्या भीतीनं आणखी गर्भगळीत होऊ इच्छित नाही. सामाजिक छळाच्या शिकार झालेल्या स्त्रियांना मी 'पतिता', 'वेश्या' म्हणणार नाही. कारण 'पतिता' म्हणजे भ्रष्ट, कुलटा, चारित्र्यहीन. ही विशेषणं ह्या स्त्रियांसाठी योग्य नाहीत असंच मला वाटतं. मी त्यांना स्त्रियाच म्हणणार, 'माणूस' म्हणणार. मला त्यांच्याबद्दल आदरच वाटतो.

* * *

७३

'फुलाप्रमाणे सुंदर आणि पवित्र' अशी उपमा बहुधा स्त्रीलाच दिली जाते. जी मुलगी वा स्त्री, नजर उचलून पुरुषाकडं पाहात नाही, गच्चीत उभी राहात नाही, हासत नाही, पडदा घेते, चालण्याबोलण्यात मर्यादशील असते, तिलाच साधारणतः 'फुलाप्रमाणे पवित्र' म्हटलं जातं.

पवित्र्याचा खोल अर्थ 'कुणा पुरुषाचा-विशेषतः पर-पुरुषाचा स्पर्श न झालेली'. स्त्रीलाच फुलाची उपमा दिली जाते. पुरुषाला कधीच दिली जात नाही. फूल दिसायला सुंदर असतं, सुंगधी असतं. स्त्रीलाही निरनिराळ्या रंगांचं दिसावं लागतं. गुलाबाच्या पाकळ्याप्रमाणे ओठ, भुंग्याप्रमाणे काळेभोर डोळे, गुलाबी गाल, घनदाट काळेभोर केस, गोरीपान कांती, मोत्याप्रमाणे पांढरेशुभ्र दात. स्त्रीच्या केसांतून आणि त्वचेतून सुगंध आला नाही तर तिला खरीखुरी स्त्री मानलं जात नाही. म्हणून तर रोज घासून-पुसून दुर्गंधी घालवायला साबण लागतो. ते सर्व प्रकारचे साबण कमनीय रमणीच्या सौंदर्याच्या रक्षणाची जाहिरात करतात. नाना प्रकारची सुगंधी तेलं बाजारात आलीत. माणूस फुलाचा वास घेतो. इथं फूल म्हणजे स्त्री असेल, तर माणूस म्हणजे पुरुष. माणूसरूपी पुरुष फूलरूपी स्त्रीचा वास घेतो, नाना रंगांनी मुग्ध होतो. फुलाला शिवलं, चिवडलं तर ते कोमेजतं किंवा सुकून जातं. तसंच स्त्रीला पुरुषानं स्पर्श केल्यास तिचं पावित्र्य नाहीसं होतं, असं मानलं जातं. स्त्रीला 'सुगंधी फूल' मानल्यामुळे आपोआपच तिला 'घ्राता' आणि 'अनाघ्राता' ही विशेषणं लावली जातात. 'अनाघ्राता' म्हणजे जिचा सुवास कुणी घेतलेला नाही अशी. स्त्री म्हणजे जणू काही सुगंधी वनस्पती वा द्रव्यच, असं द्रव्य जे एकाच वेळी आपल्या रंगरूपानं 'माणसा'ला मुग्ध करतं. मोहित करतं, संतुष्ट करतं, तृप्त करतं.

आजपर्यंत कोणत्याही पुरुषाला अशाप्रकारे सुगंधी वनस्पती वा पदार्थाची उपमा दिलेली नाही. आजपर्यंत एखाद्या स्त्री-चित्रकारानं अथवा शिल्पकारानं, पुरुष स्त्रीदेहाच्या रेखाटतात त्याप्रमाणे पुरुष देहाच्या निरनिराळ्या ढंगांनी रंगरेखा रेखाटलेल्या

नाहीत. ज्याप्रमाणे पुरुष कवी वा कादंबरीकार स्त्री-देहाचं लोभसवाणं वर्णन करतात, तसं एखाद्या स्त्रीनं पुरुष देहाचं वर्णन आपल्या काव्यात वा कादंबरीत केलेलं दिसत नाही. ह्याचा अर्थ पुरुषाच्या शरीराचं आकर्षण स्त्रीला कमी आहे, असं नाही. ही एक प्रकारची लज्जा आहे. हीच भावना स्त्रीला रमणीय, सुंदर करते. पुरुषाचे केस, डोळे, छाती, नितंब ह्या गोष्टी स्त्रीला मोहित करतात. ज्याप्रमाणे स्त्रीच्या अंग-प्रत्यंगाच्या दर्शनानं पुरुष मुग्ध होतो. त्याचा काम जागा होतो त्याचप्रमाणे स्त्रीही पुरुषाच्या अंग-प्रत्यंगाच्या दर्शनानं मोहित होते. पण स्त्रीच्या ह्या भावनेचा समाजात वा साहित्यात, स्पष्टपणे उल्लेख कधीच केला जात नाही. लग्नात वर आणि त्याच्या घरची मंडळी अगदी पारखून मुलगी घरी आणतात. मुलीची कांती, दात, केस, डोळे, बांधा, कमर, नितंब ह्या सगळ्याची पारख केली जाते. कोणतीही गोष्ट ह्यातून सुटत नाही. पण मुलाची अशी पारख करण्याची प्रथा नाही. ह्याचा अर्थ पुरुषाचं शरीर ही स्त्रीच्या दृष्टीनं महत्त्वाची गोष्ट नाही, असा मुळीच नाही. पण लाजेमुले त्या बोलत नाहीत. स्त्री जन्मतःच संपूर्ण स्त्री नसते, ही लज्जा आणि लज्जेची सतत वाढणारी भावना, तिला पूर्णपणे स्त्री बनविते. पुरुषाचे केसाळ हात, काळेभोर डोळे, जाड भुवया, सरळ नाक, काळेभोर दाट केस, रुंद खांदे, गुळगुळीत पाठ, केसाळ छाती ह्याचं स्त्रीला आकर्षण असतं. अगदी पुरुषांना जसं स्त्रीच्या काळ्याभोर लांब केस, मोठे डोळे, सरळ नाक, पातळ ओठ, उन्नत उरोज, बारीक कमर, भरदार नितंब ह्यांचं आकर्षण असतं तसंच. दोघांनाही एकमेकांबद्दल सारखंच आकर्षण असतं.

स्त्रीला मोह पडतोच, पण त्याचं वर्णन केलं जात नाही. 'पुरुषाकडं पाहून अंग शहारलं 'असं वाक्य, हे सत्य असूनही, मी कुठल्याही स्त्रीच्या तोंडून ऐकलेलं नाही. पण स्त्रीला पाहून पुरुष कसा पुलकित होतो, ह्याचं सविस्तर वर्णन, अनेक भाषांत, स्पष्टपणे केलं गेलंय. त्याचा वेगळा उल्लेख करण्याची आवश्यकता नाही.

मी स्त्रीला स्त्रीच्याच कमनीय देहाचं चित्र काढतांना पाहते, लेखिका कादंबरीत स्त्रीचं रूपवर्णन करण्यात पुरुषांप्रमाणेच सिद्धहस्त असते. पण मग पुरुषाच्या रूपाचं वर्णन करणार कोण ? पुरुषांच्या शरीराला येणारी दुर्गंधी दूर करायला पाहिजे, हे त्यांना सांगणार कोण ? जसं स्त्री स्वतःच्या शरीरावर अजिबात घाण चिकटू देत नाही, तसंच पुरुषांना रोज साबणानं घासून पुसून आपलं शरीर साफसूफ ठेवायला लावलं पाहिजे. त्यांनाही 'सुगंधी वस्तू' बनविणं योग्य. पुरुषांनीही केसाची निगा राखावी, कांती सतेज आणि मऊ असण्याकडं लक्ष द्यावं, छाती भरदार व नितंब सुडौल ठेवावं, छाती रुंद व केसाळ असावी, पाय व टाचा गुळगुळीत असाव्यात. पुरुषांच्या देहालाही विकाऊ वस्तू समजल्यास पुरुषांच्या उपयोगाच्या वस्तूंचं उत्पादन आणि विक्री फार

मोठी होईल.

गिऱ्हाईक नेहमीच एकाच पक्षाचं का ? गिऱ्हाईक आणि विक्रेता ह्यांनी आपापला माल घेऊन उलट भूमिका घ्याव्यात. असं न झाल्यास, व्यापारात नेहमी एकाच पक्षाचा फायदा आणि दुसऱ्याचं नुकसान होईल.

स्त्रीनं पुरुषाकडे रातांब्यासारखे ओठ, मिरी चिरल्याप्रमाणे डोळे, जांभळाप्रमाणे जीभ, फणसाच्या आठळीप्रमाणे रंग, नास्पतीप्रमाणे दात, बांधलेल्या परातीप्रमाणे छाती, रजनीगंधाप्रमाणे शरीराचा गंध अशी विलक्षण मागणी केली पाहिजे. स्त्रीच्या इच्छेप्रमाणे सर्वांग असलेला पुरुष आता निर्माण व्हावा. पुरुषाला स्त्री देहाची तृष्णा असायला काहीच हरकत नाही. मग त्याचप्रमाणे स्त्रीला पुरुष देहाची तृष्णा का असू नये ? 'तार प्रती अंग लागि कांदे प्रति अंग मोर ?' (तुझ्या अंगाला अंग लागून माझं अंग रोमांचित होतं ?') असं म्हणायला स्त्रीनं का लाजावं ? पुरुषाला तर असं काही लिहिताना लाज वाटत नाही.

फूल आणि फळ यांच्याबरोबर स्त्रीदेहाची तुलना केली जाते. फूल आणि फळ, या दोघांचं आयुष्य अतिशय अल्प असतं, वास घेतला, खेळ केला तर दोघांनाही केराच्या टोपलीत फेकावं लागतं. तसंच स्त्रीचही असतं. तिलाही खाल्ल्या-प्यायल्यावर उष्ट्या-खरकट्याप्रमाणेच फेकलं जातं. पुरुषाशी कुणी शंभरवेळा खेळल, तरी तो चोथा होत नाही. कारण तो फळ किंवा फूल नाही, तो 'माणूस' आहे. त्याचप्रमाणे स्त्रीही 'माणूस' आहे, हे समजण्यासाठी, पुरुषालाही स्त्रीच्या रांगेत, फूल आणि फळ यांची उपमा देऊन, उभं करायला हवं. त्यावरून मग कळेल की फुलाची आणि फळाची उपमा द्यायची झाली तर ती दोघांना द्यावी लागेल, नाहीतर कुणालाच नाही.

* * *

७४

रुद्र आता नाही, ह्यावर माझा विश्वासच बसत नाही. मिठेखालीच्या कोळंबीच्या खाजणात तो दिसणार नाही, मोंगला बंदरावर तो दिसणार नाही. राजाबाजारात, दुपारी असीम साहाच्या प्रेसमध्ये, संध्याकाळी रामपूरच्या संगीत सभेत, कुठंही रुद्र आता दिसणार नाही. आता रुद्र कधीच स्टेजवर जाऊन कविता वाचणार नाही. ह्यावर माझा अजूनही विश्वास बसत नाही. रुद्र आता, खांद्यावर एक काळी बॅग घेऊन हिंडणार नाही, आता तो गप्पा मारणार नाही, हसणार नाही, बोलणार नाही, 'कविता परिषद' 'सांस्कृतिक एकता' ह्यांचा विचार करणार नाही, नवीन एखादी संघटना उभारणार नाही. रुद्र नाही, २१ च्या मेळ्यात नाही, चहाच्या स्टॉलवरच्या अड्ड्यावर नाही, बाकुशात नाही, साकुरात नाही, कुठंच नाही, ह्यावर माझा विश्वासच बसत नाही.

मी माझ्या वयाच्या १७ व्या वर्षांपासून रुद्रला ओळखते. त्या वयापासून माझ्या सगळ्या विचार-भावनांत रुद्र आहे. ज्यानं मला हळूहळू जीवनाचं दर्शन घडविलं, ज्यानं हळूहळू जगाची ओळख करून दिली, तोच हा रुद्र. एकेक अक्षर जोडून कविता करायला मला रुद्रनंच शिकवलं. माझ्या हातावर आपल्या बोटांचा हळुवार स्पर्श करीत हा रुद्रच मला म्हणाला होता, 'प्रेम आहे माझं तुझ्यावर ! जीवनावर जीवन घासून आपण पेटवू या हृदयातील विलक्षण दीप आणि कृष्णपक्षात उजळून टाकू या पृथ्वीचे तीर ! रुद्रनंच मला स्वप्न पाहायला शिकवलं. मी फक्त नदीच पाहिली होती. रुद्रनं मला खवळलेला समुद्र दाखविला. गढूळ पाण्याची डबकीही त्यानं मला काही कमी दाखविली नाहीत ! त्यानं मला पौर्णिमा दाखविली आणि अमावस्याही.

रुद्रचा हात धरून मी मोकळ्या मैदानावर हवेत तरंगले, घनदाट अरण्यात भटकले आणि अठरा, एकोणीस, वीस, एकवीस अशी एकामागून एक आयुष्याची वर्षं पार केली. मी एक निष्पाप तरुणी होते. रुद्रच्या स्वच्छंद आणि सुंदर आयुष्यात मी प्रवेश केला होता. ज्या कवीवर मी मनापासून प्रेम केलं, ज्या सळसळत्या रक्ताच्या तरुणाच्या प्रेमापुढं मी समाजाला, जगाला तुच्छ मानलं, हृदयातील सर्व स्वप्नांसकट ज्याला

मी स्पर्श केला, त्याला मी त्याच्या स्वच्छंदी जीवनापासून, अखेरपर्यंत परत फिरवू शकले नाही. त्याच्या सतत होत जाणाऱ्या पतनापासून, स्वेच्छाचारापासून, सतत होणाऱ्या आजारापासून, मी त्याला वाचवू शकले नाही. माझं त्याच्यावर जेवढं प्रेम होतं, तेवढाच रागही होता आणि माझा आवेग व उत्कटता, प्रेम आणि तिरस्कार एकाच वेळी सहन करण्याची त्याची क्षमता होती. कारण रुद्र होताच तसा- हुशार आणि विशाल मनाचा. मी त्याला जितकं जवळून पाहिलंय, तितकंच दुरूनही. दुरूनही ज्याच्यावर मनापासून प्रेम करता येतं असा तोच एक होता, तोच तो रुद्र.

आम्ही दोघं एकत्र आयुष्य घालवू शकलो नाही. पण आम्ही जेवढे दूर होतो, तेवढे जास्तच एकमेकांचं हित पाहात होतो. रुद्रची साधी चूक मी खपवून घेतली नाही. त्याच्या दोन-चार अन्यायांबरोबरही मी तडजोड केली नाही. पण काळाच्या ओघात, आयुष्य जसजसं ओढलं गेलं, जीवन जसजसं वाहात गेलं, तसतसं मला कळून चुकलं की रुद्र इतरांपेक्षा फार मोठा होता, त्याचं मन मोठं होतं, विश्वास ठेवावा असा तो होता. त्याची उदारता, जिवंतपणा, स्वाभाविकता ह्यांपुढे कुणीही उभंच राहू शकत नव्हतं.

रुद्रच्या पायाच्या बोटाला, एकदा बार्जार्स डिसिज झाला. डॉक्टरांनी सांगितलं की पाय वाचवायचा असेल तर सिगरेट सोडली पाहिजे. पाय आणि सिगरेट यांच्यामधून रुद्रनं सिगरेटची निवड केली.पाय गेला तरी चालेल पण सिगरेट सोडण्यास तो तयार झाला नाही. स्वतःच्या आयुष्याकडं त्यानं अगदी दुर्लक्ष केलं, पण कवितेकडे अजिबात नाही. कवितेशी तो एकनिष्ठ होता. कविता करताना त्याचं मन शांत असे, स्वप्नात विहरत असे. त्याला पोटात अल्सर झाला असूनसुद्धा तो नियमित खातपीत नसे. कोणताही आजार त्याला धरून ठेवू शकला नाही, तो उडत होता, फिरत होता, धुंदीत वावरत होता. ह्या वयात ब्लडप्रेशर साधारणपणे वाढत नाही, पण रुद्रचं वाढलं होतं. पण आश्चर्याची गोष्ट अशी की रुद्रला कोणताही रोग रूग्ण बनवू शकलाच नाही. सर्व आजारातही रुद्र प्रसन्नपणे हसत होता.

रुद्र सत्तर सालातील सर्वात श्रेष्ठ कवी होता असं आता वर्तमानपत्रांतून लिहिलं जातंय.स्वैराचार विरोधी आंदोलनात रुद्रची भूमिका कशी होती, ह्याची चर्चा चालू आहे, रुद्र तडजोड करणारा नव्हता.राष्ट्रीय कविता परिषद आणि सांस्कृतिक एकता संघटन ह्यांचा तो संस्थापक सभासद होता, ह्याची आठवण काढली जातेय. हो ! रुद्र खूप काही होता, खूप काही. रुद्रच्या कविता ऐकून लोक टाळ्या वाजवीत,नामवंत कवी त्याची वाहवा करीत, पण रुद्रच्या अडचणींची कुणी विचारपूस केलीच नाही. ढाक्यात रुद्रला कुठंही नोकरी मिळाली नाही, त्याच्याजवळ उपजीविकेचं काही साधन

नव्हतं. वर्तमानपत्राच्या ऑफिसमध्ये त्यानं नोकरीसाठी हेलपाटे घातले, पण त्याला कुणीही काम दिलं नाही. चित्रपटाची पटकथा लिहायला देण्याची एका श्रीमंत कवीनं आशा दाखविली आणि फसविलं. उपजीविकेसाठी रुद्रला शहराबाहेर जावं लागत असे. ह्या संधीचा फायदा घेऊन, कविता परिषदेतून, संघटनेतून लोकांनी जवळ जवळ त्याला बाहेर काढलं. कविता परिषदेच्या सभेसाठी घरोघरी जाऊन रूद्रनं आमंत्रणं दिली, पण कुणी त्याची दखल घेतली नाही. सगळेच कामात गर्क. केवळ रुद्रजवळच भरपूर मोकळा वेळ होता. शिल्पकार, साहित्यिक ह्यांनी मनात आणलं असतं तर, ते रुद्रला काही ना काही काम देऊ शकले असते, पण त्यांनी दिलं नाही. हा उत्तम व्यक्तिमत्त्व असलेला तरुण, लीन होऊन दारोदार फिरला, पण त्याला कुणी आश्रय दिला नाही. फक्त असीम साहांनी नीलक्षेतमध्ये आपल्या टेबलाच्या डाव्या बाजूला एक खुर्ची दिली होती. रुद्र सकाळ, दुपार, संध्याकाळ त्या खुर्चीत विचार करीत दिवस घालवीत असे.

गेले दोन महिने रुद्र आपल्या समग्र कविताचं पुस्तक काढण्याच्या चिंतेत होता. हे ऐकून मी त्याला वारंवार सांगितलं की मेल्यावरच समग्र कवितांचं पुस्तक निघू शकेल. तू चांगल्या निवडक, राजकीय कवितांचंच पुस्तक काढ.पण तो जिद्दी होता. हो ! तो सत्तर सालातील श्रेष्ठ कवी होता. त्याच्या कविता आज गायल्या जातात, त्यांच्या कॅसेट निघताहेत. पण आतापर्यंत त्याच्या एकाही पुस्तकाचं चांगलं वितरण झालेलं त्यानं पाहिलं नव्हतं. त्याला कसली रॉयल्टीही मिळाली नव्हती. 'विद्याप्रकाश'ला मी एकदा विचारावं, असं त्यानं मला सुचविलं. मी विचारलंही. रुद्रनं एकदा त्या प्रकाशकाला निमंत्रण केलं, खाणं-पिणं, गप्पागोष्टी झाल्यावर, शेवटी रुद्रनं काव्यसंग्रहाच्या प्रकाशनाचा नम्रपणे प्रस्ताव ठेवला. त्यानं प्रकाशकाचा तोटा होणार नाही, हेही हिशेब वगैरे करून समजावून सांगितलं. प्रकाशक तेव्हा गप्प बसले. ह्या अभिमानी तरुण कवीला कुणीच मदत करीत नसल्यानं तो आतल्या आत किती खचला असेल, हे मला कळत होतं. त्याची उत्कट इच्छा पूर्ण व्हावी, म्हणून रूद्र गेला का ? मृत्यूनं प्रकाशकाला 'समग्र काव्यसंग्रह' काढायची संधी दिली का ?

असीमदांकडून मला रुद्रच्या आजाराचं कळलं. मी लगेच होलिफॅमिलीच्या दोनशे एकतीस नंबरच्या खोलीत रुद्रला भेटायला गेले. त्याला तसा काहीच आजार नव्हता. शेकडा तीसजणांना असं होतं. न खाण्यानं पचनेंद्रियाला अल्सर झाला होता. रुद्रच्या अगदी जवळ बसून मी त्याला म्हटलं, 'काळजी करू नकोस. अगदी लवकर बरा होशील बघ तू !' हे ऐकून रुद्र म्हणाला, 'कोण जाणे ! ही शेवटचीच यात्रा असायची नाही तर !' मी हसले. २१ जूनला सकाळी कॅरोलिन राईटचा मला फोन आला तेव्हाही

मी हसले. कॅरोलिन टेलिफोनवर म्हणत होती की कुणीतरी तिला रुद्र गेल्याचं सांगितलं. मी तिला स्पष्टपणे म्हटलं की ज्यानं तिला असं सांगितलं त्याचं काहीतरी चुकतंय. रुद्रचा आजार एवढा सिरियस नाही. मी त्याला आताच तर पाहून आलेय. टेलिफोन ठेवला आणि होलिफॅमिलित गेले. दोनशे एकतीस रिकामी होती. काल रात्री बरा होऊन रोगी घरी गेला होता. त्याला बरं झालेलं पाहावं म्हणून घरी गेले, तर त्याच्या घरी ही गर्दी ! बेन्झाईनचा वास. रुद्र डोळे मिटून झोपला होता. त्याचं सर्व अंग पांढऱ्या कपड्यानं झाकलेलं होतं. मी दुरूनच पाहिलं. सतरा वर्षांपासून ओळखत असलेले त्याचे ते केस, डोळे, भुवया, ओठ, जिवणी, जिवणीवरची खोल रेघ. माझ्या ह्या चांगल्या ओळखीच्या माणसाला, सगळे ज्याला उत्तम कवी म्हणून ओळखत अशा या माणसाला, आता कुणीही 'रूद्र' म्हणून हाक मारीत नव्हते, सगळे त्याला 'प्रेत' म्हणत होते. 'प्रेत' उचला, 'प्रेत' ठेवा असं.

सगळ्या आजारावर रुद्रनं मात केली. पण त्याच्या हृदयावर आघात करणाऱ्या ब्लडप्रेशरला तो चुकवू शकला नाही. कमाल, निशात, जाफर, इक्तियार, अजगर, शमीम, सलाउद्दिन, रेझा सगळे आहेत - फक्त रूद्र नाही, ह्यावर खरोखरच विश्वास बसत नाही.

प्रत्येक वर्षी राष्ट्रीय काव्य उत्सव होईल, तिथं रुद्र असणार नाही, २१ चा मेळावा होईल, धमाल होईल - पण तिथं रुद्र नसेल. रुद्र आता शाहबागेत येणार नाही, 'इत्यादी'तही येणार नाही, रामपूरलाही येणार नाही, हे आश्यर्यच नाही का ? रुद्र नक्की येईल. अचानक एक दिवस परत येईल. टि. एस. सी. मध्ये चहा घेईल, लायब्ररीच्या पटांगणात गप्पागोष्टी करील, दुपारी असीमदाच्या प्रेसमध्ये जाऊन सगळ्यांना चकित करील, रुद्र म्हणेल, 'घरी गेलो होतो. आताच आलो'. रुद्र, तू परत ये. एक, दोन, पाच, दहा वर्षांनी का होईना, परत ये. आजारांप्रमाणे मृत्यूवरही मात करून खरोखरीच परत ये. खांद्यावर काळी बॅग घेऊन स्टेजकडे चालत जा, जमलेल्या माणसांच्या दिशेनं, कवीच्या मोठ्या अड्ड्यावर, मृत्यूला चुकवून जा, खळाळून हसत जा.

* * *

७५

एका सभ्य माणसाची ही गोष्ट. हे गृहस्थ घर, व्यवसाय ह्यांच्या बाबतीत अगदी समाधानी होते. त्यांना इहलोकाची तशीच, परलोकाची अजिबात चिंता नव्हती. ते सकाळी नाश्ता करून ऑफिसला जात,दुपारी बायको - मुलांबरोबर जेवत, संध्याकाळी कधीतरी नातेवाईकांकडे किंवा मित्रांकडे जात. ते त्यांच्या भूत-भविष्याबद्दल अजिबात उद्विग्न नव्हते.

पण अलीकडे एक अघटित घटना घडलं ही घटना प्रथम घडली असरचा नमाज संपता संपता. हे गृहस्थ नमाज पढण्याच्या जागेवर बसून 'आससालामु आलाइकुम ओया रहमतउल्लाह' असं म्हणत असताना, त्यांनी जशी मान उजव्या दिशेला फिरवली, तशी त्यांच्या नजरेला पडली झरीना. पंधरा वर्षाची अश्राप मुलगी, घरकाम उरकून दुपारी व्हरांड्याच्या रेलिंगवर ओणवून, क्षणभर विसावा घेत होती. गृहस्थांचे डोळे आणि मान उजव्या बाजूलाच राहिली. डावीकडे वळलीच नाही. प्रार्थनाही अपुरीच राहिली.

त्यानंतर घरातील लोकांच्या चोरून, ते झरीनाकडे पाहात. तिला पाहाताच त्यांच्या शरीरात आग भडकून उठे. ते गृहस्थ आपल्या तीव्र इच्छेला दिवसेंदिवस दाबून ठेवीत. घरात सुंदर , सुशिक्षित पत्नी होती, पण त्यांचं मन ओढ घेई ते सारा दिवस काम करून घामेजलेल्या आणि दमून गेलेल्या दुर्गंधी येणाऱ्या शरीराकडे. मन त्यांचं ऐकेना.

एक दिवस, त्याच्या उत्कट इच्छेचा स्फोट झाला. त्याचं असं झालं - त्या दिवशी, भर दुपारी घरातील सर्वजण काही ना काही कारणानं बाहेर गेले होते. हे गृहस्थ नेहमीच्या वेळेपेक्षा लवकर घरी परतले. घरात होती एकटी झरीना. गृहस्थांनी झरीनाच्या हातात शंभर रूपये कोंबले आणि तिचं तोंड गप्प केलं. त्यांच्या शरीरात जणू काही साप फूत्कारत होता.

ही गोष्ट तर आगीसारखी. दाबून ठेवून लपून राहू न शकणारी. एक दिवस सगळ्यांना ही गोष्ट समजलीच. पत्नी रडली. मुलं रडली. शेजाऱ्यांनी वेळी - अवेळी

गर्दी केली. गृहस्थांना ही चटकच लागली होती, त्यामुळे ते उन्मत्त झाले होते. त्याच धुंदीत, झरीनाला घराबाहेर काढण्याची गोष्ट त्यांनी कठोरपणे मोडून काढली.

काही वेळा नातेवाईक येत, गुरुजन येत,सल्ला मसलत होई. अखेर निष्कर्ष काढला गेला तो असा : ही काही जात जाण्याइतकी मोठी बाब अजिबात नाही. शेवटी काही झालं तरी पुरुषमाणूस. पुरुषाला नाना प्रकारच्या इच्छा, मौजमजा असणाच. बाहेर एवढे कष्ट केल्यावर, घरी येऊन नीतीच्या विरुद्ध एक - दोन गोष्टी केल्या तर केल्या. असं होणारच. त्यात अन्याय असा काही नाही. आणि तसं पाहिलं तर हे नीतीच्या बाहेर तरी कुठं आहे ? पवित्र कुराणातच दास दासी यांचा उपभोग घेण्याबद्दल लिहिलंय.

अखेर ह्या वर्तनात फारसं गैर काही नाही, असं ठरलं. कारण अल्लानंच असं सांगितलंय की तुम्हाला जर असं वाटलं की आपण अनाथ स्त्रियांना योग्य न्याय देऊ शकत नाही, तर तुम्ही त्या स्त्रियांमधील जी कुणी तुम्हाला आवडेल तिच्याशी विवाह करावा. स्त्रियांमध्ये तुम्हाला आवडतील त्यांच्याशी तुम्ही चारपर्यंत विवाह करू शकता.जर तुम्हाला आपण योग्य न्याय देऊ शकत नाही अशी भीती असेल तर एकीशी अथवा तुमच्या मालकीच्या दासीशी तुम्ही विवाह करू शकता. (सुरा निसा ३ आयात १ रूकु) स्त्रियांमध्ये तुमच्या मालकीच्या दासींव्यतिरिक्त सर्व सधवा तुमच्यासाठी निषिद्ध आहेत. हा तुमच्यासाठी अल्लाचा आदेश आहे. (सुरा निसा २४ आयात ५ रूकु)

अर्थात 'दासी निषिद्ध नाही' हेच यावरून स्पष्ट होतं. सुरा अहजाबच्या ५२ व्या आयातात लिहिलंय की तुमच्यासाठी परस्त्री कायदेशीर नाही, वैध नाही. तसंच एखाद्या स्त्रीच्या सौंदर्यानं तुम्ही घायाळ झालात आणि ती स्त्री तुमच्या पत्नी व्यतिरिक्त दुसरी असेल, तर तिचं ग्रहण करणं अवैध आहे. मात्र तुमच्या मालकीच्या दासीच्या बाबतीत हा नियम लागू नाही.

जो आपली पत्नी आणि मालकीची दासी सोडून इतरांसाठी आपल्या इंद्रियावर काबू ठेवतो, तो निंदेस पात्र नाही. (सुरा मा आरिज आयात२९-३०रूकु १) म्हणजेच दासी कायदेशीर हक्काची. तिचा उपभोग घेण्यात काही पाप नाही. युद्धात पराभूत पक्षातील सैन्याची घरंदारं, पैसा, शेती, अन्नधान्य, घोडे आणि स्त्रियासुद्धा विजेत्यांना मिळतात आणि त्यांचा उपभोग घेण्यात गैर काही नाही, असंच मानलं जातं. एवढंच नाही तर अल्लाताअलानंही सांगितलंय की ज्या स्त्रियांना तुम्ही महर दिलेली आहे आणि फाय (युद्धात जिंकलेली संपदा) म्हणून अल्लानं तुम्हाला जे दान केलंय त्यामधील तुमच्या मालकीचं जे आहे, ते सर्व तुमच्यासाठी वैध आहे. (सुरा अहजाब आयात

५० रूकु ६)

हाच जर कायदा असेल, तर ह्या कायद्याप्रमाणे पुरुषानं विकत घेतलेली अथवा भाड्यानं घेतलेली दासी बेकायदेशीर नाहीच.

अशा रीतीनं, ह्या गृहस्थांनी समाजातील उच्चभ्रूंचा पाठिंबा मिळविलाय. त्यामुळे ह्या वाईट गोष्टीतही त्यांना कोणतंच असमाधान नाही. अजूनही ते सकाळी नाश्ता करून ऑफिसला जातात, बायको-मुलांबरोबर दुपारी जेवतात, संध्याकाळी म्युझियम, झू अथवा मित्राकडे जातात आणि इच्छा झाली तर झरीना असो, फातिमा असो, आयेशा असो की सेलिना, सगळ्याच त्यांच्या हाताशी असतात. हे गृहस्थ त्यांच्या ह्या सर्व गोष्टींबद्दल जराही उद्विग्न नाहीत.

ह्या गृहस्थांची पत्नी विरोध करू पाहते, रागानं, दुःखानं ती रडते. पण त्याचा उपयोग काय ? जे कुराणात सांगितलंय ते अमान्य करता येत नाही, अशी तिची तिलाच समजूत घालून घ्यावी लागते. पुरुषाला खुद्द अल्लानंच सवलती दिल्यात त्या तो का बरं घेणार नाही ?

* * *

७६

मी डोळे बंद केले. अंग, हातपाय सैल सोडून गाढ झोपल्याप्रमाणे बिछान्यावर पडून राहिले.टॉर्चचा उजेड माझ्या तोंडावर पडला. टॉर्चचा झोत माझ्या तोंडावर ठेवून ते आपापसात बोलत होते. काय बोलत होते, ते मला कळलं नाही. कारण ते उर्दूत बोलत होते.

त्या लोकांनी घराच्या पुढेच असलेल्या नारळाच्या झाडाला माझ्या बाबांना आवळून बांधून ठेवलंय आणि माझी आई अंगणातून उडी मारून शेजारी लपून बसलीय. हे त्यावेळी मला माहीत नव्हतं. मला हे आधी समजू नये, म्हणून तर ते इकडे आले होते. मला फक्त बाहेरच्या व्हरांड्यातून बुटांचे आवाज ऐकू आले. त्याबरोबरच वेगळ्याच भाषेतील बोलणंही ऐकू आलं. जरी मी लहान होते तरी मला कळून चुकलं की काहीतरी भयंकर घडलंय. आज आमच्यावर काहीतरी संकट आलंय. मी लहान असल्यामुळे अंधारातून अंगण ओलांडून शेजारी जाता येत नव्हतं. म्हणून मी दक्षिणेच्या बाजूच्या खोलीत एका जुन्या पलंगावर गप्प पडून राहिले. बुटांचा आवाज माझ्या खोलीशी येऊन थांबला. माझ्या शेजारी माझी छोटी बहीण झोपली होती. आवाज खोलीत चक्कर मारून माझ्या डोक्याशी येऊन थांबला.आयुष्यात तेव्हाच प्रथम मी अभिनय केला. मी झोपण्याचं नाटक केलं. जणू काही मी गाढ झोपले होते. मला काही ऐकू येत नव्हतं, दिसत नव्हतं. तुम्हाला पाहिजे ते करा. झोपलेल्याला उठवू नका. त्यानं माझ्या तोंडावर टॉर्चचा झोत टाकला. उजेडानं डोळे किलकिले होतात, पापण्या थरथरतात. माझ्या थरथरल्या की नाही माहीत नाही.

त्यानं उजेडात काय पाहिलं ? माझं वय ? वय पसंत पडलं नाही म्हणून की काय, त्यानं टॉर्च फिरविला. शेजारच्या बिछान्यावर घोड्यावर ठेवलं होतं उघडं कुराण शरीफ आणि त्यावर होत्या माझ्या आईच्या दोन वाक्या. त्यानं त्या उचलल्या, खोलीतील कपाट उघडून, सोनंनाणं जे काही मिळालं, ते घेतलं. ते लोक काहीतरी बोलत होते, हसत होते, माझ्या कधी कधी मनात येतं की मी लहान होते म्हणून

त्यांना वाईट वाटलं असणार. हिचं वय जास्त असतं तर किती बरं झालं असतं !

मी बिछान्यावर गप्प पडून होते. त्याचं क्रूर हसणं, घाणेरडी भाषा, भयानक बूट ह्यामुळे मी विलक्षण सुन्न झाले होते. आताही आठवण झाली की शरीरात जणू एक थंडगार साप वळवळत जातो. मी जर आणखी थोडी मोठी असते तर ! त्या एकाकी अंधाऱ्या खोलीत, गुदमरून टाकणाऱ्या रात्री, मी पंधरा, सोळा, सतरा, अठरा, एकोणीस वर्षांची असते तर... तर....

असं कुणाचं वय नसेल का ? असणारंच. अशा वयाच्या मुलींच्या घरांत, मध्यरात्री, असं भयंकर काही झालं नसेल ? झालंच. त्यांनी कितीतरी तरुण मुलींना उचलून नेलं. त्यांच्या विकृत वासनेची शिकार झाल्या माझी मावशी, माझी शेजारीण, माझ्या ओळखीच्या काहीजणी, काही तोंडओळख असलेल्या, खूपजणी नातेवाईक असलेल्या आणि नसलेल्याही. ही गोष्ट काही नवी नाही. सगळ्यांना माहीत आहे. एकाहत्तरमध्ये या देशात पाकिस्तानच्या जंगली सैनिकांनी असंख्य बलात्कार केले, हे सर्वांना माहीत आहे. पण फक्त माहीत आहे, बाकी काही नाही.

ज्या देशात एवढा मोठा मुक्तिसंग्राम झाला, ज्यामध्ये अनेक लोक मारले गेले, अनेक स्त्रियांवर बलात्कार झाले, त्या देशाचा बलात्काराकडे बघण्याचा दृष्टिकोन बदलला कसा नाही ? त्या देशात बूट आणि बायोनेट ह्यांनी होणाऱ्या अत्याचारांप्रमाणेच बलात्कार हाही एक तसाच अत्याचार का मानला जात नाही ? बलात्कार झालेल्या स्त्रियांना समाज आपल्यात का घेत नाही ? इतर अत्याचार समाज जसा स्वीकारतो, तसा बलात्कार का स्वीकारत नाही ?

मुक्तिसंग्रामानं आम्हाला कोणतीच नवी दिशा दाखविली नसेल, तर त्यानं आम्हाला दिलं तरी काय ? कशासाठी आम्ही विजयोत्सव करतो, कशासाठी स्वातंत्र्याच्या दिवशी रोषणाई करून आनंदानं नाचतो ? मनाच्या एका कोपऱ्यात अंधार असताना ही रोषणाई आम्हाला थोडा तरी आनंद देते का ?

युद्धातील हानी सहन करण्याची शक्ती आणि साहस एकटं युद्धच देऊ शकतं. युद्धातील सर्व विध्वंसावर मात करून विजय-पताका फडकविणं फक्त युद्धालाच शक्य असतं. आम्ही झेंडा फडकाविला हे ठीक, आम्ही देशातून घाणेरडा रानटीपणा घालविला हेही ठीक, पण समाजातील कालबाह्य आणि गलिच्छ संस्कार आम्ही दूर करू शकलो नाही. ह्या कुसंस्कारांनी एकाहत्तरमधील अत्याचार झालेल्या तरुणींना क्षमा केली नाही आणि दीर्घ अशा वीस वर्षांच्या कालावधीनंतर अजूनही अशी क्षमा करण्याची क्षमता त्यात आलेली नाही.

पुन्हा एकदा मुक्तिसंग्राम व्हायला हवा. देशात भयंकर तांडव व्हायला हवं. अनेक

मृत्यू व्हायला हवेत, आणखी कित्येक मृत्यू, कितीतरी मोडतोड आणि असंख्य बलात्कार झाल्यावरच बलात्कारित स्त्रिया मान वर करून साक्षीदाराच्या पिंजऱ्यात उभ्या राहू शकतील आणि अतिशय तिरस्कारानं असभ्य पुरुषांची नावं सांगू शकतील. एका युद्धात आम्ही मन आणि मानसिकता ह्यांचा स्तर उंचावू शकत नाही, एका युद्धातून आम्हाला सत्य आणि सौंदर्य ह्यांच्याकडे जाण्याचं साधं धैर्य आलं नाही. ह्या देशाला अजून किती युद्धांची आणि किती मृत्यूंची आवश्यकता आहे ?

प्रत्येक वर्षी ह्या देशात विजयोत्सव होतो. संपूर्ण देश आनंदानं नाचतो. सरकारचा छळ असह्य होऊन, गांजलेला एक तिसऱ्या जगातला दुर्दैवी देश आनंदानं नाचतो. १६ डिसेंबरच्या थंडीतल्या सकाळी व्हरांड्यात उभी राहून मी शहरात चालू असलेला उत्सव पाहाते आणि माझ्या शरीरात एक थंडगार साप वळवळतो. डोळे मिटताच शरीरावर टॉर्चचा प्रकाश जाणवतो. तो माझ्या वयाचा अंदाज घेतो. शहरातील ह्या घाणेरड्या उत्सवाची मला घृणा वाटते आणि माझ्या डोळ्यांतून पाणी वाहू लागतं. माझे आणि माझ्यासारख्या अनेक स्त्रियांचे अश्रू कोण पुसणार ? आहे का असा काही कायदा किंवा संस्कार ? मुक्तिसंग्रामानं अनेकांना खूप काही दिलं.स्त्रीला काय दिलं ?

* * *

७७

१) ह्या देशातील एक लोकप्रिय कादंबरीकार, अलीकडेच एका पुत्राचे पिता झालेत. त्यांना पहिल्या तीन मुली आहेतच. त्या तिघीहीजणी सुंदर, निरोगी आणि बुद्धिवान आहेत. त्यातली कुणीही आंधळी, बहिरी, पंगू अथवा मंदबुद्धीची नाही. मग अजून एक मूल होऊ देण्याचं कारण काय ? प्रश्न मूल होण्याचा नाही. मुलगा होण्याचा आहे. ह्या प्रथितयश साहित्यिकाला लोक आदर्श मानतात, त्याच्याप्रमाणे जगण्याचा प्रयत्न करतात. पण माझी अगदी खात्री आहे की ह्या 'पुत्रा'ची हाव असणाऱ्या गृहस्थांजवळ आणखी काहीही असेल, पण चांगुलपणा व प्रामाणिकपणा मात्र तिळमात्र नसणार.

मी असं ऐकलंय की मुलगा व्हावा म्हणून त्यांनी शाहजलालच्या मजारवर चादर चढविली, टोपी घालून आमच्या ह्या बुद्धिवादी साहित्यिकांनी मजारजवळ हजरत शाहजलची प्रार्थना केली, शेवटी गंडे-दोरे, मंत्र-तंत्र, नवस-सायास, तीर्थयात्रा, देवदर्शन एवढं सगळं केल्यावर त्यांना पुत्रप्राप्ती झाली आणि त्यांचं पितृत्व तर बळकट झालंच, पण त्याचबरोबर त्यांच्या जन्माचं सार्थकही झालं.

ह्या कादंबरीकारांचे असंख्य वाचक आणि त्यांच्या गुणांवर लुब्ध झालेले त्यांचे अनुयायी काय बरं शिकले ह्या कादंबरीकारांकडून ? हेच ना की, तीन मुली असून उपयोग नाही.फक्त मुलगाच 'संतान' म्हणून संपूर्ण. आणि एक मुलगा जन्मताच उत्पादन बंद करणं योग्य नाही. शरीरानं आणि मनानं धडधाकट असूनही स्त्रीचं पंगुत्व नाहीसं होत नाही. नीतिकथा लिहायला फार सोप्या पण त्या आचार-विचारात आणंण फार कठीण.

मुलीच्या जन्माची कुणालाच फारशी उत्सुकता वा इच्छा नसते, हे प्रत्येक स्त्रीला चांगलं माहीत असतं. एक दोन मुलांनंतर मुलगी झाली, तर कुणाला फारसं काही वाटत नाही, पण मुलगी व्हावी अशी कुणा दाम्पत्याची इच्छा नसते. आमचे हे प्रसिद्ध साहित्यिकसुद्धा इतर दहा जणांसारखेच पुत्राचीच इच्छा धरणारे. त्यांचं मन आणि

बुद्धी यांची उंची कुसंस्कारातच गुरफटलेल्या मूर्ख लोकांपेक्षा एक रेसभरही वरची नव्हती.

२) स्त्रीबद्दल घृणा हाच ज्यांच्या प्रवचनाचा मुख्य आणि चटकदार विषय असतो, जे स्त्रीचा अनादर करतात आणि असभ्य वागून अपमान करणं ज्यांच्या हाडीमासी खिळलेलं असतं, तेच स्त्रीद्वेष्टे पुरुष, 'स्त्रीवादी ग्रंथ' लिहिण्याचं कौशल्य मिळवायला उत्सुक असतात. कौशल्य नेहमीच एक स्वादिष्ट गोष्ट असते. जे स्त्रीची अवहेलना करणारी भाषणं देण्याचं कौशल्य कमावतात, तेच स्त्रीवादी ग्रंथरचनेचं कौशल्यही मिळवतात. ह्या अत्यंत विरोधी वर्तनात 'कौशल्य' हीच एकमात्र कमाई असते. हीच कमाई वेगवेगळ्या क्षेत्रांत मिळविण्याची पुरुषाची इच्छा असते. स्त्रीच्या, एखाद्या वेळी, थोबाडीत मारली की ते आनंदानं टाळी देतात. एखाद्या वेळेस तिनं चुंबन दिल्यास, ते आनंदानं नाचतात. खरं म्हणजे ते स्त्रीशी खेळ करतात. ते स्त्रीला स्वतःच्या खुषीप्रमाणे मोडतात आणि स्वतःच्या इच्छेप्रमाणे जोडतात. स्त्रीशी असा मजेदार खेळ खेळण्याचं कौशल्य त्यांना वीर बनवितं, हे निश्चितच. ह्याशिवाय धंदाही होतोच. ह्या देशात स्त्रीच्या धंद्याला बुद्धी वा भांडवल यांची आवश्यकता नाही. पण तरी लाभ होतोच. आजपर्यंत तरी या धंद्यात कुणाचं नुकसान झालेलं नाही. उलट पैसा, यश प्रसिद्धी, मान यांचं प्रमाण वाढलेलंच आहे.

हे स्त्रीद्वेष्टे भाषाकोविद बहुधा ह्याच जन्मात समृद्धीला पोहोचतील.

३) ह्या देशाच्या एका सुप्रसिद्ध कवीची गोष्ट. हे कवी दुसरे लग्न करण्याच्या बेतात होते. पहिल्या पत्नीनं घटस्फोट घ्यावा, म्हणून ते तिला रोज धमकावीत. त्यांना पहिल्या पत्नीकडून घटस्फोट हवा होता. म्हणजे 'महर'च झंझट मिटलं असतं. पण ह्या गोष्टीला पहिली पत्नी राजी नव्हती. मग ह्या कविराजांनी तिला बजावलं की तिनं घटस्फोट न घेतल्यास ते सगळ्यांजवळ तिचं चारित्र्यहनन करतील. तिनं त्यांचं म्हणणं मानलं तर बरं, नाहीतर तिला वेश्या म्हणून हिंडावं लागेल.

स्त्रीचं चारित्र्य ही एक विलक्षण गोष्ट आहे. शारीरिक संबंधांवरून ते चांगलं की वाईट हे ठरविलं जातं. हीच त्याची मापन पद्धती आहे. प्रसार करायला स्त्रीच्या चारित्र्यासारखी दुसरी गोष्ट कोणतीही नाही.

अखेर, त्या कवींनी दुसरं लग्न केलंच. पहिल्या पत्नीला त्यांनी तिच्या चारित्र्यावर शिंतोडे उडविण्याची भीती दाखविली. जणू ह्या भीतीमुळेच स्त्री तिच्या पतीचं सगळं म्हणणं मान्य करते. चारित्र्य- विशेष करून स्त्रीचं - स्वच्छ ठेवण्याची गोष्ट आहे. ही मूल्यवान गोष्ट स्वच्छ न ठेवल्यास स्त्रीजवळ बाकी काहीच राहत नाही. ही स्त्रीची एकमात्र संपत्ती आहे. ती लुटली गेली, तर समाजात जगणं स्त्रीला अशक्यच.

'सतीत्व'च स्त्रीच्या चारित्र्याचं रक्षण करतं. पूर्वी सती जाऊन 'सतीत्वा'चं रक्षण केलं जायचं. आता ती प्रथा नाही. घरातील पुरुष पहारेकरी स्त्रीच्या 'सतीत्वा'चं रक्षण करतात. ते स्वतःच्या सोयीप्रमाणे. स्त्रीला कधी 'सती' तर कधी 'वेश्या' बनवितात. हे सर्व ते अगदी सहजतेनं करतात. आमच्या सुप्रसिद्ध कवींनी नाही का दुसऱ्या लग्नासाठी, पहिल्या पत्नीला वेश्या बनवलं. ह्याबद्दल कुणाला शरम वाटत नाही, संकोच वाटत नाही, कुणी मागे -पुढे पाहात नाही, मग तो कितीही मोठा कवी वा चित्रकार किंवा कलावंत अथवा शिल्पकार का असेना.

४) आमचे बुद्धिजीवी बौद्धिक चर्चेबरोबरच, मजार, स्त्री ह्यांबद्दल चर्चा करून आयुष्यात स्वाभाविकता आणतात. ह्यामुळे ते देशातील निर्बुद्धांच्या ओळीत उभे राहू शकतात आणि सगळ्यांच्यातील एक होण्यातही एक प्रकारचा गौरव असतोच हा गौरव आमचे बुद्धिजीवी सोडायला अजिबात राजी नाहीत.

* * *

७८

कुमारी म्हणजे अविवाहित स्त्री. दहा ते सोळा वर्षाच्या लग्न न झालेल्या मुलींना कुमारिका म्हटलं जातं. कुमारिकांबद्दल पुरुषांना अत्यंत आकर्षण असल्याचं सर्वत्र दिसून येतं. एवढंच नाही तर ईश्वरही त्यांच्यावर विशेष नजर ठेवतो. म्हणूनच समाजातील 'सज्जन माणसं' कुमारिकांचं पावित्र्य राखलं जावं म्हणून नाना उपदेशांचा वर्षाव करतात आणि त्यांच्यासाठी निरनिराळी व्रतं सांगतात. हिंदू धर्मात कुमारिकांसाठी प्रत्येक महिन्यात, विशिष्ट व्रतं सांगितलेली आहेत. वैशाखात शिवव्रत, पुण्यी पुकुर व्रत, दश पुतुल व्रत, हरिरचरण व्रतं, अश्वत्थ पाता व्रत, गोकुळ ओ पृथ्वी व्रत. कार्तिकात यम पुकुर व्रतं, मार्गशीर्षात सेंजुतिर व्रत, पौषात तूंष तुषली व्रत. ह्या व्रताच्या वेळी वेगवेगळे मंत्र म्हणावे लागतात. प्रत्येक मंत्राचं सार असतं : सती होणं, चांगला नवरा मिळवणं, पुत्रांना जन्म देणं, सुगरण होणं, सवाष्ण असतानाच मृत्यू येणं आणि सात भावांची एकुलती एक बहीण असणं.

पुण्यी पुकुर व्रतात,तळ्यात पाणी अर्पण करताना म्हणावयाचा मंत्र असा आहे : पुण्यी पुकुर पुष्प माला-के पूजेर दुपुर बेला- आमि सति लीलाबती - सात भायेर बोन भाग्यवती-ए पूजले की हय ?- निर्धनीर धन हय- सावित्री समान हय- स्वामी आदरिनी हय- पुत्र दिये स्वामीर कोले - मरण जेन हय गंगाजले (पुण्याचे तळे आणि हार. दुपारच्या वेळेला कोण बरं पूजा करतंय ? मी सती लीलावती, सात भावांची बहीण मी भाग्यवती. ह्या पूजेनं काय मिळतं ? निर्धन स्त्रीला धन मिळतं. सती सावित्रीसारखी होते, ही पूजा करणारी स्त्री तिचा पती तिचा आदर करतो. पुत्राला पतीच्या मांडीवर दिल्यानंतर येणारं मरण म्हणजे जणू गंगेत मरण, पवित्र मरण.)

मुलीला वयाच्या पाचव्या वर्षापासून, दश पुतुल व्रत करावं लागे. ह्या व्रताचा मंत्र असा : एबार मरे मानुष हब, रामेर मत पति पाब - एबार मरे मानुष हब, सीतार मत सती हब - एबार मरे मानुष हब, दशरथेर मत श्वशुर पाब-एबार मरे मानुष हब, कौशल्यार मत शाशुडि पाब- एबार मरे मानुष हब, कुंतीर मत पुत्रबती हब - एबार

मरे मानुष हब, द्रौपदीर मत रांधुनी हब- एबार मरे मानुष हब, पृथ्वीर मत भार सबो (ह्या वेळी मरण आल्यास, माणसाचा जन्म मिळेल, रामासारखा पती मिळेल, सीतेप्रमाणे सती होशील, दशरथासारखा सासरा मिळेल, कौसल्येसारखी सासू मिळेल, ह्यावेळी मृत्यू आल्यास, माणसाचा जन्म मिळेल, कुंतीसारखी पुत्रवती होशील, द्रौपदासारखी सुगरण होशील आणि पृथ्वीप्रमाणे सर्वांचा भार वाहण्यास समर्थ होशील)

कोणतंही व्रत किंवा मंत्र स्त्रीनं तयार केलेला नाही. त्याचा कर्ता पुरुषच. ही सगळी व्रतं म्हणजे स्त्रीला पती-पुत्र-संसार ह्यात बांधून ठेवण्याची युक्ती आहे. स्त्रीला ती 'माणूस' आहे हे कधीच समजायला नको. पती-पुत्र-संसार ह्या बाहेरील जगात असलेल्या निरनिराळ्या कामांत पारंगत होण्याचा स्त्रीलाही अधिकार आहेच. ती अश्वारोहण करू शकते, ती युद्धात विजय मिळवू शकते, ती शास्त्रज्ञ अभियंता, चिकित्सक, शेतकरी, कामकरी, चित्रकार, कवी आणि राष्ट्रपतीही होऊ शकते.

हरिर चरण व्रतात म्हणावं लागतं की 'कोन युबती पूजे पा - से युबती कि चाय ? राजेश्वर स्वामी चाय- दरबार जोडा ब्याटा चाय - ...गोयाले गरू, मराये धान - बच्छर बच्छर पुत्र पान - ना देखेन स्वामी पुत्रेर मरण - ना देखे बंधुबांधबेर मरण - हबे पुत्र मरबे ना - चक्षेर जल पडबे ना -दिये छेले स्वामीर कोले - मरण जेन हय - एक गला गंगाजले (जी युवती पूजते पाय, विचारा तिला हवं आहे काय ? राजा हवा पती म्हणून, पुत्र हवेत दरबार भरून. गोठ्यात गुरं, कोठारात धान्य. वर्षा वर्षाला पुत्र व्हावा. पुत्राचं मरण पतीला पाहायला लागू नये. मित्र - मैत्रिणींचही मरण पाहायला लागू नये. पुत्र व्हावा आयुष्यमान. डोळ्यातून पाणी गाळावं लागू नये. पुत्राला पतीच्या मांडीवर दिल्यावर येणारं मरण म्हणजे जणू काही गंगेच्या कुशीतच मृत्यू.)

अश्वत्थ पाता व्रतातील मंत्र आहे :- पाका पाताटि माथाय दिले पाका चूल सिंदूर परे। कांचा पाताटि माथाय दिले, कांचन मूर्ति हय। कचि पाताटि माथाय दिले नबकुमार कोले हय। (पिकलेली पानं डोक्यावर ठेवल्यास म्हातारपणापर्यंत अहेवलेणी लेता येतात. हिरवी पानं डोक्यावर ठेवल्यास, सोन्याची मूर्ती होते. कोवळी पानं डोक्यावर ठेवल्यास मांडीवर बाळ खेळते)

सेंजुति व्रताचा मंत्र आहे : खाट-पालंग लेप दोलंग गिर्दे आशे पाशे रूपयौबन, सदाई सुखी, स्वामी भालोबासे- पाडापडशि, प्रतिबासी, मौ बर्षे मुखे- जन्म एयोती पुत्रबती- जन्म जाय सुखे (खाट पलंग, रजया दुलया, गाद्या गिरद्या आसपास. रूप आणि यौवन, सदासुखी, पतीस प्रिय. आसपासचे, शेजारी पाजारी मधच तोंडात घालतात. जन्म सावित्री, पुत्रवती, जन्म जातो सुखात)

ह्या वर्षभराच्या व्रतांमध्ये एकच मंत्र इरून -फिरून म्हटला जातो. मंत्रात म्हटलेलंच

, संसारात आणि समाजात म्हटलं जातं. त्यात फरक असा काही नसतोच. आजपासून हजार वर्षांपूर्वी कुमारिकेसाठी जे नियम होते, बंधनं होती, त्यांत थोडा फेरफार करून आजही तीच पाळली जातात. आजकाल कुणी अशी व्रतवैकल्यं करीत नाहीत. परंतु व्रतांच्या त्या मंत्रातील सूर डोक्याच्या पेशी-पेशीत, रक्ताच्या थेंबा-थेंबात गुप्तपणे वाजत असतो. ह्यापासून कुणाचीच मुक्तता नाही. बालपणापासूनच प्रत्येक मुलीच्या मनात पती-पुत्र-संसार ह्यांच्या स्वप्नाचं बी पेरलं जातं. ह्याचा वृक्ष झाला की स्त्री शतशः विदीर्ण होते. पुरुषाला औरस संतती म्हणून पुरुषच हवा असतो. म्हणून पुरुष जन्माला घालण्यातच स्त्री जन्माची सार्थकता मानली जाते. स्त्रीला स्वतःचं असं अस्तित्व नाही, जणू काही स्त्रीचा जन्म हा केवळ पुरुषाच्या सेवेसाठी आणि समागमात त्याला तृप्त करण्यासाठीच आहे. स्वतःच्या गर्भात पुरुष-संतान धारण करून पुरुष वंशाचा विस्तार करण्यासाठीच तिचा जन्म आहे.

कुठल्याही व्रतात कन्या व्हावी अशी इच्छा केलेली नाही. कुठल्याही व्रतात पती आणि त्याला संतुष्ट करणं ह्याशिवाय दुसरं स्वप्न नाही. आतासुद्धा असंच आहे. आताच्या काळात अशी व्रतं केली जात नाहीत, मुली वह्या पुस्तकं- घेऊन शाळा - कॉलेजात जातात, ऑफिसांतून नोकऱ्या करतात, तरी अजूनही स्त्री एकाच चक्रात फिरत राहाते, एकाच परंपरेच्या गर्तेत राहून ती पतित होते.

असं का ? कारण एकच, शिक्षण आणि संस्कार यांतून घडलेला माणूस स्वस्थ नाही, निरोगी नाही, भिंतीला भेग ठेवून सातमजली इमारत बांधता येईल, पण ती टिकणार नाही. आम्हीसुद्धा एका कोणत्याही क्षणी कोसळणाऱ्या खांबावर उभे आहोत.'स्त्रीही माणूस आहे', हे कुणी जाणत नाही, हे नक्की. स्त्रीच्या स्त्रीत्वापेक्षा आणि मातृत्वापेक्षा तिचं व्यक्तित्व मोठं आहे. स्त्रीत्व आणि मातृत्व ह्यांच्या प्रचलित व्याख्या, पुरुषानं स्वतःच्या स्वार्थासाठी बनविलेल्या आहेत.

स्त्रीच्या शरीरात गर्भाशय असतं. पण गर्भाशयावर तिची सत्ता नसते. गर्भाशयात मूल असावं की नसावं, हे ठरविण्याचं स्वातंत्र्य स्त्रीला नाही. स्त्रीला 'मातृत्वातच स्त्री जन्माची सार्थकता आहे,' असं ऐकविलं जातं. स्त्री हेच धरून चालते. हे खोटं मनात ठेवून ती सारं जीवन जगते. गर्भाशय स्त्रीचं. तेव्हा स्त्रीनंच ह्या गर्भाशयात गर्भ धारण करायचा की नाही, ते ठरवावं. पण गर्भधारणेच्या संबंधात पुरुषानंच अनेक अटी घातल्यात. उदाहरणार्थ, विवाह (पतीशिवाय स्त्री माता होऊ शकत नाही) मातृत्व (मातृत्व हीच स्त्री जन्माची सार्थकता असल्यानं, स्त्रीनं आपला जन्म सार्थकी लावलाच पाहिजे.)ह्या अटींचा अर्थ असा की गर्भाशय जिचं तिचा त्या गर्भाशयावर काहीच अधिकार नाही.

स्त्रियांसाठी असलेल्या ह्या व्रतांमध्ये, मुली किंवा स्त्रिया पुत्राला पतीच्या मांडीवर देऊन, मृत्यू पत्कारायला उत्सुक दिसतात. जेव्हा ही व्रतं सांगितली गेली, तेव्हा पती हा पत्नीपेक्षा वयानं दुप्पट, तिप्पट वा कधी कधी चौपटही असे. तेव्हा पतीच्या मांडीवर पुत्राला ठेवून मरणं म्हणजे लहान वयात मरणं. ह्या अकाल -मृत्यूच्या इच्छेतही पुरुषानं स्वतःचीच सोय पाहिलीय. पुरुष शतायू वा दीर्घायू व्हावा आणि त्याला एका जन्मात अनेक स्त्रियांचा भोग घेता यावा म्हणून ही सर्व धडपड. अनेक विवाह करण्याचं कारण हेच की एकीचा अकाली मृत्यू झाल्यास, दुसरीची जरुरी भासणारच. शिवाय पतीशिवाय पत्नीला जगणं अहितकारक, भयानक आणि अत्यंत असह्य. म्हणूनच कपाळी कुंकू असतानाच स्त्रीला मरण हवं असतं.

पुरुषाच्या कार्यात मदत करण्यासाठीच स्त्रीचा जन्म असतो, हे सूर्यप्रकाशाइतके स्पष्ट आहे. स्त्री स्वतःच्या कार्यासाठी वा आनंदासाठी जन्मत नाही. तिचं एकटीचं, संपूर्ण एकटीचं असं अस्तित्व अजूनही स्वीकारलं जात नाही. अजूनही स्त्रीला एक संपूर्ण व्यक्ती म्हणून, एक संपूर्ण माणूस म्हणून , जन्मापासून मृत्यूपर्यंत, जगण्याचा अधिकार मिळालेला नाही. तिचा जन्म कुणाच्याही वंशाचं रक्षण करीत नाही. स्त्रीचा जन्म कोणत्याच कमाईचं साधन नाही. स्त्री फक्त पुरुषाची लालसा शमविते आणि त्याला पुत्राची भेट देते. हे सगळे खोलवर रुजलेले संस्कार उलथवून टाकून, स्त्री जर 'माणूस' म्हणून उभी राहिली नाही, तर ह्या संस्कारांचा विस्तार होईल, पण विनाश होणार नाही.

* * *

लज्जा

तसलिमा नासरिन

अनुवाद

लीना सोहोनी

तसलिमा नासरिन या बांग्लादेशी लेखिकेची ही कादंबरी धार्मिक कट्टरवाद व माणसानं माणसाला दिलेली अमानुष वागणूक या दोन्हींवर कोरडे ओढते.

दत्त कुटुंबीय- सुधामयबाबू, किरणमयी आणि त्यांची दोन मुलं, सुरंजन आणि माया- हे बांग्लादेशचे रहिवासी आहेत. बांग्लादेशात हिंदू ह्या अल्पसंख्याक जमातीचा समाजातील बहुसंख्याकांकडून अनन्वित छळ केला जात असतो, पण हे हिंदू कुटुंब मात्र या छळाला तोंड देत आपल्या मातृभूमीवरच राहाणं पसंत करतं. आपल्या इतर आप्तस्वकीयांप्रमाणे ते आपला देश सोडून जायला तयार नसतात.

सुधामयबाबू हे एक नास्तिक... देशप्रेमानं, आशावादानं, आदर्शवादानं भारलेलं व्यक्तिमत्त्व आहे. आपली मातृभूमी आपल्याकडे पाठ फिरवणार नाही, आपल्याशी प्रतारणा करणार नाही, या भोळ्याभाबड्या आशेवर ते विसंबून राहिले आहेत.

आणि मग...

६ डिसेंबर १९९२ रोजी भारतात काही धार्मिक मूलतत्त्ववाद्यांनी बाबरी मशिदीचा विनाश केला. साऱ्या जगानं या घटनेचा निषेध केला. पण या कृत्याचे पडसाद शेजारी राष्ट्र असलेल्या बांग्लादेशात मात्र फार तीव्रतेनं उमटले. हिंदूंच्या छळासाठी आणखी एक निमित्त मिळालं...

दत्त कुटुंबीयांवरही संकटाची कुऱ्हाड कोसळते. ते भरडले जाऊ लागतात. त्यांचं जीवन, त्यांचं छोटसं विश्व उद्ध्वस्त होतं.

अत्यंत प्रखर वास्तववादावर आधारित अशी ही कादंबरी मूलतत्त्ववाद्यांची रक्तपिपासू वृत्ती आणि आधुनिक काळातील हिंसाचाराचं प्रत्ययकारी चित्रण करते आणि वाचकाला अंतर्मुख करते.
